பார்வதி பி.ஏ.

கா. ந. அண்ணாதுரை.

SASA Publishing (OPC) Pvt. Ltd.
Andhra Pradesh

PARAVATI B.A.
C.N.Annadurai

Re-Published in 2024
Published by

SASA Publishing (OPC) Private Limited
Address is No.8-1, Neelithotti Kandriga,
Satyavedu - 517 588, Chitoor District,
Andhra Pradesh.
Tel.:9441595078
Email Id: sasapublishing@outlook.com

ISBN: 978-93-48584-28-1

1

எதுவோ, இல்லைன்னு வருகிறவர்களுக்கு ஒருவேளை சோறுபோடலாம்.கையிலேகிடைச்சதைக் கொடுத்து, கிடைச்சதைக் கொடுத்து, இன்னும் இரண்டிடம் பாரென்று சொல்லலாம். அதற்கு மேலே நாம் என்ன செய்ய முடியும்? செய்ய நாம் என்ன சூணாம்பேடா, நெறும்பூரா, விட்டலாவரமா? நமக்கு ஏது அவ்வளவு சொத்து? பெரிய பெரிய ஜெமீன் வைத்திருக்கிறவங்க, எச்சைக் கையாலே காக்காய் ஓட்டமாட்டேனென்கிறார்கள். நான் ஏதோ, என் சக்தியானு சாரம் தர்மம், உதவி செய்து கொண்டுதான் வருகிறேன். ஆகையினாலே, என்கிட்ட நீ ஒண்ணும் எதிர்பார்த்துப்

பயனில்லை. காலை எட்டு மணிக்குக் கலியாண செலவுக்கு ஏதாவது பொருள் உதவ வேண்டுமென்று கெஞ்சின கணக்குப்பிள்ளை கபாலமூர்த்திக்கு, மிராசுதார் ஆலாலசுந்தரர், இப்போதனை புரிந்து அனுப்பினார்.

காலை பதினொரு மணிக்கு, மிராசுதாரின் தூரபந்து ஓர் கிழவர், தள்ளாடி நடந்து பக்கத்துக் கிராமத்திலிருந்து வந்து சேர்ந்தார்.
"பெரிய எழவாப் போயிடுத்து! இது என்ன அன்ன சத்திரமா? ஓயாமடமா? இப்படி வருகிறவர்களுக்கு வடித்துக் கொட்டிக் கொண்டிருந்தா, என் தலை மொட்டையாக வேண் டியது தான் எங்கே வந்தானாம் கிழவன்? கூழ்கூடச் செய்ய வில்லையே இன்று. போகச் சொல்லு, வேறே எங்காவது இன்னக்கி பஜனை கோவிலிலே என்னமோ விசேஷமாம், சோறு போடுகிறார்களாம். அங்கே போய்த் தின்னச் சொல்லு"

இது மிராசுதாரரின் உத்தரவு! கிழவர், "சிவனே, எந்த ஜென்னம் எடுத்தாலும் எடுக்கலாம், ஏழை

ஜென்மம் மட்டும் எடுக்கக் கூடாதடா அப்பா! என்னமோ, நம்ம பாத்தியக்காரனாச்சே, போனா ஒரு வேளை சோறு போட மாட்டானான்னு வந்தேன். பிச்சைக்காரருடன் போய்ச் சாப்பிடச் சொன்னான். சுகமா வாழட்டும். ஒருவேளைச் சோறு இல்லைன்னா உயிரா போயி டும்! போனாத்தான் என்ன? இப்படிச் சீரழிவு படுவதை விடச் சாவதே மேல்" என்று சோகித்துக் கூறிவிட்டுக் கிழவர், கோயிலிலே போய்ப் படுத்துக் கொண்டிருந்து விட்டு, பட்டினியுடன் போராடினார்.

மாலை ஐந்துமணிக்கு மகேசுவரர் கோயிலிலே மிராசுதாரின் பேருக்கு அர்ச்சனை நடந்தது. பக்தி கொண்டவர்கள் அவருடைய பகவத் சேவையைப் பாராட்டினர். இரவு 9 மணிக்கெல்லாம் மிராசுதாரர், தாசி தமயந்தி வீட்டிலே வெள்ளித் தாம்பளத்திலே இருந்த வெற்றிலை பாக்கைப் போட்டுக் கொண்டு பொழுது போக்காக நண்பர்களுடன் சீட்டாடிக் கொண்டிருந்தார். வேடிக்கையாட்டத்திலே நாற்பது ரூபாய் வரை போய்விட்டது. ஜெயித்தது,

தமயந்தியின் தங்கை ஜெயா! ஆகவே நஷ்டமல்ல அது! என்றைக்கேனும் ஒருநாள் உதவும்!! அட்வான்சு தொகை!!

இதுபோல் பணம் கேட்டால் இல்லை. சோறு கேட்டால்ல கிடையாது என்ற லோபித்தனமும், ஊர் மெச்சிக் கொள்ள பக்தி வேடமும், லீலைக்குப் பொருள் விரயமும் செய்வதே மிராசு தாரரின் நித்ய கர்மானுஷ்டானமாக இருந்தது. அவருடைய ஈரமற்ற நெஞ்சைப் பற்றி உரக்கப் பேசவும் ஊராரால் முடியாது. பெரிய இடத்துப் பகை நமக்கேன் என்ற பயம்! பணக் கோட்டையிலே அவர் இருந்து வந்தார். அவரைக் கண்டிக்க எவருக்கும் முடிவதில்லை. ஊரிலே எந்த வியாபாரியும் அவருடைய ஆதரவு இருந்தால்தான் வாழ முடியும்! எங்கு எந்த நிலம் விற்பனைக்கு வந்தாலும் அவர் என்ன சொல்கிறார் என்று தெரிந்த பிறகே மற்றவர்கள் பேசுவார்கள். அவ்வளவு செல்வாக்கு!! அந்த ஊருக்கு அவர்தான் ராஜா! அவர் உரத்த குரலிலே என்ன சொல்கிறாரோ, அதுதான் சட்டம். மந்திராலோசனை மன்றத்திலே அவரோடு சேர்த்து மூன்றே பேர்: தாசி தமயந்தி,

கோயில் குருக்கள் குமரகுருபரருக்கும் பாலியத்திலே சிநேகிதம். அதன் பயனாகத்தான் தமயந்திக்கு மிராசுதாரரின் தயவு கிடைத்தது. இந்த மந்திராலோசனை மன்றத்திலே ஆகும் தீர்ப்பை அந்த ஊரிலே யாராலும் மாற்ற முடியாது. யாராவது முணுமுணுத்தால் அவர்கள் மீது திடீரென்று சிவிலோ, கிரிமினலோ கேஸ் கிளம்பும் அவர்கள் பாடு ஆபத்துத்தான்!

இவ்வளவு சொத்துக்காரராக இருந்த அந்தச் சீமானுக்குப் பிள்ளை குட்டியும் கிடையாது. யாரோ இவர் பாடுபட்டு, ஊரை மிரட்டி, சேர்க்கும் பொருளை, ஆண்டு அனுபவிக்கப் பல்லை விளக்கிக் கொண்டே இருந்தார்கள். தமயந்தியோ மிராசுதாரரின் காலம் தீருவதற்குள் கறந்தால் உண்டு. அவர் கண்ணை மூடிக் கொண்டால், தனக்கு ஒன்றும் கிடைக்காது என்ற உண்மையை உணர்ந்தவள்.

மிராசுதாரருக்கு இன்ன வியாபாரம் என்று குறிப்பிட்டுக் கூற முடியாது. எதெது மலிவாகக் கிடைக்குமோ அவைகளை வாங்குவார்;

கிடங்குகளில் சேர்ப்பார்; மார்க்கட்டிலே அந்தப் பொருள் கிடைப்பது கஷ்டமாகி மக்கள் தவிக்கும் வரையிலே, வெளியே விடமாட்டார். கிடைத்தால் போதும், என்ன விலைக்கு வேண்டுமானாலும் வாங்கித்தானே தீர வேண்டும் என்ற நிலைமை வரும்போது அந்தப் பொருளை விற்க ஆரம்பிப்பார். கொள்ளை இலாபம் என்று கூற வேண்டுமா? எத்தனையோ ஏழைகளின் கண்ணீர் படிந்தது அவரிடம் குவிந்த பணம்! அந்தக் கண்ணீரென்ன, வெள்ளி ரூபாயின் -ம-திப்பைக் குறைக்குமா? அந்தத் தங்கத்தின் மாத்துக் குறையும்படி செய்யுமோ-? பணம் பேசவா போகிறது அவரிடம்?

எட்டிக்கொட்டை மு-தல் எலுமிசசம் பழம் வரையிலே, இலுப்பைப் பிண்ணாக்கு முதல் இஞ்சி வரையிலே, எது -கி-டைத்-தாலும் -ம-லிவு என்றால் வாங்-குவார். விலை ஏறினதும் விற்பார் மிராசுதா-ரரின் ்-சல்வம் பெ-ரு-கி-யதும் அவர் வாழ்ந்த இடத்தைச் சுற்-றியுள்ள பிரதசம் பாழாகிக் கொண்டு ஏ-ழைகள் அ-தி-க-ரித்-த-திலும் ஆச்-ச-ரி-ய-மென்ன இருக்க முடி-யும்? உட-லிலே

காச-நோய்க்குப்பின், ஆள் இ௭-ளக்-காமல் இருக்க முடி--யுமா?

மி-ரா-சு-தா-ரரின் சொத்--துக்குப் பல் -வி-ளக்கிக் கொண்-டி-ருந்த பார்-தி-பன், வெளி--யூ-ரி-லேயே வி-வே-கிகள் கழகம் என்று ஓர் நிறு-வனம் ௭-வத்-துக் கொண்டு, தலை-வ-னாக முயன்று கொண்-டிருந்தான். தலைமைப் ப-தவி தன-வந்-த--னா-கப் போகும் தனக்குக் கி௭-டக்-காமல் வேறு யாருக்கு என்று அவன் -நி-௭-னத்-த-திலே தவ-ö-றன்ன இருக்க முடி-யும்? அவன் புகழ் பெறு-வது ÷-கட்டு, -மு-த--லிலே மிரா-சு-தாரர் ப-ய-ந்தார். இவ்-வ-ள-வு பெரிய ஆளா-கி-விட்-டால், -நம்மை இவன் மதிப்--பானா என்று மிரா-சு-தா-ர-ரி-டம் மிக மரியா-தை-யாக மு-த--லிலே நடந்து கொண்ட பார்-த்தி-பன் நாளா-க-வாக, சொத்து -நிச்-சயம் தனக்-குத்தான் என்-பதைப் பிர-பல வக்-கீல்கள் கூறிடக் -கேட்டு, மிரா-சு-தா-ர-ரைப்-பற்றி தன் நண்-பர்-க-ளிடம் அலட்-சி-ய-மா-கவே பேசி வர-லானான். மிரா-சு-தா-ர-ருக்கு அவன் மன நிலையும் நண்-பர்-க-ளிடம் அவரைப் பற்றி அவன் பேசு-வ-தும் என்ன தெரி--யும்!

“சுத்தப் பட்-டிக்-க-ா்டு! மகா பேராசை! ஊரிலே ரொம்பக் கெட்டப் பேர்! என் முகத்-துக்-காக அவ-ரைப்பற்றி பத்-தி-ரி-கை-கள் கண்-டிக்-க-ா்-ம-லுள்-ளன. ஈவு இரக்-க-மே கிை-ட-யாது.-”இவைகள் மிராசுதாரருக்கு, பார்த்திபன் தந்துவந்த அர்ச்சனைகள் நண்பர்களிடம்.

இரண்டு பேருக்கும் உள்ளூர மூண்டுவந்த பகையை குருக்கள் மோப்பம் பிடித்தார். அவருடைய மூளை வேலை செய்ய ஆரம்பித்தது. இந்தப் பகையை வளர்த்துவிட வேண்டும். இருவரும் சந்தேகப்பட முடியாதபடி! இந்தப் பிளானில் அவர் வேலை செய்தார். ஜெயாவுக்கு வேறு பிளான்! மிராசுக்கு வாரிசாக வரப்போகிற வாலிபன் கிடைத்துவிட்டால்... இந்த தேன் நினைப்பு ஜெயத்துக்கு. இந்த இடுக்கிக்குள் சிக்கியிருப்பது சீமானுக்குத் தெரியாது.
விவேகிகள் சங்கத் தலைவர், சண்டமாருதப் பிரசாரம் செய்யலானார். நீதியின் அவசியத்தைப் பற்றி சமூக நீதி. அரசியல் நீதி என்று ஆரம்பமாகி, பொருளாதார நீதியிலே புகுந்தது பிரசாரம். “எல்லா பேதங்களையும் அதிகமாக

வளர்ப்பது பொருளாதார பேதந்தான். எத்தகைய விடுதலை கிடைத்தாலும் கானல் நீராகவே முடியும். பொருளாதார பேதம் ஒழியாவிட்டால்" என்று பார்த்திபன் பேசுவான். திரள்திரளான மக்கள் வாழ்த்துவர், வணங்குவர். பார்த்திபனுக்கு ஜே போடுவர். அவர் ஒரு பேச்சுச் சொன்னால் போதும், ஊரைக் கலக்கி விடுவோம் என்று கூறவும் ஓர் கூட்டம் தயாராகி விட்டது. பத்திரிகைகள் பார்த்திபன் புகழைப் பாராட்டுவது கண்டு பூரித்த சீமான், பிறகு அவனது செல்வாக்கு என்னும் சண்டமாருதம், தன் போன்றோரைத் தாக்கும், அவ்விதமான பிரசாரத்தினால் என்பதைக் கண்டு கலங்கினார். இரண்டோர் முறை இதமாகச் சொன்னார். "இந்தக் காலத்திலே இவ்விதம் பேசினால்தான் இனிக்கும்"என்று பார்த்திபன் இளித்துக் கொண்டே பார்த்திபன் சமாதானம் கூறுவான். மிராசுதாரர், "என்னமோ தம்பி! நீ கொஞ்சம் ஜாக்கிரதையாகப் பேசணும். நீ ஓர் உயர்ந்த அந்தஸ்துக்கு வரவேண்டியவன் பாரு" என்று எச்சரிக்கை செய்து வந்தார். பார்த்திபனுக்கொன்றும் சமதர்ம வேட்கை

கிடையாது. சுலபமாகத் தலைவனாக அந்தச் "சுருதி"யை உபயோகித்தான். அது பிறகு சுருக்குக்கயிறாகுமோ என்ற சிந்தனை கிடையாது. பார்த்திபனின் பிரசங்கத்தால் புரட்சி வீரனானான் குமார் என்ற ஏழைக் குடியானவன். எங்கெங்கு பார்த்திபன் பிரசங்கம் நடந்தாலும், எப்படியாவது போய்விடுவான், அதைக் கேட்க, பார்த்திபன், "ஆகவே நண்பர்களே! இந்தப் பொருளாதார பேதம் ஒழியா முன்னம் நம் நாடு சீர்படாது. நாம் வாழ முடியாது. முதலாளித்தனம் ஒழிய வேண்டும்" என்று தீப்பொறி பறக்கப் பேசும்போது, குமாரைப் பார்க்க வேண்டும்! குதிப்பான், கூவுவான், கைதட்டுவான். "பாட்டாளிக்குப் பாடுபடும் பார்த்திபனுக்கு ஜே" என்ற கோஷம் அரை பர்லாங்கு கேட்கும், அடிவயிற்றிலிருந்து வரும் குமாருக்கு!! ஒருநாள் பார்த்திபனின் பிரசங்கத்தைக் கேட்ட பூரிப்போடு, வீடு நுழைந்த குமார் தன் வயோதிகத் தகப்பனார், தன் குடும்பக் கஷ்டத்தை மகனிடம் சொல்லுவதில்லை. அவன் மனத்தை ஏன் புண்ணாக்க வேண்டுமென்று. அன்று சொல்ல வேண்டி இருந்தது.

“அப்பா குமார்! நாளைக் காலையிலே எங்கேயும் வெளியே போய்விடாதே,வேலை இருக்கிறது.”

“என்ன வேலையப்பா?”

“நாளைக்கு ஒரு பத்திரம் எழுதணும், நீயும் கையெழுத்துப் போடணும்.”

“பத்திரம் எதற்கு?”

“அடயேண்டா! வயிற்றெரிச்சலைக் கிளப்பறே. நம்ம நிலம், வீடு, எல்லாத்தையும் மிராசுதாரனுக்கு விக்கிரயம் செய்யறேன். அந்தப் பத்திரந்தான். உனக்கென்ன தெரிஞ்சது? அவன்கிட்ட பட்ட கடன் வட்டியும் அசலும் சேர்ந்து நம்ம மானத்தை வாங்குவதற்குள் நாமாகவே, கடனைக் கொடுத்த வனுக்குச் சொத்தை எழுதி கொடுத்து விட்டு கையைக் காலைப்பிடித்துக் கொண்டு இந்த வீட்டிலேயே நாங்கள் குடிக்கூலிக்கு இருக்கிறோமென்று கெஞ்சிக் கேட்டுக் கொண்டால் மனசு இரங்கும்! பார்க்கணும், பகவான் எந்த வழி விடுகிறாரோ?”

குமாரின் உடல் பதறிற்று. கண்களிலே நீர் ததும்பிற்று. தனது குடும்ப நிலைமையை உணராமல், குன்றுபோல் வளர்ந்து விட்டதை

எண்ணித் துக்கித்தான். வெட்கமடைந்தான். அன்றிரவு அவன் பட்ட வேதனை சொல்லுந் தரத்தன்று. “ஆகா! பார்த்திபன் கூறும் திட்டம் இருந்தால்,நமக்கு இத்தகைய கதியா ஏற்படும்? என்று எண்ணிப் பதைபதைத்தான்.

பத்திரத்திலே கையொப்பமான பிறகு, குமாரின் தகப்பனார் அடியற்ற நெடுமரம் போல், மிராசுதாரரின் காலில் விழுந்து “தர்மப் பிரபு! இந்த ஒரு தயவு செய்ய வேண்டும். மூன்று தலைமுறையாக அந்த வீடு எங்களுக்குச் சொந்தம். மாதாமாதம் பூ மேலே வைத்துக் குடிக்கூலி கொடுத்து விடுகிறேன். அதிலே குடித்தனம் செய்ய உத்தரவு தரணும்” என்று கெஞ்சினார். கிழவர் மிராசுதாரர் காலில் விழுந்தபோது-,குமாருக்கு நெஞ்சிலே நெருப்பு விழுவது போலே இருந்தது. விழுந்த ஆளை அலட்சியமாக எண்ணி, வெள்ளித் தாம்பளத்திலிருந்து வெள்ளை வெற்றிலையை எடுத்து, கிளாஸ்கோ மல் துணியிலே துடைத்து கலர் சுண்ணாம்பு தடவி வாயிலே போட்டு மென்றபடி, மிராசுதாரர், “அதுக்கென்னையா

இப்போ அவசரம் முழுகிடுத்தா? எழுந்திரு. எழுந்திரு, கடன் கொடுத்தா, இவ்வளவுதான். காலில் விழுவது, கள்ளக்கும்பிடு போடுவது. கெஞ்சுவது போதும். வீடு விக்கிரயம் ஆனதற்குக் கொஞ்ச நாளாவது அதை நீ காலி செய்யணும். அப்போதுதான் அது விக்கிரயமானவர்களுக்குச் சுவாதீனமாகும். பிறகு பார்ப்போம் போ" என்று மிராசுதாரர் கூறியபோது, குமார் தன் மனதிலே எண்ணியதை மட்டும் வாய்விட்டுச் சொல்லி யிருந்தால் சட்டம் அவனைச் சுக்குநூறாக்கியிருக்கும்.

◈◈◈

2

பார்வதிபாய், பி.ஏ. ஓர் நாகரிக நங்கை! அனாதை ஆசிரமத்திலே வளர்ந்து, அறிவின் துணையால் படித்துப் பட்டம் பெற்று, பிரசாரம் புரிவதிலே ஆவல் கொண்டு, விவேகிகள் சங்கத்திலே சேர்ந்து,பார்த்திபனின் காதலுக்குப் பாத்திரமானவள். கல்யாணத்தை இரண்டோர் ஆண்டிலே முடித்து விடலாம் என்று பார்த்திபன் கூறினான். ஆனால் அவள் ஒன்றும் சகுந்தலையாகவில்லை! துஷ்யந்தனைச் சற்றுத் தூரத்திலேயே வைத்திருந்தாள்.

டைபாய்டு சுரத்தினால் கஷ்டப்பட்ட களைப்புத் தீர டாக்டர்கள் பார்வதியை ஓர் கிராமத்திலே போய் ஓய்வாக இருக்கச் சொன்னார்கள். பார்த்திபனிடம் சிபாரிசுக் கடிதம் வாங்கிக்

கொண்டு, மிராசுதார் வசித்து வந்த சுந்தரபுரிக்கு வந்து குமாருக்குச் சொந்தமாக இருந்து, மிராசுதாரரின் சுவாதீனத்துக்கு வந்த வீட்டிலே,வேலைக்காரியுடன் தங்கினாள்.

பார்வதிபாயின் தரிசனத்துக்காக பார்த்திபன், அடிக்கடி சுந்தரபுரிக்கு வரலானான். அந்த 'விஜயம்' ஜெயத்துக்கு "அபஜெயமாக" முடிந்தது. எவளோ ஒரு சிறுக்கியுடன் கூடிக் கெட்டுப் போகிறார் பார்த்திபர் என்று, நாரதகான லோலம் செய்து விட்டாள். குருக்கள் சும்மா இல்லை. எனவே மிராசுதாரர், "இந்தப் பையனுக்குச் சொத்து வைத்துவிட்டுச் சாவதைவிட, பாதி தமயந்திக்கும் பாதி சிவன் கோவிலுக்கும் எழுதி வைத்துவிடப் போகிறேன்" என்று பேசத் தொடங்கினார்.

பார்த்திபன் காதுக்கு இது எட்டியதும், "அந்த லோபியின் சொத்து எனக்கேன்? அது கோயிலுக்கோ, குளத்துக்கோ, போகட்டும்" என்று கோபமாகப் பேசலானான். சுந்தரபுரியிலே பிரசாரம் நடத்தினான். சொத்தை இழந்த

குமாருக்குத் தூபமிட்டான். குமார் வெறும் உணர்ச்சியால் தாக்குண்ட மின்சார உருவம்! பார்த்திபனிடம் விசை இருந்தது. ஏவினால் தீர்ந்தது மிராசுதாரரின் வாழ்வு! இவ்வளவு ஆபத்து வந்துவிட்டது. அவ்வளவு சம்பத்துப் படைத்த சீமானுக்கு!!

பார்வதியின் அழகு மற்றோர் ஆபத்தை உண்டாக்கி விட்டது. அவளைக் கண்டு பேசவும் விருந்துக்கு அழைக்கவும் மிராசுதாரர் அடிக்கடி அங்குப் போக ஆரம்பித்தார். அவள் மரியாதையாக வரவேற்பதை இவர் சம்மதிக்கிறாள் என்று எண்ணிக் கொள்வார். அவள் நாகரிகமாகப் பேசுவதை இவர் நம் எண்ணத்தைத் தெரிந்து கொண்டாள் என்று கருதிப் பூரிக்கலானார். பார்வதி ஆடவரின் மனப்போக்கை அறியாதவளல்ல! எவ்வளவு பேதமை இந்தக் கிழத்துக்கு?"என்று எண்ணிச் சிரிப்பாள். மிராசுதாரர் ஜாடையாகத் தன் கருத்தை தெரிவிக்கலானார். பார்வதிக்கு ஒரு யோசனை பிறந்தது. சொத்து பார்த்திபனுக்குக் கிடைத்தாலும்,பார்த்திபன்

பேச்சுக்கேற்றபடி காரியத்தைச் செய்வானோ, மாட்டானோ என்ற சந்தேகம் அவளுக்கு. ஆகவே, மிராசுதாரரின் 'நோய்' தீருமுன்,பொதுக் காரியத்துக்கு எவ்வளவு சொத்து உபயோகப் படுத்த முடியுமோ அதுவரையில் இலாபம் என்று தீர்மானித்தான். அதற்கேற்றபடி நடக்கலானாள்.

"தங்கள் சொத்து பூராவும் பார்த்திபனுக்குத்தான் சேருமாமே."

"நான் இஷ்டப்பட்டால்தான்,
சுயசம்பாத்தியமாச்சே."
"ஊரிலே சொல்கிறார்கள். அவர்கூடச்
சொன்னார்."
"செய்யணும். எனக்கும் பார்த்திபனுக்குத்தான்
சொத்தை தரவேண்டும் என்ற விருப்பம்.
ஆனால்..."
"அது என்ன மிராசுதார்வாள்! ஆபத்தான ஆனால் போடுகிறீர்-"

"ஒன்றுமில்லை. முதல் மனைவிக்குக் குழந்தையில்லா விட்டால் என்ன? வேறே ஒரு

கலியாணம் செய்து கொள்வது தானே என்று ஊரிலே சில முக்கியஸ்தர்கள் பேசுகிறார்கள்."

"சந்தோஷமான செய்தி! பெண் பார்த்தாய் விட்டதோ?"

"பார்வதி! கேலியா செய்கிறாய்?" "என்னைக் கலியாணம் செய்து கொள்ளுங்களேன்.""வேடிக்கை செய்கிறாய். எனக்கு மட்டும் உண்மையில் அந்தப் பாக்கியம் கிடைத்தால்...""எனக்கு ஒரு விரதம் இருக்கிறது. யார் இந்த மாகாணத்திலே யே பொதுக் காரியத்ததுக்கு அதிகமான பொருள் செலவிடு கிறார்களோ,அவர்களையே கலியாணம் செய்து ள்வதென்று நான் சபதம் செய்திருக்கிறேன். அது நிறைவேறவும் உங்கள் ஆசை நிறைவேறவும் ங்களிடம் சொத்து இருக்கிறது."

"நிஜமாகவா, பார்வதி! நிச்சயமாகச் சொல். என்னென்ன கோயிலுக்கு என்னென்ன செய்ய வேண்டும் சொல், இந்த வினாடியே செய்கிறேன்."

“கோயிலுக்கு என்ன குறை வந்துவிட்டது. குடிசைகளைக் கவனியும் முதலிலே. ஏழைகளுக்கு வழி செய்ய வேண்டும். நான் நாளைக்கு ஒரு பட்டியல் அனுப்புகிறேன். அதன்படியும் தருமம் செய்யுங்கள். ஆறுமாதமான பிறகு, நான் உம்மைக் கலியாணம் செய்து கொள்ளுகிறேன். விஷயம் பார்த்திபனுக்குத் தெரியக் கூடாது.

மிராசுதாரர் வேகமாகத் தலையை அசைத்தார். வழக்கமாக கைகுலுக்குவது போல் பார்வதி அன்றும் மிராசுதாரரின் கைகளைக் குலுக்கினாள். அவரோ அந்தக் கைகளைத் தன் கண்களில் ஒற்றிக் கொண்டார். அதற்கே அவருடைய கரங்கள் நடுங்கின.

◈◈◈

3

பார்வதி, மிராசுதாரருக்கு மனைவியாகச் சம்மதித்து அதற்காக நிபந்தனை கூறின பிறகு, வீட்டிற்கு சந்தோஷமாகத் திரும்பிய மிராசுதாரர், மாப்பிள்ளை போலக் காணப்பட்டார். பிறருக்கல்ல அவருக்கு அவர் எப்படித் தெரிந்தார்! நடையிலே புது முறுக்கு, கனைப்பிலே புது கம்பீரம் ஆடையைத் திருத்திக் கொள்வதிலே புதிய முறை. பேச்சும் சற்றுக் குஷியாக இருந்தது. நிலைக்கண்ணாடி முன் நின்றார் மீசையிலே சில நரைத்த மயிர்கள் இருக்கக் கண்டார். நாவிதனை மனதிற்குள் திட்டினார். குளிக்கும் அறை சென்றார். சதை கொத்துக் கொத்தாக தொங்குவதைக் கண்டார். அயம் என்றும் தங்கமென்றும் பவளமென்றும் முத்தென்றும் இந்தப் பயல்கள் செங்கல்

தூளைத்தான் கொடுத்து நம்மை ஏய்த்து விடுகிறார்கள் என்று சித்த வைத்தியர்களைத் திட்டினார். மனைவியைக் கண்டார். இந்தச் சனியனை ஊருக்கு தொலைத்து விடுகிறேன். ஒரே வீட்டி பௌர்ணமியும் அமாவாசையும் இருக்கலாமோ என்று மனதிற்குள் கூறிக் கொண்டார். தமயந்தியின் மஞ்சத்திலே படுத்தாரே தவிர பார்வதியின் உருவத்தையே அணைத்துக் கொண்டார், கனவில்.

மறுதினம் கலாரசிகர் கனகசபேசர் வந்தபோது ஆலால சுந்தரர் மலர்ந்த முகத்துடன் அவரை வரவேற்றார். பார்வதி படித்தவள். பேச்சுக்காரி, நாமும் விஷயமறிந்தவன் என்று காட்டிக் கொள்ள வேண்டும்? அதற்குக் கனகசபேசர் உதவியாக இருப்பார் என்று எண்ணினார். இனிக் கனகசபேசரின் கலாப் பிரசங்கங்களைச் சரியாகக் கேட்டு விஷய ஞானம் பெறவேண்டும் என்று தீர்மானித்தார். ரசிகருக்கு மிராசுதாரரின் புதிய ஆர்வத்தின் காரணம் புலனாகவில்லை. செல்வ நிலையாமை, வாழ்வு நிலையாமை முதலியவற்றை விளக்கும் சில கவிதைகளை

விவரிக்கத் தொடங்கினார். மிராசுதாரர், இன்பத்தைத் தரும் கவிதைகளே வாழ்க்கையிலே வளம் உண்டாக்கும் என்று விவாதிக்கத் தொடங்கினார். வழக்கத்துக்கு மாறாக, ஆலாலசுந்தரர் விவாதிக்கத் தொடங்கவே ரசிகருக்கு கொஞ்சம் சஞ்சலம் உண்டாக்கிவிட்டது. விவாதமே, விசாரந்தானே தரும். கலாரசிகர்களுக்கு. பேசும் வாய் உண்டே தவிர கேட்கும் செவி இராமே. கலையிலேயே மூழ்கிக் களிக்கும் ஏடுடையோருக்கு. கனக சபேசராகவேணும் இருக்கட்டும். வைரமணியாக இருக்

கட்டும். அவர்கள் வண்டி வண்டியாகத்தான் கொட்டட்டும் தங்கள் கல்வித் திறத்தை பார்வதியின் பேச்சுக்கு அவை ஈடாகுமா? அவள் போலப் பேச இவர்களால் முடியுமா? என்று ஆலாலசுந்தரர் கூறினார். இவர் மனத்தை இவ்வளவு கிளறிவிட்ட பார்வதி தனது ஜாகையிலே பட்டியல் தயாரித்துக் கொண்டிருந்தாள்.

'திருப்புகழ் இருக்கிறதே, அது திவ்யமான ஒரு கலை' என்று கனகசபேசர் பேச்சைத் தொடங்கினார். "முருகேச பக்தி ரசம் அதிலே நிரம்ப இருக்குமாம்" என்று ஆலாலசுந்தரர் வழி மொழிந்தார். நீண்ட நேரம் பேச வேண்டுமென்ற நினைப்புடனே கனகசபேசர், ஒரு முறை கனைத்துத் தொண்டையைச் சரிப்படுத்திக் கொண்டு கூறலானார். "திருப்புகழ் படிக்குமவர் சிந்தைவலிவாலே ஒருத்தரை மதிப்பதிலை உந்தன் அருளாலே." "மிராசுதாரரே இதன் பொருள் மிக அழகுள்ளது. அபூர்வமான கருத்துடையது. கேளும்" என்றார். இதைக் கேட்க ஆலாலசுந்த

ரருக்கு மனமில்லை. பார்வதி பொழிந்த பதனி அவருக்கு பாடல்களும் அவைகளுக்குமுள்ள பொருளும், இரண்டாவது மூன்றாவது தரமானது என்ற எண்ணத்தைத் தந்து விட்டது. சலிப்பை அடக்கிக் கொண்டு கனகசபேசர் திருப்புகழுக்குக் கூறிய விருத்தியுரையைக் கேட்டுக் கொண்டிருந்தார். "போதும்" என்று கூற மனம் தூண்டிற்று. நிலைமை இடம் கொடுக்கவில்லை.

இந்தச் சமயத்திலே வந்தான் ஒரு பணியாள்; கடிதமொன்று தந்தான். பிரித்தார்; கையெழுத்தைக் கண்டார். கலாரசிகரை இன்று போய் நாளை வா என்றார். உள் அறைக்கு விரைந்து சென்றார். படித்தார் கடிதத்தை கடிதம் பார்வதி அனுப்பியது என்று கூறவும் வேண்டுமோ?

தாசி	தமயந்திக்கு	10,000
குமாருக்கு		5,00
மோட்டார்	டிரைவருக்கு	2,000
கடைக்	கணக்கருக்கு	5,000
வியாபார	ஏஜெண்டுக்கு	10,000
நகரசபைக்கு		50,000
எழைப்பிள்ளைகள்	லவசபடிப்புக்கு	50,000
அனாதை	ஆசிரமத்துக்கு	20,000
விதவை	சகாய நிதிக்கு	50,000
தாசி	தமயந்திக்கு	10,000

வேறு உமது இஷ்டப்படி!

இது பார்வதி அனுப்பிய பட்டியல், அதைப் பார்த்து மொத்தத் தொகையை கூட்டிப் பார்த்ததும்,மிராசுதாரரின் தலை சுழன்றது. இவ்வளவு பணத்தை இறைத்து இவளைப் பெறுவதா? என்று மனதிலே ஓர் எண்ணம் தாக்கிற்று. ஒரு முடிவுக்கும் வரமுடியாமால் பட்டியலைப் பார்த்துப் பெருமூச்சு விடுவதும், பார்வதியின் போட்டோவைப் பார்த்துப் பெருமூச்சு விடுவதுமாக அன்றெல்லாம் அவதிப்பட்டார். தமயந்தி வீட்டுக்கும் போகவில்லை.

“பார்வதியை மறுபடியும் பார்க்கக் கூடாது பார்த்தால் அவளுடைய சிரிப்பு என் சொத்தைச் சூறையடிவிடும். அவள் வற்புறுத்தினால் நான் தடை சொல்ல முடியாது. அவள் இந்த ஊரை விட்டுப் போகிறவரையி“ல நந்ன இங்கு இருக்கக் கூடாது. எவ்வளவு கஷ்டப்பட்டுச் சம்பாதித்தது-? அதை இப்படிப் பாழாக்குவதா? கூடாது. முடியாது.” என்று மிராசுதாரரின் சுபாவம் அவருக்கு எடுத்துரைத்தது. விடியுமுன் ரயிலேறினார். கொடைக்கானலுக்குப் பார்வதி

கிளறிய வெப்பத்தைத் தணித்துக் கொள்ள குளிர்ச்சியைத் தேடி மட்டும் கொடைக்கானல் போனாரா? இல்லை. ஆரஞ்சுப் பழ சீசன். அங்கிருந்தபடி அந்த வியாபாரத்தையும் பார்த்துக் கொள்ளலாம் என்ற யோசனையுந்தான் அவரை மலையுச்சிக்கு அனுப்பிற்று. பார்வதியின் புன்னகையின் பொருள் பார்த்திபனுக்குத் தெரியாது. "ஏது, பார்வதி கிழவனுக்குக் குஷி பிறந்து விட்டதே. கொடைக்கானலுக்கு சீசனுக்கு போயிருக்கிறாராம்" என்று அவன் அவளிடம் சொன்னபோது பார்வதி சிரித்தாள்.

◈◈◈

4

சொத்தை இழந்த குமார் சிங்கம் போல் கர்ச்சனை புரியலானான். சமதர்மத்தைப் பற்றி, எ"நதப் பிரசங்கத்திலும் பார்த்திபனின் பிரசங்கத்திலிருந்து மேற்கோள் எடுத்து உபயோகிக்கலானான் "என் தலைவர்" என்று பார்த்திபனைப் புகழ்ந்து பேசுவான். இன்றோ நாளையோ சமதர்மம் வந்து விடும் என்று தெரிந்தவன் போல் தீப்பொறி பறக்கப் பேசுவான் குமார். பார்த்திபனின் சொற்பொழிவிலே கூட இந்த அளவு விறுவிறுப்பு இல்லை என்று ரசிகர்கள் பேசிக் கொள்ளலாயினர்.

கொடைக்கானலிலே, பார்த்திபன் மறுமாதம் ஒரு தீவிரவாதிகள் மாநாடு நடத்த ஏற்பாடு செய்தான்.

பார்வதிபாய் திறப்பு விழா. பார்த்திபன் தலைமை. கொடியேற்று விழா
வுக்குக் குமார். இது பார்வதியின் வற்புறுத்தலால் பார்த்திபன் அரை மனத்துடன் ஒப்புக் கொண்டது. சீசனுக்கு வந்த சீமான்களில் பலரும் மாநாட்டுக்கு வந்திருந்தனர். "இங்கே வருவாளாமே, என் பங்களாவில் தங்கப் போவதாகக் கடிதமும் எழுதிவிட்டாளே. அவள் முகத்தில் எப்படி விழிப்பேன்? என்று திணறினார் சீமான் பார்வதி வந்ததும், பழைய விஷயம் எதுவும் நடந்ததாகவே காட்டிக் கொள்ளவில்லை. "அவசியம் தாங்கள் வர வேண்டும் மாநாட்டுக்கு என்று கேட்டுக் கொண்டாள். "வராமலிருப்பேனா என்று வாத்சல்யத்துடன் மிராசுதாரர் சொன்னார்.

மூவரின் முழக்கமும்,மாநாட்டை மாஸ்கோ மணம் கமழும் படி செய்தது. இத்தகைய வீரர்கள் இருக்க, இனி ஜெயமுண்டு. பயமில்லை மனமே என்று தோட்டத் தொழிலாளரும் பங்களா வேலையாட்களும் மோட்டார் டிரைவர்களும் மற்றும் மாநாட்டுக்கு வந்திருந்த தீவிர

இளைஞர்களும் எண்ணி மகிழ்ந்தார். கடைசி நிகழ்ச்சி பார்வதியின் வேண்டுகோள்.

“தோழர்களே நமது மாகாணத்திலே மூன்று இடங்களிலே தொழிலாளர்கள் வேலை நிறுத்தம் இப்போது இரண்டு ஜில்லாக்களிலே பஞ்சம் ஒரு ஜில்லாவிலே வெள்ளத்தால் வீடு வாசல் இழந்து வேதனைப்படும் குடும்பம் ஆயிரத்துக்கு மேல் ஒரு கிராமத்திலே தீ விபத்தால் முந்நூறு ஆதி திராவிடர் குடும்பம் குடிசையிழந்து கதறுகின்றனர். ஒரு தாலுக்காவிலே காலரா, மற்றோரிடத்தில் பிளேக்.

“இவ்வளவு வேதனையின் நடுவே மமதையோடு இந்த மலை நிற்கிறது. அதற்கு மனம் இல்லை. பரிதாபப்பட இந்த மலையுச்சியிலே வந்துள்ள மக்களின் மனம் பாறையா? அவர்கள் இரக்கம் காட்டினார்களா? அவர்களுக்கு அடிவாரத்திலே இருக்கும் அவதி தெரியுமா? தாங்கள் உல்லாசமாக நடமாடும் உலகிலே. இவ்வளவு கோரமும் உடனிருப்பதைத் தெரிந்து கொண்டார்களா? தோழர்களே. இவ்வளவு

வறுமைக்கிடையே ஒரு சிலரிடம் செல்வம் இருப்பதை நாம் காண்கிறோம். முள் குவியலுக்கு மேலே போர்த்து வைக்கப்பட்டிருக்கும் பீதாம்பரம் அது. சுழல் அடிக்கும் கடலிலே மிதக்கும் தோணி என்பேன். இவ்வளவு வறுமை இருக்கும்போது வாழ்க்கையின் ருசியைப் பருகிக் கொண்டு ஒரு சிலர் வாழ்வதை நாகரிகம் என்று நான் கூறத் துணியேன். நல்வாழ்வு என்றும் சொல்லேன். புண்ணை மூடிடப் போர்த்தப்படும் சீலை என்பேன் இந்நிலையை இந்த நிலை மாற வேண்டும். அதற்கு மக்கள் மனதிலே மகத்தான மாறுதல்கள் உண்டாக வேண்டும்.ஆயிரக்கணக்கிலே குமார்கள் தோன்ற வேண்டும்.

“இப்போது மிக அவசரமாகத் தேவை குறைந்தது 50,000 ரூபாய் நான் முன்பு கூறின ஏழைகளின் துயரைத் துடைக்க சீமான்களை நான் வேண்டிக் கொள்கிறேன். உங்கள் அலங்காரச் செலவை குறைத்து ஆடம்பரச் செலவை மட்டுப்படுத்தி, இதற்கு உதவுங்கள். திருவிழாவிற்கும் தீப

தரிசனத்திற்கும் கும்பாபிஷேகத்திற்கும் கோபுரப் பூச்சு வேலைக்கும் செலவிட வேண்டுமென்று இருக்கிற தொகையை இதற்குத் தந்து உதவுங்கள். சங்கராச்சாரிகளுக்கும், ஜீயர்களுக்கும் தம்பிரானுக்கும், திருப்பதி ஜெமீன்தாருக்கும் செலுத்தும் காணிக்கையை ஏழைகட்குச் செலுத்துங்கள். மத சம்பந்தமான தர்மம் செய்தால் உங்களுக்கு மேல் உலகில்தான் மேல்நிலை கிடைக்குமாம். நான் சொல்லுவதல்ல. மதவாதிகள் சொல்லுவதுதான். நான் சொல்லும் உதவி செய்தால் இந்த உலகிலேயே நீங்கள் மட்டுமல்ல, உங்கள் உடன்பிறந்தார்களும் மேல்நிலை அடைவர். ஆகவே, இதற்கு உதவி செய்யுங்கள். தோழர் குமார், அந்த வசூலுக்கு உங்களிடம் வருவார்; முகங் கோணாது உங்களின் உதவியைத் தாருங்கள்."

மாநாட்டுச் சத்தம் மலையை அதிரச் செய்துவிட்டது. அவ்வளவு உருக்கமும் ஆவேசமும் நிரம்பிய சொற்பொழிவை அதுவரை பார்வதி செய்ததே கிடையாது. பார்த்திபன்

பொறாமைப்படும் அளவு இருந்தது பார்வதியின் சொற்பொழிவு. பொறாமை மட்டுமல்ல. அடக்க முடியாத கோபம். பார்த்திபனுக்கு; குமார் பார்வதியைப் பார்த்த பார்வை,பார்த்திபனின் மனத்தை ஈட்டிபோல் குத்திற்று. குமாருக்கு அன்று அளவு கடந்த ஆனந்தம். ஆயிரம் குமார்கள் தோன்ற வேண்டும் என்று அந்த அணங்கு கூறினது அவனுக்குப் புளகாங்கிதமளித்தது. கொடைக்கானலுக்கு வர பிரயாணச் செலவுக்குப் பணம் தந்தது. இந்தக் கிரீடத்தை அளிக்கத்தானா என்ன கருணை அந்தக் கன்னிக்கு என்று எண்ணிக் களித்தான் அக்காளை. அவனுடைய ஆனந்தம் போதாதா பார்த்திபனுக்கு ஆத்திரமூட்ட.

◈◈◈

5

“என்ன இருந்தாலும் பார்வதி எனக்கு நீ செய்த காரியம் பிடிக்கவில்லை.”

“எது பிடிக்கவில்லை?”

“நீ தப்பாக எண்ணிவிடாதே நீ ஏதோ மாநாட்டில் அந்தக் குமரனைப் பற்றிப் புகழ்ந்தது கேட்டு எனக்கொன்றும் பொறாமை இல்லை; அதற்காகச் சொல்லுகிறேன் என்று எண்ணிவிடாதே. உதவி நிதி திரட்டும் பொறுப்பை அவனிடம் ஒப்படைத்தது தப்பு. முதல்தரமான முட்டாள்தனம்.”

“ஏனோ?”

“அவன் என்னதான் பேசினாலும் கையிலே காசில்லாத பேர்வழி”

“எனக்கு அது தெரியும். அவன் கையிலே காசும் இல்லை கருத்திலே தூசும் இல்லை.”
“பிரசங்கம் மாநாட்டிலே நடத்து பார்வதி. என்னிடம் வேண்டாம்.

“பிரசங்கம் உங்களுக்குத்தான் செய்ய வேண்டியிருக்கிறது. கையிலே காசு இல்லாவிட்டால் என்ன அவனுக்கு? என்னிடமும் கிடையாது. நாங்கள் இருவரும் ஒரே இனம்.”

“ஜோடி சேர்வதை நான் உணர்கிறேன்.’

“சேர்ந்தாலும் அது ஒரு பேரமாக இராது. அது என் சொந்த விவகாரம். பொதுக்காரியமாக இனிப் பேசுங்கள். அவன் நிதி வசூலித்தால் என்ன?”

“வசூலானதைத் தின்று ஏப்பமிட்டு விடுவானாம்.”

“ஒருநாளும் செய்யமாட்டான்”

“உலகமறியாது பேசுகிறாய். ஏட்டில் உள்ளதை எல்லாம் நாட்டிலே செய்துகாட்ட முடியாது.’

“உங்கள் ஏடு வேறு எண்ணம் வேறு; சொல் வேறு; செயல் வேறு; இது சகஜம் எனக்குத் தெரியும், அது.”

“நான் ஆரம்ப சூரனல்ல அது அவன்.”

“நீர் காரிய வீரர். நாளைக்குக் கமிட்டி கூட்டத்திலே குமார் நிதி வசூலிக்கக் கூடாது என்று நீர் தீர்மானம் நிறைவேற்றிவிடுமே என் முயற்சி தோற்றுவிடும். காட்டுமே அதிலே உமது தீர பராக்கிரமத்தை.”

“என்னைப் போருக்கு அழைக்காதே! உன் புன்னகைக்கு நான் பலியாகிவிடவில்லை.

“போக்கிரித்தனமாகப் பேசுகிறீர்! என் புன்னகை உம்மைப் போன்ற இமிடேஷன் வைரத்தைப் பெற உபயோகிக்கப்படவில்லை. உம்மை உண்மையான சமதர்மியாக்கும் முயற்சியே என் புன்னகை. அது பலிக்கவில்லை என்பது எனக்குப்

புரிந்து விட்டது! அது கிடக்கட்டும். ஏழையை நம்பக்கூடாது என்று சொல்லக் காரணம்?"

"இது சொல்லவும் வேண்டுமா? காய்ந்த மாடு கம்பங் கொல்லையைக் கண்டதுபோல், பணத்தையே காணாதிருந்தவனிடம் ஏராளமான பணம் இருக்குமானால் சபலம் தட்டும். இவ்வளவு பணம் இருக்கும்போது நாம் ஏன் கொஞ்சம் சுகம் அனுபவிக்கக் கூடாது என்று ஆசை பிறக்கும். அதைச் செய்வோம். இதைச் செய்வோம் என்று தூண்டும் இச்சை மிகக் கெட்டது. பார்வதி!"

"சுருங்கச் சொல்வதென்றால், குமாரிடம் பணந்திரட்டும் பொறுப்பை ஒப்புவித்தால், அவன் கொள்ளையடிப்பான் என்று சொல்கிறீர்கள்."

"நான் எப்பொழுதும் யாரையும், கடிந்துரைக்க மாட்டேன்."

"ஆமாம்! அந்த நாசுக்கு வேறு யாருக்கு வரும்? சரி. மிஸ்டர் பார்த்திபா. விவாதத்திற்குப்

பேசுவோம். ஏழைக்கு அந்த எண்ணம் வரக் காரணம் என்ன?"

"சுபாவத்துக்குக் காரணம் கூற முடியுமா?"
"நான் உம்மைக் கேட்பது, ஏன் ஏழைகளுக்கு மட்டும் அந்தச் சுபாவம் வருகிறது என்பது. அது தெரியுமோ உங்கட்கு?"

"நான் மனோதத்துவம் படிக்கவில்லையே, பார்வதி."

"அந்தச் சுபாவம் பணக்காரத்தன்மை ஒருபுறமும் வறுமை மற்றோர்புறமும் இருப்பதால்தான் உண்டாகும். பனியிலே, குளிர் உண்டாகிறது. வெயில், உடல் எரிச்சலைத் தருகிறது. வறுமையும் அப்படித்தான். அதை அனுபவிப்பவர்களுக்கு வேதனை ஊட்டி, அவர்களின் சுபாவத்தை மாற்றுகிறது. தர்மப் பிரபுக்கள் என்று சிலரும் தரித்திரப் பூச்சிகள் என்று பலரும் இருக்கும் வரையில் சுபாவமும் அந்தப் பொருளாதார நிலைக்கு ஏற்றபடி தான் அமையும். அது குமாரின் குற்றமல்ல. மேலும்

குமாரின் சமதர்மப் பற்று எவ்வளவு ஆழமானது என்பதை நீர் அறிந்து கொள்ளவில்லை."

"ஓகோ!"

"அறிந்து கொள்ளாததற்குக் காரணமும் உமது நிலைதான். நீர் மலை உச்சியிலே நிற்கிறீர். மந்தகாசமாக வாழ்கிறீர். அவன் ஏழ்மை என்னும் மடுவிலே உழன்று வாடுகிறான். உமக்கு அவன் காரல் மார்க்சின் தத்துவங்களை விளக்கும் ஓர் நடமாடும் உதாரணம். வேற என்ன கண்டீர். அவனைப்பற்றி?"

"அவன் ஒரு பாக்கியசாலி, பார்வதி; எந்த ஆடவனுக்கும் இம்மியளவு கூட மனம் இளகாத நீ அவனுக்காக இவ்வளவு பரிந்து பேசுவதைப் பார்த்தால்..." சொல்கிறீர்கள்."

"அவனிடம் நான் காதல் கொண்டிருப்பதாக உமக்குத் தோன்றும்! ஆனால் உண்மை அது மட்டுமல்ல. இனம், இனத்தோடு சேரும்! இன இயல்பு சுலபத்தில் போகாது; சீமானின் சமதர்மப்

பிரசாரம், ஓய்வுநேர உல்லாசம். ஏழைக்கோ அது ஒன்றுதான் வாழ்க்கைத் தோணி.”

“சமதர்மம் என்றால், சாவடியில் தூங்குபவனிடம் பொருளை வாரிக் கொடுப்பதல்ல.”

“சமதர்மம் அதுவாகுமா? அது சிங்காரச் சீமான்கள் தலைவர்களாகிவிட, மக்களை மயக்கும் தாலாட்டு, நீலாம்பரி இராகம்! அதுவும் நானறிந்ததே. ஆனால் உண்மைச் சமதர்மிகள் உங்கள் நீலாம்பரியை நிலையற்றதாக்கி விடுவார்கள். அந்த உறுதிதான் எனக்கு வழிகாட்டி.”

“லெனினுக்குச் சுவீகாரப் பெண்ணல்லவா நீ.”

“இனி உமக்கு லெனினும் பிடிக்காது. மார்க்சும் பிடிக்காது. சமதர்மப் பருவத்தை நீர் கடந்து விட்டீர். இனிச் சீமான்களின் இரட்சகராகலாம். பார்த்திபா, உன் பகல் வேடம் இவ்வளவு விரைவில் கலைந்து விடும் என்று நான் நினைக்கவில்லை.

“பார்வதி! இனி நமக்குள் பேச்சு முடிந்தது. எனக்காக நீ காத்துக் கொண்டிருக்கத் தேவையுமில்லை. குமரனை மணாளனாகக் கொண்டு...”

“தரகு வேலையோ, ஆரூடமோ உமக்கு வேண்டாம்.”

“பிச்சைக்காரச் சிறுக்கி, யாரடி தரகன்? இத்தனை வருஷங்களாக என் சொத்தைத் தின்றதுமின்றி, என்னை என் பங்காளவிலேயே வந்திருந்து திட்டவும் துணிந்துவிட்டாயா? கெட் அவுட், போ வெளியே.”

பார்வதி வெளியே போய்விட்டாள்! வேலால் தாக்குண்ட வேங்கைபோல் இருந்தாள். குமாரைக் காணவும் விரும்பவில்லை. விஷயம் தெரிந்தால் விபரீதமாகுமென்று, மலையடிவாரம் வந்தாள். அந்த நேரத்தில் எந்த ஊருக்கு இரயில் புறப்படுகிறதோ அந்த ஊர் போவது என்று. கோபமும் கவலையும் கொண்ட முகத்துடன் ஸ்டேஷனுக்கு வந்த பார்வதியை, மாநாட்டிலே

கண்டவர்களில் சிலர், அங்கே சந்தித்து உபசாரம் செய்தனர். "மெட்ராசுக்குத்தானே!" என்று ஒரு தோழர் கேட்டார். "ஆமாம்" என்று பார்வதி சொல்லி முடிப்பதற்குள் டிக்கட் வாங்க ஓடினார். வண்டியும் வந்தது. டிக்கட்டைப் பார்வதியிடம் கொடுத்து, பணம் தர வந்ததையும் மறுத்துவிட்டுப் "பார்வதி அம்மைக்கு ஜே!" என்று சந்தோஷத்தால் கூவினான் அந்தத் தோழன். அந்தக் குரலுக்குத் துணையாகப் பல கிளம்பின.

இத்தகைய அன்பு கனிந்த உள்ளம் கொண்ட உத்தமர்கள் இருக்கும்வரையில், பார்த்திபன் போன்ற பகல் வேடக்காரரின் சூது பலிக்காது. பாட்டாளி மக்கட்கு, இனிப்பயமில்லை என்று எண்ணிப் பூரித்தாள். பார்த்திபனின் சுடுசொல் அவள் மனதைப் புண்ணாக்கிற்று. அதை ஆற்றும் மருந்தை அந்தத் தோழன் அளித்தான்.

புகையைக் கிளப்பிக் கொண்டு ரயில் கிளம்பியது. இரு கையையும் கூப்பி புன்னகையுடன் பார்வதி கும்பிட்டாள். அந்தத் தோழர்களும் பதிலுக்குக் கும்பிட்டனர். அவள் கண்களிலிருந்து முத்து

முத்தாக நீர் கிளம்புவானேன் என்று அவர்கள் ஆச்சரியப்பட்டார்கள். கன்னத்திலே நீர் பட்டது கூடப் பார்வதிக்குத் தெரியவில்லை. சென்னை சென்று தன்னுடன் கல்லூரியில் படித்து, உபாத்தியாயினியாக இருந்து வந்த உத்தமி என்ற தோழியின் விடுதியிலே தங்கினாள். ஏதோ கவலையாக இருக்கிறாள் என்பதுதான் உத்தமிக்குக் தெரிந்தது. விவரம் கூறப் பார்வதி மறுத்துவிட்டாள்.

ஒருவாரம் ஓய்வும், உத்தமியின் உபசாரமும், பார்வதிக்கு மன நிம்மதியைத் தந்தன. ஆனால் அவள் திடுக்கிடவும், திகில் படவுமான செய்தியொன்று பத்திரிகையிலே கண்டாள்.

அபேதவாதியின் அதிக்கிரமம்!

50,000 ரூபாயுடன் ஆசாமி மறைந்தான்!

“குமார்” ஏழை பெயரைக் கூறி, அடித்த கொள்ளை!

என்ற கொட்டை எழுத்துத் தலைப்புகளின் கீழ், "கொடைக் கானலில் தீவிரவாதிகள் மாநாடு நடந்தபின், ஏழைகள், கஷ்ட நிவாரண நிதிக்காக ஏறக்குறைய ஐம்பதாயிரம் ரூபாய் வரை நன்கொடை வசூலித்த குமார் என்ற அபேதவாதி திடீரென்று எங்கோ ஓடிவிட்டான். நிதி வசூல் விஷயமாகக் குமாருக்கு உதவிசெய்த பார்த்திபன் என்ற தோழர் குமாரைத் தேடித் தேடி அலுத்துப் போலீசுக்குத் தகவல் கொடுத்திருக் கிறார். போலீசார் புலன் விசாரித்து வருகின்றனர்."
இந்தச் செய்தி பார்வதியைத் தூக்கி வாரிப்போட்டது. பார்த்திபன் எச்சரித்ததற்கும், குமார் காணாமற் போனதற்கும் சரியாக இருக்கிறதே என்று திடுக்கிட்டாள். அந்த நேரத்தில் பார்த்திபனிடமிருந்து ஒரு தந்தி வந்தது.

"குமார் விஷயம் சொன்னபடி நடந்தது."

பார்வதி, தந்தியைக் கசக்கிக் கீழே வீசினாள். "என்னவோ சூது நடந்திருக்கிறது. குமார்

ஒருகாலும் மோசம் செய்திருக்க மாட்டான். நான் நம்பமாட்டேன்" என்று வாய்விட்டுக் கூறிக் கொண்டாள். கோபத்துடன் ஓர் கடிதம் எழுதினாள் பார்த்திபனுக்கு.

திருவாளரே!

தந்தி கண்டேன். பத்திரிகையிலும் செய்தி பார்த்தேன். குமாருக்கு இந்தப் பழியைச் சுமத்த யாரோ பாதகர் வேலை செய்திருக்கிறார்கள் என்றே நான் நிச்சயமாகக் கூறுவேன். ஏன்? உண்மையை மறைப்பானேன்? குமார் எங்காவது அடைத்து வைக்கப்பட்டிருக்கக் கூடும் - கொலையே நடந்துவிட்டு மிருக்கலாம். இரண்டிலே எது நடந்திருப்பினும் நீரே காரணம் என்று நான் கூறுவேன். இவ்வளவு விரைவில் நீர் வஞ்சகராகி அந்தத் துறையிலே இவ்வளவு பாண்டியத்தியம் பெறுவீர் என்று நான் எதிர்ப்பார்க்கவில்லை. உமது திறமையைக் கண்டு ஆல்கபோன் கூடப் பொறாமைப்படுவார்.

- பார்வதி

கடிதம் கண்டேன். காதற்பித்தம், குளறுகிறாய். பழைய நேசத்தை நினைத்து மன்னித்தேன். நீ பரிதாபத்துக்குரியவள்.
- பார்த்திபன்.

என்ற தந்தியைக் கொடுத்தான், பார்த்திபன், பார்வதிக்கு. பித்தம் பிடித்தவள் போலானாள் பார்வதி. பத்திரிகை வந்ததும் அவசர அவசரமாகக் குமார் விஷயமாக ஏதாவது தகவல் கிடைக்கிறதா என்று பார்ப்பாள். ஒன்றும் வெளிவராதது கண்டு கோபங் கொள்வாள். "என்ன செய்கிறது போலீஸ் டிபார்ட்மெண்ட்" எனச் சலித்துக் கொள்வாள். உலகிலே நடைபெற்று வந்த வேறெந்த நிகழ்ச்சியையும் படிப்பது மில்லை. குமார்! குமார்!! - அவள் நெஞ்சத்திலே இந்த ஒரு எண்ணந்தான் ததும்பிக் கொண்டிருந்தது.

குமார் காணாமற் போய்விட்ட, பார்வதியின் மனதை மட்டும் கலக்கிடவில்லை. பாட்டாளி உலகையே ஒரு குலுக்குக் குலுக்கி விட்டது "எவனாவது கள்ளனிடம் சிக்கி விட்டானோ?

காட்டு வழியாய்ப் போய்த் துஷ்ட மிருகங்களிடம் அகப்பட்டு இறந்தானோ! உண்மையிலேயே மோசம் செய்துவிட்டானோ!" என்று பலப்பல எண்ணிப் பலவிதமாகப் பேசினர் பாட்டாளி மக்கள். "ஏழைகளின் கஷ்டத்தைப் பற்றிக் கண்ணீர் விடுவதும் கர்ச்சிப்பதும் கடைசியில் இந்த மாதிரி கொள்ளை அடிக்கத் தான்" என்று முதலாளிகளின் ஏஜண்டுகள் தொழிலாளரிடையே தூபமிட்டனர். பல தொழிலாளர் சங்கங்களிலே, "வரவு செலவு கணக்கு வெளியிடு' என்ற கோஷம்! "அதற்காக வசூல் தொகை எங்கே? அந்த விழாவுக்கு ஏன் அவ்வளவு செலவு?" என்ற கேள்விகள். சங்கத்தைச் சுயநலத்துக்குப் பயன் படுத்துபவர்கள் யாரார் என்று சோதனைகள். கண்டனங்கள் பிறந்தன. சங்கமும் வேண்டாம். இந்தச் சங்கடமும் வேண்டாம் என்ற சலிப்புப் பேச்சு பரவிற்று. வேலை நிறுத்தத்தில் ஈடுபட்டிருந்த தோழர்கள், நிபந்தனையும் பேசாது தொழிலுக்குத் திரும்பினர். தொழிலாளர் தலைவர்கள் வெளியே தலைகாட்ட முடியவில்லை. பார்த்திபன் ஒருவன்தான்,

மேடைமீது பேச அனுமதிக்கப்பட்டு வந்தான். "எப்படியும் உங்கட்குத் துரோகம் செய்தவனைக் கண்டுபிடித்து கூண்டிலடைப்பேன். கவலைப்படாதீர்கள். முதலாளி உலகம் நமது நிலைமை கண்டு பரிகாசந்தான் செய்யும் என்ன செய்வது!" என்று போதித்தான். புண்பட்ட மனத்துடனிருந்த தோழர்கள் துயரத்தையும் மறந்து பார்த்திபனுக்குப் பூமாலை சூட்டுவர். "தீவிரமான பேச்சைப் பேசுவது எளிது; ஆனால், பார்த்திபனைப் போல் தொழிலாளருக்குத் துயரம் வருகிறபோது, முன்வந்து வழிகாட்டும் தலைவர்கள் கிடைப்பது கஷ்டம்" என்று பத்திரிகைகள் எழுதின. பார்வதி படித்து விட்டு, "பார்த்திபன், முதலாளி உலகத்துக்குத் தரகனாகி விட்டான்" என்று தீர்மானித்தாள்.

வாரங்கள் போயின; மாதங்கள் மறைந்தன; ஓராண்டு கழிந்தது; குமாரைப் பற்றிய தகவலே காணோம். பார்வதியின் மனம் உடைந்து விட்டது. பொதுவாழ்விலும் வெறுப்புண்டாகி விட்டது. ஏதேனும் வேலைக்குப் போகத் தீர்மானித்தாள். "சிங்கார புரி பைத்தியக்கார ஆஸ்பத்திரியிலே டைப்பிஸ்டு வேலை

காலியாகிறது" என்று உத்தமி சொன்னாள். சோகத்தையும் மறந்து, பார்வதி சிரித்துவிட்டு "எனக் கேற்ற இடந்தானடி உத்தமி" என்று சொல்ல, கேலிக்குப் பேசுகிறாள் என்று உத்தமி நினைத்தாள். அடுத்த வாரம் பார்வதி டைப்பிஸ்டு ஆனாள். பைத்தியக்காரச் சாலையிலே ஒவ்வோர் நாளும், அங்கே காணும் காட்சிகளை உத்தமியிடம் கூறுவாள். ஒரே சிரிப்பு உத்தமிக்கு. "நீ சிரியடி உனக்கெக்க ஒரே குஷி! அங்கு வந்து அந்தக் கண்றாவியைப் பார்த்தால்தானே தெரியும்?" என்று கூறுவாள், பார்வதி. "ஒரு சங்கீதப் பித்தன் இருக்கிறான். அவன் என்னமாப் பாடுகிறான் தெரியுமா? பாடிக் கொண்டே இருப்பான்." உடனே "டே சரியாகப் பத்துக் கீர்த்தனம் தெரியாத பசங்களெல்லாம் வித்வான்களாயிட்டிங்களா? தாளம் தெரியுமாடா, உங்களுக்கு? வேதாளந்தானே தெரியும். உங்க கூட்டத்திலேயா நான் சேருவேன். அபசுரக் குடுக்கைகளே! தூ, எனக்கு வேண்டாம் உங்கள் உறவு, போங்கடா வெளியே" என்று இரும்புக் கம்பிகளைப் பார்த்துப் பேசுவான். "போடுடா துரிதகாலத்திலே, கால் இடம் வை. உம்!

பார்ப்போம்" என்பான் ஒரே அமர்க்களந்தான். ஒரு குஸ்தி பயில்வான் தெரியுமா. தலைகீழாய் நிற்பான் அரை மணி நேரம். முண்டாவைத் தட்டித் தட்டிக் காட்டிக் கொண்டே "இரும்புடா இது, வெறுங் கறியல்ல! எத்தனை ஆயிரம் தண்டால், பஸ்கி போட்டிருக்கேன். எவ்வளவு தெருச்சண்டை கண்டேன். ஒரு பயல் வருவானா என்கிட்ட, கன்போட்ஜாக் முடியாதென்று சொல்லி ஓடிவிட்டானே! காமாவுக்குக் கடுதாசி போட்டேன். பதிலே கிடையாது; பாரேன், எண்ணு. எத்தனை பஸ்கி போடுகிறான் பார்!" என்று பேசுவான். பஸ்கி போட்டபடி! மற்றும் பலரகம். அடி! உத்தமி பெரும்பாலானவர்களின் மூளை குழம்பியதற்குக் காரணம் வறுமை! பைத்தியக்காரச்சாலை அதன் விளைவு! கோர்ட்டு, போலீஸ், சிறை, தூக்குமேடை போல், பைத்தியக்காரச் சாலையும், வறுமையயை ஒழிக்காததால் இருக்க வேண்டி நேரிட்ட இடங்கள், மூலத்தை முறியடிக்காமல், மேல் பூச்சு இவைகள், பலிக்காது!" என்று கூறுவாள்.

"நீ இதையெல்லாம் பார்த்து, உன் மனதை வேறு குழப்பிக் கொள்ளாதே.வேலையில்லாத

நேரத்திலே ஏதாவது கதைப் புத்தகத்தைப் படித்துத் தொலை ஏண்டி, பார்வதி நீ ஏன் இப்படி ஊரார் விஷயமாகவே எண்ணி எண்ணி உன் மனதைக் குழப்பிக் கொள்கிறாய்? உலகிலே அக்கிரமமும் அநீதியும் இன்று நேற்றா முளைத்தன? அது நெடுநாளைய நோய். எந்த மருந்துக்கும் கட்டுப் பட்டதில்லை; மருத்துவர்களே மனம் மருண்டார்கள். நீயோ பேதை, உன்னாலா உலகைச் சீர்திருத்த முடியும்? போடி, போ, ஏதோ உழைத்தோம், வாழ்ந்தோம். நம் வரையிலே நாணயமாக நடந்து கொண்டோம் என்ற அளவிலே நமக்கு இலட்சியம் இருக்க வேண்டும். மழை பெய்யும்போது ஊருக்கெல்லாம் குடை பிடிக்க முடியுமா?" என்று உத்தமி புத்தி கூறுவாள்.

"உத்தமி! உன்னுடைய வாழ்க்கை இலட்சியம் எவ்வளவோ மேல்! இந்த உலகிலே நாணயம் என்பது பற்றிக் கனவிலும் எண்ணாமல் தன் வாழ்வு தவிரப் பிறிதொன்றையும் கருதாதுள்ள பேயர்கள் கோடிகோடி மானைத் தின்று புலி கொழுப்பது போல ஏழையின் உழைப்பை உறிஞ்சி முதலாளி கொழுக்கிறது யாருக்குத்

தெரியும்? ஈவு இரக்கம், தயவு தாட்சண்யம் என்பவைகளை படுபாதாளத்திலே போட்டு விடுபவர்கள்தான், நாலு அடுக்கு ஐந்து அடுக்கு மாடியிலே உலவுகிறார்கள். நமக்கென்ன என்று இருக்க இந்த உண்மையை உணர்ந்த பிறகு. எப்படியடி மனம் இடங்கொடுக்கும்? தொட்டிலிலே தூங்கும் பாலகனைப் கொட்டிடத் தேள் போனால், தேளை அடிக்கா திருப்பது நியாயமா?" என்று பார்வதி வாதிடுவாள்.

"உன்னோடு யாரடி பேசுவார்கள்? நீ ஊர் சுற்றியவள். போய்ப் படு" என்று உத்தமி கூறிவிடுவாள். ஆனால் இரவு வெகு நேரம்வரை பார்வதியின் பேச்சுத்தான், உத்தமியின் மனத்திலே மிதக்கும்.

◈◈◈

6

“ரட்சகன்” என்ற பத்திரிகை, அமோகமான விளம்பரத்துக்குப் பிறகு வெளிவந்தது. அதன் கொள்கை சகலரையும் ரட்சிப்பது! ஆசிரியர் பார்த்திபன். அழகான பதிப்பு. கண்கவரும் படங்கள், கவிதைகள், கதைகள் ரட்சகனில் நிரம்ப இருந்தன. ‘உலகம் முழுவதுமே “ரட்சகன்” பரவத்தான் போகிறான். எத்தனையோ ஆசிரியர்களின் கனவுகளை “ரட்சகன்” நினைவாக்கி விட்டான்’ என்று பார்த்திபன் கூறி வந்தான். ‘நாட்டிலே தொழிலரசு அமைக்க நான் கங்கணங்கட்டிக் கொண்டேன்’ என்று தலையங்கள் தீட்டினான். பார்வதியின் கண்களில் ‘ரட்சகனைப் பற்றிய விளம்பரம் தென்பட்டதும்,

'சரி! பார்த்திபன் மனக்கோட்டைக்குக் காகித அஸ்திவாரம் போட்டாகிவிட்டது' என்று கேலியாகத்தான் நினைத்தாள். பார்த்திபனின் பிரதாபத்துகே "ரட்சகன்" பயன்படும் என்பது பார்வதிக்குத் தெரியும். தொழிலாளரிடையே 'ரட்சகன்' பரவுவது கண்ட பார்வதி தூண்டிலில் மீன் விழுகிறது; தடுப்பார் யார்? குமார் மட்டும் இருந்தால்... என்று எண்ணி ஏங்கினாள். எங்கும் பார்த்திபனின் பாகுமொழித் தலையங்கத்தைப் பற்றியே பேச்சு! எவரிடமும், "ரட்சகன்" எந்தக் கடையிலும் அதன் விளம்பரத்தாள்!! "பார்! பார்வதி! என்னை மிகச் சாமான்யமானவன் என நினைத்தாயே, இதோ பார். எங்கும் நான் பிரசன்னமாக இருக்கிறேன். என் புகழ் திக்கெட்டும் பரவுகிறது! என்னால் தீ மூட்டிவிடவும் முடியும். நாள்தோறும் எத்தனை ஆயிரம் மக்கள் நான் என்ன சொல்கிறேன் என்பதைத் தெரிந்து கொள்ள ஆவலாக இருக்கிறார்கள் தெரியுமா? பைத்தியக்காரி! இவ்வளவு செல்வாக்குள்ள என்னை

விரோதித்துக் கொண்டாய். எவனோ ஒரு உரத்த குரலோனை மதித்தாய்" என்று பார்த்திபன் பல இரவுகள் பார்வதியிடம் கூறினான் - கனவில்.

வண்டி போகிற போக்கைப் பார்த்தால் நம் வீட்டுப் பக்கம் கூட வராது போலிருக்கிறதே - என்று வாட்டமடைந்தார் குருக்கள் குமரகுருபரர். ஜெயத்துக்குக் கடைசியில் அபஜெயந்தானா என்று சிந்தித்துச் சோகித்தார். இந்தப் பித்தங் கொண்டவன், ஜெயத்தை ஏன் விரும்பப் போகிறான் என்று சலித்துக் கொண்டார். ஒரு நாள் பார்த்தி பனைக் கண்டு பேசி அவன் மனத்தைக் கொஞ்சமாவது மாற்றுவது. அது முடியாவிட்டால் ஆலாலசுந்தரருக்கும் பார்த்திபனுக்கும் பகையை வளர்த்து விடுவது என்று குருக்கள் தீர்மானித்து விட்டார். குங்குமத்தைச் சிறுபொட்டலமாகக் கட்டிக் கொண்டார் . பத்திரிகாலயத்துக்குச் சென்றார். அரைமணி நேரத்திற்குப் பிறகே ஆசிரியனின் பேட்டி கிடைத்தது. ஆசிரியர் பார்த்திபன், தமது

அரைமீசையைத் தடவிக் கொண்டு சற்று ஆயாசத்துடன் சாய்ந்த நாற்காலியிலே அமர்ந்த குருக்கள், ஒரு கனைப்புக்குப் பிறகு பேச்சைத் துவக்கினார்.

“அபாரமான வேலை போலிருக்கு.”

“அதை ஏன் கேட்கிறீர்கள்? மலை குலைந்தாலும் மனங் குலையாத என் மனமும் மிரள்கிறது. இந்த வேலையை நினைக்கும் போது.

“சரி ஜெயம் சொன்னது சரியாகப் போச்சு. அவர் வேலையால் களைத்துப் போயிருப்பார் என்று சொன்னாள்.”

“எந்த ஜெயம்?”

“ஏனப்பா இது, புதுசா கேட்கறே. நம்ம ஜெயம் தெரியாதோ?”

“ஒகோ மறந்து போனேன். ஜெயம் சௌக்கியந்தானே?”

“சௌக்கியந்தான். அவளும் உன்னைப்போலத்தான் ஓயாத வேலை, வீண் தொல்லை, களைப்பு.”

“என்ன வேலை, என்ன தொல்லை, ஏன் களைப்பு? உடம்புக்கு ஒன்றுமில்லையே.”
“உடம்புக்கா? பத்தரைமாத்துத் தங்கத்தாலே அடித் தெடுத்த பதுமை போலத்தான் இருக்கா. இப்போ, புதுசா டான்சு ஆட யாரோ ஒரு ஆள் கிடைச்சான். சதா சர்வ காலமும் அதே வேலைதான் அவளுக்கு. உனக்கேண்டியம்மா இந்த உடலை வளைக்கிற வேலைன்னு எவ்வளவோ சொல்லிப் பார்த்தேன். உமக்குத் தெரியாது அதன் கீர்த்தி, கலைஞானம் வேண்டும் என்று ஏதேதோ படித்த படிப்பைத் கொட்டுகிறாள்.

“ஜெயா சொல்வது உண்மைதான்! நடனக்கலை புராதனமானது. நமது நடராஜர் உருவமே நடனக் கலையின் தத்துவந்தானே! ஜெயத்துக்கு ஆடலிலே இவ்வளவு ஆவலிருப்பது தெரிந்தால்..”

"நீயுங்கூடச் சேர்ந்துண்டு ஆடுவையோ, இந்த வெள்ளைக்காரன் மாதிரி. சிரிப்பை மூட்டாதே பார்த்திபா! டான்சும் கூத்தும், இதெல்லாம் ஏதோ பிழைப்புக்கு இருக்க வேண்டியதுதான். மிராசுதாரர் இலட்ச இலட்சமா சொத்துத் தரப்போகிறார். இவர்களுக்கு ஏன் இந்தக் கோணல் புத்தி?"

"மிராசுதாரர், உயில் எழுதிவிட்டாரா என்ன?"

"உயில் தயாராய்விட்டது. உனக்கும் ஏதோ கொஞ்சம் சொத்து உண்டு போலத்தான் தெரியவரது."

"எனக்கா? எனக்கு ஏன் அந்த லோபியின் சொத்து?"

"இதுவும் ஜெயா சொன்னதுதான்! அவளுக்கு எப்படியோ, உன் போக்குத் தெரிகிறது. சதா உன் ஞாபகந்தானே அந்தப் பீடைக்கு!"

"ஜெயம், நல்ல பெண், பார்த்துப் பல நாளாகி விட்டது. எனக்கோ நிமிஷமும் ஓய்வில்லை. நீங்கள் உள்ளே வரும்போது ஒருவர் இங்கே

இருந்து வெளியே போனாரே யார் தெரியுமோ அவர்?"

"நேக்கென்ன தெரியும்? ஜோஸ்யமா?"

"அவர் கவர்னரின் காரியதரிசி. இன்று எப்படியாவது தங்களைப் பார்க்க வேண்டுமாம், இது கவர்னரின் உத்தரவு' என்று கூறிவிட்டுப் போனார்."
"போய்ப் பார்க்கத்தானே வேண்டும். கவர்னர் பிரபு கட்டளை யிட்டால் அதைத் தட்டலாமோ?"

"கவர்னராவது, வைசிராயாவது? எனக்கு இன்று இரவு முக்கியமான 'கான்பரன்ஸ்' இருக்கிறது. நான் இன்று வரமுடியாதென்று கண்டிப்பாகச் சொல்லி அனுப்பிவிட்டேன். கவர்னருக்கென்ன, பொழுது போக்குக்காகத்தான் என்னை வரச் சொன்னார். என்னிடம் அவருக்கு ஒரு மோசு! நல்ல மனுஷன்."

"இது என்னப்பா, கவர்னரைப் பற்றி நீ இவ்வளவு இலேசாகப் பேசுகிறாயே?"

"எனக்கென்ன? கவர்னரும் வைசிராயும் இந்தப் பேனா முனைக்குத்தானே பயப்படுகிறார்கள்."

"நேக்கு அது ஒண்ணும் புரியாது. சரி, நான் போறதா? ஜெயம் உன்னைப் பார்க்க வேண்டுமாம். ஒருமுறை உன் எதிரிலே அவள் டான்சு ஆடிக்காட்ட வேண்டுமாம். ஒரு தடவை வந்துதான் பாரேன்."

"வரலாம். ஆனால் ஒரு சங்கடம் இருக்கிறதே. அவர் அங்கு இருப்பார்."

"இருப்பார், இருட்டின பிறகு. காலையிலே வா, மாலையிலே வா. அவர் ஊரிலே இல்லாத சமயத்திலே வா. வழிதானா கிடையாது? நான் வரட்டுமா?"

"ஜெயத்துக்கு என்ன, என்னிடம் அவ்வளவு சிரத்தை?"

"சுத்த அசடாயிருக்கேயே! எதுக்காகடாப்பா ஒரு சிறுக்கி, ஒரு வாலிபனிடம் சிரத்தை கொள்வா?"

“சரிதான்... தெரிந்தது... வருகிறேன் அடுத்த ஞாயிற்றுக் கிழமை.”

இந்த உரையாடலுக்குப் பிறகு குங்குமப் பொட்டலத்தை ஆசிரியருக்கு ஆசியுடன் தந்துவிட்டுப் பரம திருப்தியுடன் குருக்கள் பத்திரிகாலயத்தை விட்டுப் புறப்பட்டார். ஆடலும், பாடலும் என்பது அன்றைய தலையங்கமாக வெளிவந்ததைக் கண்டு, “ரட்சகன்” வாசகர்கள், கலையிலும் பார்த்திபன் கைதேர்ந்தவர் என்று கூறி மகிழ்ந்தனர்.

“ரட்சகன்” வெளிவந்தது, மிராசுதாரர் ஆலாலசுந்தரருக்குப் பயத்தைத்தான் உண்டாக்கிற்று. காசைக் கரியாக்குவான் என்ற பயம் ஒரு புறமும், இவனை எதிர்த்தால், சர்க்காருக்கு ஏதேனும் கூறித் தொல்லை தருவானோ என்று மற்றோர்புறமும் பயம்! வெளியே பேசும்போது மட்டும், பார்த்திபனின் புத்திக் கூர்மையைப் புகழுவார்; உள்ளுக்குள் புழுங்குவார். குருக்கள், ஜெயத்தின் நடனத்தைப் பார்த்திபன் காண்பதற்காகக் குறித்திருந்த அந்த ஞாயிற்றுக்கிழமை, தந்திரமாக ஆலால சுந்தரரை

ஊரைவிட்டுப் போகச் செய்திருந்தார். ஜெயத்தின் நடனத்தை விட, அவளுடைய உபசரிப்பும், சிரிப்பும் பார்த்திபனைப் பரவசமாக்கிற்று. இந்த இன்பமே என்றும் இருந்தால் ஏடும் எழுதுகோலும் ஏன் - என்று ஒரு விநாடி எண்ணினான்.

"என் நடனம் எப்படி இருந்தது?" என்று ஜெயா கேட்டாள். பார்த்திபன், அவளுடைய கண்களின் நடனத்தைக் கண்டு சொக்கி விட்டான். பதிலும் பேச முடியவில்லை. காரியம் பலித்த மகிழ்ச்சியிலே தாம்பூலத்தைப் போட்டு மென்றுகொண்டே, குருக்கள் தமயந்தியிடம வெளித் தாழ்வாரத்திலே சுவாரஸ்யமாகப் பேசிக் கொண்டிருந்தார். கவர்னரைப் பார்க்க நேரமில்லை என்று கண்டிப்பாகப் பேசியவன், உள்ளே ஜெயாவின் காலை வருடிக் கொண்டிருந்தான். ஆனந்தத்தால் அரைத் தூக்கங் கொண்டவள் போல அவள், மஞ்சத்திலே படுத்திருந்தாள்! மறுதினம "காதலும் வாழ்வும்" என்ற தலையங்கம் "ரட்சக"னில் வெளிவந்தது.

பார்த்திபனின் பணப்பெட்டியிலிருந்து 500 ரூபாயும் வெளியே கிளம்பிற்று!

இனிப் பயமில்லை, மிராசுதாரர் காலமானாலும் மிராசு சொத்து நமது குடும்பத்துக்கே வந்து சேரும் என்ற சந்தோஷத்தால் தமயந்தி பூரித்தாள். குருக்களுக்கு மட்டும் மனக்குடைச்சல் தீரவில்லை. மிராசு தாரருக்கு விஷயம் தெரிந்து, சொத்தைப் பார்த்திபனுக்குத் தராமல், வேறு ஏதாவது தாறுமாறாகச் செய்துவிட்டால். பார்த்திபனை ஜெயத்துடன் இணைத்தால் பலன் இராதே என்ற பயம் அவருக்கு. சொத்து பார்த்திபனுக்கே சேரும்படியாக ஒரு வழி செய்துவிட்டாலும், சொத்து சேர்ந்த பிறகு பார்த்திபன், ஜெயாவை மறந்தால் என்ன செய்வது என்றும் திகில்! தமயந்தி சிரித்தாள், குருக்களின் சந்தேகத்தையும் சஞ்சலத்தையும் கேட்டு. "வீணான விசாரம் ஏன்? மிராசுதாரர் பணந்தருகிறார். பார்த்திபனும் தருகிறான். இப்போது இரட்டை வருமானம். இதோடு திருப்தி அடைவோம். மிராசுதாரர் பணந்தரு கிறார். பார்த்திபனும் தருகிறான்.

இப்போது இரட்டை வருமானம். இதோடு திருப்தி அடைவோம். மிராசுதாரர் காலத்துக்குப் பிறகு என்ன நடக்குமோ என்று இப்போது ஏன் கவலைப்பட வேண்டும்?" என்று கூறினாள். போடி! முன் யோசனை இல்லாதவளே" என்று தமயந்தியைக் கண்டித்துவிட்டுக் குருக்கள் குமரகுருபரர் யோசனையில் அடிக்கடி ஈடுபட்டார்.

◈◈◈

7

ஆலாலசுந்தரர் அழுத்தமான பேர்வழி என்பதும், அவரிடம் அரைக்காசு வாங்குவது மற்றவர்களிடம் அரைரூபாய் வாங்குவதற்குச் சமானம் என்பதும், குருக்கள் குமரகுருபரருக்குத் தெரியும். குருக்களிடம் சற்று குளுகுளுவென ஆலாலசுந்தரர் பேசுவதே, தேவியின் கடாட்சத்தால்தான் என்பதையும் ஐயர் அறிவார். ஒரே ஒரு தேவியா? இரண்டு தேவிகள்; கோயிலிலே ஒன்று. மற்றொரு தேவி தமயந்தி! இரண்டுக்கும், ஆலாலசுந்தரரைப் பக்தராக்கி வைத்த பெருமை, குருக்கள் குமரகுருபரருக்கே உண்டு. கோயிலிலே, அவர் அனுசரிக்கும் பூஜா முறையே அலாதி. "இன்று அவசியம் அம்பாள் தரிசனத்துக்கு வரவேண்டும்' என்று யாராவது

ஒரு சீமானுக்குக் கூறுவாரானால், அன்று, தமயந்தி, தங்கையுடன் கோயிலுக்கு வருவாள் என்பது உட்பொருள்! அதிகமாகக் கோயில் பக்கம் வராத பேர்வழிகளைக் கூடப் பக்குவமாக இழுப்பார். "என்னா, நாயுடுகார்! கோயில் பக்கமே தலைகாட்டுவதே இல்லையே" என்று கேட்பார். மரியாதையை உத்தேசித்து, அந்த நாயுடு, "வேலை தொந்தரவுதான்" என்று பதில் கூறுவார். "என்ன சார் வேலை. பிரமாதமான வேலை! ஜட்ஜு ஜகன்னாதநாயுடு, ஒருநாள் கூடத் தவறுவதில்லை. சாயரட்சை ஆறு ஆக வேண்டியதுதான், ஜட்ஜு பிரசன்னமாவார். அவருக்கு வேலை இல்லையோ? பகவத் கைங்காரியத்துக்காக ஒரு நாளிலே, ஒரு அரைமணி நேரம் செலவிடப்படாதோ?" என்று ஐயர் சொல்வார். தேவிக்காகப் போகாவிட்டாலும், ஜட்ஜு ஜெகன்னாத நாயுடுவைப் பார்க்கவாவது போவோம்; கோயிலிலே பார்த்துப் பேசிப் பழக்கமானால், அவருடைய மகனுக்கு நமது மகளைக் கலியாணம் செய்துவிட ஒரு ஏற்பாடும் செய்து கொள்ளலாம் என்று நாயுடு நினைப்பார்.

கோயிலுக்கு வரத் தொடங்குவார். விஷயத்தை மெள்ளத் தெரிந்து கொண்டால் ஐயர் சும்மா இருப்பாரோ? "தேவி பூஜை வீண் போகுமோ? நாயுடுகார்! விஷயம் தெரியுமோ? உம்ம குழந்தை இருக்கே வரலட்சுமி, அதைத் தன் மகனுக்கு ஏற்பாடு செய்யணும்னு ஜட்ஜுக்கு ஒரு அபிப்பிராயம் உதிச்சிருக்கு போலிருக்கு" என்று ஆரம்பிப்பார். அவ்வளவுதான், நாயுடு, ஐயர் வேண்டாமென்றால் கூடக் கோயிலுக்குப் போவதை விட மாட்டார். அம்பாளிடமிருக்கும் பக்தியை விட குருக்களிடம் அதிக பக்தி கொள்வார். "சாமி, ஏமண்டி, விசேஷமுந்தோ?" என்று கேட்பார். 'லேகுண்ட போனா' என்று குருக்கள் பதில் கூறுவார். வேறு இடத்திலே ஜட்ஜு மகனுக்குப் பெண் நிச்சயமாகிற வரையிலே!

"ஏண்டாப்பா, சதாசிவனல்லே நீ! சிறு வயதிலே பார்த்து" என்று முகவுரை போடுவார். வாலிபனாக இருந்து, கோயில் பக்கம் வராதிருக்கும் பேர்வழியிடம், "ஆமாம்" என்று சுருக்க மாகப் பதில் கூறுவார் வாலிபர். "நேத்து

கோயிலுக்கு நீதானே ருக்குவுடன் வந்தே" என்று கேள்வி பிறக்கும் குருக்களிட

மிருந்து "ருக்குவா?" என்று கேள்வியிலேயே முக்கியமான பாகத்தை எடுத்துக் கொண்டு, வாலிபர் விசாரிக்க தொடங்குவார். "மேல வீதி ருக்கு, சுருட்டை மயிர்க்காரி, எப்போ பார்த்தாலும் சிரிச்சிண்டே பேசுவாளே, அடே, இந்த ரேடியோவில் கூடப் பாடுவாளே கமலம் மக ருக்கு, அவளோடு நீ வந்தாயோ நேத்து?" என்று கேட்கும் கேள்வியிலேயே ருக்குவை ஐயர் வர்ணித்து விடுவார். ருக்குவின் ரூபலாவண்யத்தைக் கேட்டு மகிழ்ந்த வாலிபர், "நான் வரவில்லையே, எனக்கு அவளைத் தெரியாதே" என்று பதில் கூறுவார். அன்று மாலை முதல் வாலிபர் கோயிலுக்கு ஆஜர்; தெரிசனத்துக்கா? ருக்குவைக் காண. அவளுக்கோ பாவம், செண்டும் புஷ்பமும், பவுடரும் ஜவ்வாதும் சிரிப்பும் கண் ஓட்டமும் அதிகமாகும். அதுமட்டுமா? ஐயருக்கும் குஷி! "என்ன ருக்கு! இன்னிக்கு பலே ஜோரா இருக்கே! ஆசாமியை வலையிலே போட்டுடுவே

போலிருக்கே" என்று ருக்குவைக் குருக்கள் கேலி செய்வார். "உங்க ஆசீர்வாதம இருக்கணும்" என்று அமரிக்கையுடன், ஆனால் ஆழ்ந்த கருத்துடன் பதிலுரைப்பாள். அன்று ஐயரின் அர்ச்சனையில் ஐந்தாறு இராக ஆலாபனமாவது இருக்கும். மகிழ்ச்சியினால்!

இந்தத் திறமை குமரகுருபரருக்கு இருந்ததால் தான் பாரோரை உய்விக்க ஏடெழுதத் தொடங்கிய பார்த்திபனையே, ஜெயத்துடன் சரசமாட வைக்க முடிந்தது. சிற்றின்பத்துக்காக ஜெயத்தை நாடுவதாக ஊரார் குறை கூற முடியாது. நான் அவளுடைய நடனத்தைக் காண அங்கே செல்கிறேன். வேறு கேளிக்கைக்காகவா? என்று சாக்குக் கூற ஆசிரியரால் முடிந்தது. கலாநிலையங்கள் ஏற்படுத்துவதும் நகர மணடபங்களிலே நாட்டிய விழாக்கள் நடத்துவதும் ஜெயாவின் விதவிதமான புகைப்படங்களை பத்திரிகைகளிலே வெளியிடுவதும், கீழ்நாட்டு நடனக் கலைக்கும் மேனாட்டு டான்சுக்கும் உள்ள தார தம்மியங்களைப் பற்றி தர்க்க வகுப்புகள்

நடத்துவதும் பார்த்திபனின் முக்கிய பணியாவது கண்ட குருக்கள், "அடடா! பயல் எவ்வளவு இலகுவாக இருக்கிறான். இவன் வேறு யாரிடமாவது சிக்கிவிட்டால் ஆபத்தாகி விடுமே. ஆட்டு விக்கிறபடி ஆடுபவன் வேறு நாட்டியக்காரியிடம் சிக்காமல் பார்த்துக் கொள்ள வேண்டுமே" என்று கவலைப்பட்டார். காசு தாராளமாகக் கிடைக்கும வரையிலே, நமக்கு வீண் கவலை ஏன் என்று தமயந்தி கூறின பேச்சு குருக்களுக்குக் கோபமூட்டிற்று. "உலகமறியாது உளறுகிறாள். வசீகரமான உருவந்தானே? வகை ஏது அவளுக்கு?" என்று மனத்திற்குள் எண்ணுவார்.

இங்ஙனம் குருக்கள் கவலைப்பட்டுக் கொண்டிருந்த அதே சமயத்தில் கலாரசிகர், கனகசபேசர், பார்த்திபனுடைய கலை ஞானத்தையும் ரசிகத் தன்மையையும் பாராட்டிப் பண்பாட்டின் அருமை அறியா ஆலாலசுந்தரரை இகழ்ந்துரைத்து விட்டுப் பார்த்திபனிடம் தொடர்பு கொள்ளலானார். உண்மையிலே, பார்த்திபனின் உள்ளத்திலே ஜெயாவின் லாவண்யமும்

லலிதமும், சரசமும் சிரிப்பும் பதிந்திருந்ததேயன்றி, இடை வளைவும் கடைவிழிக் குழைவுமல்ல! கனக சபேசரோ இதைக் கண்டறியவில்லை. கலை கலை என்று கூவினார். அதைப் பாதுகாக்க இதோ, கிளம்பிவிட்டார் மாபெரும் வீரர் என்று மார் தட்டினார். பழைய ஏடுகளிலே உள்ள பாடல்களுக்குப் பொருள் கண்டு பிடித்துக் கூறினார். நாட்டியக்கலைக்கு ஒரு புதிய நூல் தொகுப்பேன் என்று சூள் உரைத்தார். நடராஜ உருவம் நானில மெங்கும் விளங்கிட வேண்டி குருக்களுக்குத் திகில் உண்டாக்க வில்லை. சேரநாட்டுச் சேல்விழியாரின் நடனக் கலையே அபூர்வமானது. அலாதியான அனந்தம் தரவல்லது. அங்கே சென்று மலையாள மங்கையரின் நடனத்தைக் கண்டு வர வேண்டுமென்று, பார்த்திபனைக் கனகசபேசர் தூண்டினார்.

குருக்கள் பயந்தார். பதைத்தார். ஜெயத்தை எச்சரிக்கையாக இருக்குமாறு கூறினார்.

பரதநாட்டியத்துக்குக் ‘கதகளி’ ஈடாகாது என்று வாதாடிப் பார்த்தார். பலிக்கவில்லை.

கலையிலே அதிக ஆர்வங்கொண்ட சபேசர், கதகளியின் மேன்மையை வர்ணித்ததிலிருந்து கேரளக் கன்னியரிடம் பார்த்திபனுக்குத் தனியான பாசம் பிறந்தது. “பொன் உருக்கு மேனி, பூவைப் பழிக்கும் விழியினர், கொவ்வை இதழினர், குயில் மொழியினர், கோமள வல்லிகளின் நடையே நடனம்! அவர்களின் இடையோ ஆண்டவனுக்குச் சமானம். உண்டோ இல்லையோ என்று சந்தேகிக்க வேண்டிய சிற்றிடை!! ஆசிரியரே தங்களின் கலைஞானம் பரிபூரணமாக வேண்டுமானால், மலையாளம் சென்று அவர்களின் நடனத்தைக் கண்டே தீர வேண்டும். அந்த நாட்டின் எழிலை என்னென்பேன்! தென்றல் கமழும் நாடு! சிங்காரச் சிற்றாறுகளும் அலங்கார அருவிகளும் உள்ள மண்டலம்! கிள்ளை மொழிக் குமரிகளின் கீதம், வானுலகம் எனக்கு வேண்டாம் என்று எவரையும் கூறிடச் செய்யும்! வீடுகள் தோட்டத்தின் நடுவே! ஒருபுறம் ஓடை!

மற்றோர்புறம் கனிதரும் மரங்கள்! இடையே அந்தக் கன்னிகா ரத்தினங்கள். 'சேரநாட்டு இளமங்கையர்' என்று செந்தமிழில் பாரதியார் செப்பியது வீணோ? பார்த்திபா! பார்த்தால் மறக்கமாட்டீர். பாராவிடில் உமது கலாஞானம் பூர்த்தியாகாது" என்று கனகசபேசர் கிளறி விட்டார். குருக்களின் பெருமூச்சும், ஜெயாவின் கண்ணீரும் வழியனுப்பக் கனகசபேசரும் புத்தகக் கட்டும், காமிராவும் உடன்வர, "ரட்சகன்" ஆசிரியர் கலா சேவைக்காகக் கதகளியின் விசேடத்தைக் கண்டறியக் கேரளம் சென்றார். இரயிலடியிலே கலாரசிகர்கள் அவருக்கு மாலை சூட்டி, உபசரித்தனர்.

உத்தமியுடன் வாழ்ந்து வந்த பார்வதியால் சிரிப்பை அடக்க முடியவில்லை. "பார்வதி! கலை கலை என்று சிலர் கூறுவது, வெறும் வலை. பாமரரைத் தூங்க வைக்கும் சதி" என்று கூறிய பார்த்திபன், "மக்களின் வாழ்வு துலங்க வேண்டுமானால், மாஸ்கோ சென்று அறிவைத் தேடிப்பெற்று வந்து இங்க அதனைப் பரப்ப வேண்டும்" என்று பேசிய பார்த்திபன்.

“சீமான்களின் சொகுசுக்குச் சுந்தரிகளைப் பலியிடும் சூழ்ச்சியே நாட்டியக்கலை” என்று பேசிய பார்த்திபன், கதகளியின் விசேஷத்தைக் காண, கேரளம் செல்கிறான், என்ற செய்தி பார்வதிக்குக் சிரிப்பை உண்டாக்காமலா இருக்கும். “ஒழியட்டும் மக்களைப் பாழ்படுத்தச் சமதர்மவாதி என்று முகமூடியணிந்து கொண்டு திரிவதைவிட, இப்படிக் கலை என்று கூறிக் காலங்கழித்து விடட்டும்; சமுதாயத்திற்குக் கேடு அதிகமாகப் பெரிய சந்தர்ப்பமிராது” என்று பார்வதி கருதினாள். உத்தமியிடம் கூறவோ, அவளுக்குப் பிரியமில்லை.

இந்த வாதங்களைக் கேட்கவோ, உத்தமிக்கு நேரமில்லை. அவள் ‘காதல்’ நோயால் திடீரென்று தாக்கப்பட்டாள். அதன் பயனாக ஆரியசமாஜத்தின் சட்டதிட்டங்களையும் கொள்கை கோட்பாடுகளையும் உத்தமி ஆராயலானாள். உத்தமியின் காதல் நோய்க்கும், ஆரிய சமாஜத்திற்கும் என்ன சம்பந்தம் என்ற ஐயமே எவருக்கும் பிறக்கும். காதலுக்கும் கருத்துக்கும் நெருங்கிய தொடர்பு உண்டல்லவா?

உத்தமியின் காதலுக்கு உறைவிட மானவன் ஆரியசமாஜத்தை அவளுக்கு அறிமுகப்படுத்தினான். அதனாலேயே, உத்தமிக்கு அந்தச் சமாஜத்திடம் அக்கறை ஏற்பட வேண்டியதாயிற்று.

அன்று - அதாவது உத்தமி முதல் முதலாக நரசிம்மனை சந்தித்த நாள் - கடற்கரையிலே வழக்கமாகக் கூடும் அளவு ஜனங்கள் இல்லை. ரேடியோ சுகமாக இல்லை. சினிமாக்களிலே நல்ல படங்கள். ஆகவே கூட்டம் கடற்கரையிலே குறைவு. நங்கையரின் நயனாபிஷேகத்தைப் பெற வேண்டுமென்ற நாட்டத்தோடு வரும் வாலிபர்கள் மட்டும் வழக்கம்போல் கடற்கரையிலே வந்தனர். நரசிம்மன், அங்ஙனமே இரைதேடி வந்தவன். இளமையும் இயற்கை அழகும் பொருந்திய உத்தமியைக் கண்டான். வெண்மணலைக் குவித்தும் கலைத்தும் சாய்ந்தும் நடந்தும் மெல்லிய குரலிலே பாடியும் மேலோங்கி மீண்டுமடங்கும் அலையைக் கண்டும் பொழுது போக்கிக் கொண்டிருந்த உத்தமி மீது வலைவீசத் தீர்மானித்து விட்டான்

நரசிம்மன். அதற்கேற்ற பருவம் அவனுக்கு. பயிற்சியும் உடையவன். நாகரிக உடை, நகையுடன் சேர்ந்த பேச்சு, நயனபாஷை கற்றவன்; சுருங்கக் கூறின் மனதை அடக்கத் தெரியாத மங்கையருக்கு நரசிம்மன் ஒரு நோய்! தொத்திக் கொள்வான்!

உத்தமியும் பார்வதியைப் போலவே தாய்தந்தையற்றவள்; பாதிரிமார் தயவால் படித்து ஆசிரியையானவள். ஏசுவின் விசுவாசி; ஞாயிறுதோறும் சென்று பரமண்டலத்திலுள்ள பிதாவை வேண்டிக் கொள்பவள். மற்ற நாட்களிலே நாவல் பைத்தியம் அந்த நங்கைக்கு! புலி பூவையைத் துரத்த, புலியைக் கொன்று பூம்பாவையை அணைத்துக் கொண்ட காதலன்; நீர் பருகச் சுனை சென்று கால் வழுக்கி அதிலே வீழ்ந்த கன்னியை, வீரன் காப்பாற்றி, கட்டியணைத்து முத்தமிட்டுக் 'காதலீ! கனிரசமே, கற்கண்டே, தேனே! என்று கொஞ்சிய காதலன்; தந்தையின் கொடுவாளுக்கு அஞ்சாது, சுவரைத் தாண்டிக் குதித்து கந்தரிக்கு காதல் சுகந்த மலரைப் பரிசளித்த காதலன் என்னும்

இன்னோரன்ன பிற காதலர்களின் கதைகளைப் படித்துப் படித்துப் போதை கொண்டவள் உத்தமி. எனவே சரியான வேட்டைக்காரனிடம் பெருத்த மான் சிக்கிக் கொண்டது. நரசிம்மன் வீசிய வலையிலே உத்தமி வெகு எளிதில் வீழ்ந்தாள்.

ஒருவரை ஒருவர் பார்த்ததும், உத்தமி மறுபடியும் ஒரு வாலிபனைப் பார்க்கக் கூடாது என்ற தீர்மானத்துடனேயே, தலையைக் கவிழ்ந்த வண்ணம் புத்தகத்தைப் பிரித்து அதிலே விழியைச் செலுத்தினாள். அவனே பின்புறமாக வந்து நின்றான். கைக்குட்டை தவறி விழுந்துவிட்டது! அதை எடுக்கும் பாவனையாக உத்தமியின் விழியை அணைத்துக் கொண்ட புத்தகம் எதுவெனப் பார்த்தான். சிரித்தான்! உத்தமி வெட்கத் துடன் அவன் பக்கம் திரும்பினாள். தனியாக ஒரு மங்கை இருக்கையிலே சிரிப்பதா? என்று சற்றுக் கண்டிப்பாகக் கேட்க வேண்டுமென்றுதான் உத்தமி எண்ணினாள். ஆனால் அவனுடைய சிரிப்பு, முகத்திற்கே புதிய பொலிவை உண்டாக்குவது கண்டு அதை ரசிக்கலானாள்.

“புத்தகத்தைத் தலைகீழாக வைத்துக் கொண்டு எப்படிப் படிக்கிறீர்கள்?” என்று சிரிப்புடன் கேட்டான் நரசிம்மன். அவன் கேட்டபிறகே, புத்தகம் தலைகீழாக இருந்தது உத்தமிக்கு தெரிந்தது. வெட்கம், சிரிப்பு இரண்டும் உத்தமிக்கு! “எவ்வளவு கெட்டிக்காரன்! என் குட்டு வெளிப்பட்டுவிட்டதே” என்று உத்தமி எண்ணினாள்.

அவளுடைய மௌனம் புன்னகையுடன் இருப்பது கண்ட நரசிம்மன், “நான் இங்கு இருப்பது தங்களுடைய படிப்பிற்கு இடையூறாக இருக்குமானால் நான் போகிறேன். பழக்கமில்லாத தங்களிடம் நான் பேசியதற்காக மன்னிக்க வேண்டுகிறேன். பேச வேண்டிய அவசியம் நேரிட்டதால் பேசினேன். அதாவது தாங்கள் உட்கார்ந்திருக்கும் இடத்திலே நான் அரை மணி நேரத்திற்கு முன்பு உட்கார்ந்திருந்தேன். அப்போது என்னுடைய பேனா தவறிவிட்டது. அதைத் தேடிக் கொண்டு இங்கு வந்தேன்” என்று நரசிம்மன் கூறினான். “அப்படியா? எங்கே தவறிவிட்டது? இங்கா?”

என்று கேட்டபடி உத்தமி எழுந்தாள். நரசிம்மனும் அவளுமாகக் காணாமற்போன பேனாவைத் தேடிப் பார்த்தனர். பழியை ஏற்றுக் கொண்ட பேனா, பத்திரமாக நரசிம்மனுடைய மேஜையிலே கிடந்தது. தன்பொருட்டு ஒரு வாலிபனும் வனிதையும் கடற்கரை மணலைக் கையில் கிளறிக் கொண்டிருப்பது பேனாவுக்கு என்ன தெரியும்!

“நல்ல பேனா! பார்க்கர்!” என்று நரசிம்மன் கூறினான்.

“ஐயோ பாவமே! நான் வருவதற்கு முன்பு வேறு யாரேனும், வந்திருக்கக் கூடும். அவர்களிடம் பேனா சிக்கி விட்டிருக்கும்” என்று உத்தமி கூறிவிட்டு, “என்னிடம் இருப்பது “ஸ்வான்” என்று உத்தமி கூறிப் பேனாவைக் காட்டினாள். நரசிம்மனுக்கு அந்தச் சமயத்தை இழக்க மனம் வருமா? பேனாவை எடுத்துக்காட்டிய உத்தமியின் கரத்தைப் பற்றிக் கொண்டு, “நான் என்ன விஷய மறியாதவனா? தங்களை நான் சந்தேகிப்பேனோ என்று எண்ணிப் பேனாவைக் காட்டுகிறீர்களே, இது சரியா? பத்தாயிரம் பேனாவை இழந்தாலும் நான், தங்கள்

போன்றோரைச் சந்தேகிக்க மாட்டேன். தயவு செய்து தப்பெண்ணத்தை விடுங்கள்" என்று பேசினான். "தயவு செய்து என் கரத்தை விடுங்கள்" என்று உத்தமி கூறவில்லை. அவள் விழி அதைத்தான் கூறிற்று. நரசிம்மனும் முரடனல்ல. பக்குவமாகக் கையாள வேண்டிய பண்டம் என்று தீர்மானித்து உத்தமியின் கரத்தை விட்டு விட்டான்.

யோசனையில் அடிக்கடி ஈடுபட்டார்.

◈◈◈

8

“என் பெயர் உத்தமி!”

“பொருத்தமான பெயர்! என் பெயர் நரசிம்மன்.”

“நல்ல பெயர்தான், அதுவும்!”

“வக்கீல் வேலைக்குப் படிக்கிறேன்.”

“பேச்சிலிருந்தே அது தெரிகிறது. நான் ஒரு உபாத்தியாயினி.”

“என்னைச் சீடனாக ஏற்றுக் கொள்ள வேண்டுகிறேன்.”

“தங்களையா? நான் பெண்கள் பள்ளிக்கூடத்திலே, ஆசிரியை.”

இந்தப் பேச்சுடன், முதல் மாலை முடிந்தது. அதன் தொடர்ச்சி மறுமாலை ஆரம்பமாயிற்று, நரசிம்மனுக்கு. உத்தமிக்கோ, அன்று இரவே தொடர்ச்சி. வளர்ச்சி நடைபெற்று மங்களமான முடிவும் ஏற்பட்டது. அவனுடைய விழியும், மொழியும், உத்தமியின் மனதை மெழுகாக்கி விட்டன. கனிவுடன் பேசிய நரசிம்மன், உத்தமி அன்றிரவு கனவிலே பலமுறை சந்தித்தாள். பேசினாள். அன்றிரவு மட்டும் உத்தமியின் முகத்தை விளக்கொளியிலே யாரேனும் பார்த்திருந்தால், யூகித்துக் கொண்டிருக்கலாம்.

ஆனால், பார்வதிக்கு இதுவா வேலை? அவள், குமாரை எண்ணி ஏங்கிக் கிடந்தாள். உத்தமியின் மனதிலே, காதல் வித்து தூவப்பட்டது பார்வதிக்குத் தெரியாது. உணர்ச்சியற்ற ஒரு உருவம் உத்தமி என்று பார்வதி எண்ணிக் கொண்டிருந்தாள். உத்தமி மனதிலும் காதல் அலைமோதக் கூடும் என்று பார்வதி எண்ணவில்லை. பார்வதியின் இந்தத் தப்பெண்ணம் உத்தமிக்கும் பேருதவியாக இருந்தது. “மாலை வேளைகளிலே வெளியே

செல்லும் நீ, மையிருட்டுக்குப் பிறகே வீடு திரும்புகிறாயே , என்ன விசேஷம்? அலங்காரத்தையே எனக்குப் பிடிக்காது என்று கூறிக் கொண்டிருந்த நீ, சீவிய தலையையே சீவுவதும், திருத்திய ஆடையையே திருத்திக் கொள்வதும், கண்ணாடி முன்பு அடிக்கடி நிற்பதும் ஏன்? இப்போது உனக்குத் திடீரென நாகரிகத்தின் மீது பற்று வரக் காரணமென்ன?" என்று பார்வதி கேட்டிருக்கலாம். உத்தமியும் ஒரு பெண்தான். அவள் உள்ளத் திலும் வாலிப வேகம் உண்டு. காதலுக்கு அவளும் பலியாகியே தீருவாள் என்று எண்ணியிருந்தால் - உத்தமி, உலகமறியாச் சிறுமி, ஊண் உறக்கமின்றி வேறார் சுகந்தேடாப் பாவை என்பது பார்வதியின் கருத்தாகையால், உத்தமியின் நடையுடையிலே புது சொகுசு கண்டும், சந்தேகங் கொள்ளவில்லை.

இதனால் உத்தமியின் காதல் தங்கு தடையின்றி வளரத் தொடங்கிற்று. கடற்காற்றுடன் கலந்து காதல் அவள் உள்ளத்தில் வீசலாயிற்று. மாலைகள் அவளுக்கு மனோகர

வேளைகளாயின. எத்தனையோ கதைகளிலே, காட்சிகள் பலவற்றைப் படித்த உத்தமிக்கு நரசிம்மனின் காதல், கனவை நினைவாக்குவது போல் இருந்தது. மாசு மறுவற்ற வானத்திலே பூரணச் சந்திரன் பொலிவுடன் விளங்குவது போல நிம்மதியான தனது வாழ்விலே, நரசிம்மன் நிலவு போலானான் என்றெண்ணி மகிழ்ந்தாள். உத்தமியின் கண்களையும் கருத்தையும் கவர எப்படிப் பேச வேண்டுமோ, எவ்வண்ணம் நடிக்க வேண்டுமோ அவைகளைத் திறம்படச் செய்து, நரசிம்மன், உத்தமியை ஒருவார காலத்திலே அடிமையாக்கிக் கொண்டான். “மணி ஏழாகி விட்டதே, உத்தமி! நேரம்போனதே தெரியவில்லை. புறப்படுவோமா வீட்டுக்கு” என்று நரசிம்மன் கேட்க வேண்டியதாயிற்று, ஒரு வாரத்திற்குள், அவ்வளவு பூரணமான வெற்றியை, அந்த அவ்வளவு சீக்கிரத்தில் நரசிம்மன் பெற்றான். காதல், காதல் என்று ஏடுகளிலே படித்துப் படித்துப் பல்வேறு கருத்துக்களை மனதிலே திணித்துக் கொண்டிருந்த உத்தமிக்கு, நரசிம்மன்

மேலும் பல காதற்கதைகள் கூறி, அவள் உள்ளத்தைக் கொள்ளை கொண்டான்.

ஓர் இரவு பார்வதிக்கு ஏக்கம் அதிகமாக இருந்தது. உத்தமிக்கோ தூக்கம் வரவில்லை. காதல் விஷயமாக ஏதேனும் பேசலாம் என்று உத்தமி ஆவல் கொண்டாள். குமார் உண்மையிலே கொள்ளைக்காரன், அல்லது அவனைப் பார்த்திபன் தொலைத்து விட்டானா, என்பது பற்றிப் பேசினால், மனத்திலே இருக்கும் பாரம் கொஞ்சம் குறையும், என்ற எண்ணம் பார்வதிக்கு. இருவரும், "இன்று காற்றே காணோம்! தூக்கமே வரவில்லை! படுக்கையிலே பூச்சிகள் உலவுகின்றன!" என்று கூறுவதும், படுக்கையிலே புரளுவதுமாக இருந்தனர். காற்று என்னவோ வழக்கம்போல்தான் வீசிக் கொண்டிருந்தது. கவலை எனும் குளவி இரு கன்னியரையும் கொட்டிக் கொண்டிருந்தது.

"ஒரு கதை சொல்லேண்டி" என்று உத்தமி பார்வதியைக் கெஞ்சினாள். பெருமூச்சுடன், "எந்தக் கதையை நான் உனக்குச் சொல்வது?

பார்த்திபன் போட்ட பகல் வேடக் கதையைச் சொல்லட்டுமா? படுகிழமாகியும் என்னைக் கண்டதும் பல்லிளித்த ஆலாலசுந்தரரின் கதையைக் கூறட்டுமா? அதேவாத வீரன் குமார் காணாமற் போனதைக் கூறட்டுமா?" என்று பார்வதி கேட்டாள். "இப்போது இருக்கும் தலைவலியே போதும்; நீ உன் பழைய கதைகளைச் சொல்லி அதை அதிகமாக்காதே. என்னவோ புத்தகங்களைப் புரட்டிக் கொண்டிருக்கிறாயே, ஒரு கதை சொல் என்று கேட்டால், அந்த வாயாடிகள் வம்பர்கள் விஷயந்தானா கிடைத்தது உனக்கு?" என்று உத்தமி சலித்துக் கொண்டு கூறினாள்.

வேறு கதை என்னடி எனக்குத் தெரியும்? ரஷியப் புரட்சி நடந்ததைப் பற்றி சொல்லட்டுமா?"

"வேண்டாம்."

"லெனின் கதை?"

"படித்திருக்கிறேன். நீ ஒன்றும் அளக்க வேண்டாம்."

"நெப்போலியன் கதை?"

"நீ கதையே சொல்ல வேண்டாண்டி தாயே! படுத்துத் தூங்கு."

"வந்தால்தானே தூங்க."

கொஞ்ச நேரம் இருவரும் தூங்க முயன்றனர். "பார்வதி, பார்வதி" என்று உத்தமி கூப்பிட்டாள். பார்வதி தூங்கி விட்டாளா என்று தெரிந்துக் கொள்ள. தான் தூங்கி விட்டதாகக் காண்பிக்க வேண்டிய பார்வதி, உத்தமிக்குப் பதில் கூறாமல÷லே இருந்தாள். சில நிமிடம் சென்றதும், உத்தமி உறங்கி விட்டாளா என்று தெரிந்து கொள்ள, "உத்தமி! உத்தமி!" என்று கூப்பிட்டாள். "ஏண்டி பார்வதி! தூங்கவில்லையா, நீயும் பாசாங்கா செய்தாய்? திருட்டுக்கள்ளி!" என்று சொல்லிக் கொண்டே, பார்வதியைக் குலுக்கினாள், இருவரும் சிரித்தனர்; எழுந்து உட்கார்ந்து கொண்டனர். ஜன்னல் கதவுகளை விரிய விரியத் திறந்தனர். தூக்கம் துளியும் இரக்கங்காட்டவில்லை- அந்த இளம் பெண்களிடம்.

"பார்வதி! நான் ஒரு கதை சொல்லட்டுமா?" என்று உத்தமி கேட்டாள். "சொல்லு, கேட்போம்" என்று பார்வதி சம்மதித்தாள். உத்தமி கதை சொல்லத் தொடங்கினாள்.

"பார்வதி! இது நிஜமாக நடந்தது. வெறுங்கதையல்ல செக்கோஸ்லோவேகியா நாட்டிலே லோகநாதன் என்றொரு வாலிபன்..."

'உத்தமி, ஆரம்பமே அபத்தந்தானா? ஏண்டி! செக்கோஸ்லோவேகியா நாட்டிலே லோகநாதன் என்ற பெயர் உண்டா? கதையா இது?'

"லோகநாதன் என்று நான் சொல்லுகிறேன். அவன் பெயர் அந்த நாட்டுக்கு ஏற்றபடி லூகாஸ் என்றோ காமாஸ் என்றோ இருக்கும். கதை சொன்னால் குறுக்கே கேள்வி கேட்கக் கூடாது, தெரியுமா?"

"சரி, சொல்லடியம்மா, சொல்லு."

"கேள், அந்த லோகநாதன் என்பவன், வனிதாமணி என்ற ஒரு பெண்ணைக் காதலித்தான். இருவரும் சரியான ஜோடி.

அவர்கள் சந்திக்காத நாட்களில்லை. சரசமாடாத மாலைகளில்லை. ஒருவரை ஒருவர் உயிர்போல நேசித்தார்கள். காந்தமும் இரும்பும் போல இருவரும் இருப்பது ஊராருக்குத் தெரியும். சரி, அவனுக்கு ஏற்றவள்தான். நல்ல பொருத்தமான கல்யாணம் என்று பந்துக்கள் பேசிக் கொண்டனர். மாடப் புறாக்கள் போல லோகநாதனும், வனிதாவும் வயலோரத்தில் வாய்க்கால் அருகிலேயும், குளத்தங்கரையிலும் கொய்யாத் தோப்பிலும், சந்தித்துப் பேசுவதும், சிரித்து விளையாடுவதுமாக இருந்தனர். இவ்வளவு இன்பமாக இருந்த அந்தக் காதலர்களுக்கு திடீரென ஓர் இடி ஏற்பட்டது. லோகநாதனின் தகப்பனார் ஒரு பெரிய பைத்தியம். கர்நாடகம், தன் மகனுக்குப் பிடித்தவர்களைக் கல்யாணம் செய்து வைப்போம் என்ற புத்தியில்லாமல், "மகனே! இதோ பார், வனிதா நல்ல அழகி, குணவதி, உன்னிடம் அன்புள்ளவள், குடும்பத்துக்கு ஏற்றவள். அடக்கமான பெண், மாடுபோல் உழைப்பாள். குழந்தைபோல் கொஞ்சுவாள், உனக்குப் பிரியமாக நடப்பாள். எல்லாக் குணமும் அவளிடம் பொருந்தி

இருக்கிறது. ஆனால், அவளை நீ கல்யாணம் செய்து கொள்ளக் கூடாது. மகாபாவம், தோஷம், அவள் உனக்கு முறையில்லை" என்று கூறிவிட்டான். கிழவன் தன் தலையிலே கல்லைப் போடுவதைக் கண்ட லோகன் எவ்வளவோ கெஞ்சிக் கூத்தாடினான் அழுதான். கும்பிட்டான். அந்தக் கிழவன் எதற்கும் மசியவில்லை. வனிதாவைக் கலியாணம் செய்து கொள்ளக் கூடாது என்று பிடிவாதம் பிடித்தான். பாவம்! லோகன் என்ன செய்வான்? இந்த உலகத்திலே நாம் ஏன் பிறந்தோம்? அதிலும் இப்படிப்பட்ட முரட்டு ஆசாமிக்குப் பிறந்தோமே, என்ன செய்வது? அந்த வனிதாவிடத்திலே நாம் ஏன் இவ்வளவு ஆசை வைத்தோம்? அவளோடு இவ்வளவு நேசமாக இருந்து விட்டு, இப்போது அவளைக் கலியாணம் செய்து கொள்ள முடியாது என்று கூறினால் அவள் என்னை என்னவென்று நினைப்பாள்? எப்படி அவளுக்குத் துரோகம் செய்வது? பெண்பாவம் ஆகாதே? அவளைப் பார்த்தால் இப்படி இருக்கிறது இந்தக் கிழவனோ வனிதாவைக் கலியாணம் செய்துக் கொண்டால் நான் தூக்குப் போட்டுக் கொண்டு

செத்து விடுவேன் என்று மிரட்டுகிறான்; பிடிவாதக்காரன், சொன்னபடி செய்துவிடுவான். இந்தச் சங்கடத்துக்கு நான் என்ன செய்வேன்? என்று எண்ணி லோகன் துக்கித்தான். வனிதாமணி பார்த்தாள். “சீ! நம்மால் அவருக்குக் கெட்ட பெயரும், தகப்பனாரின் விரோதமும் ஏற்படுவதா?” என்று நினைத்து, லோகனைச் சந்தித்து, “கண்ணா! எனக்கு நீரே உயிர், தங்களுக்கு நான்தான் உயிர், நம்மிருவரையும் பிரிக்க வேண்டுமென்று உம் தகப்பனார் தலைகீழாக நிற்கிறார். என்னால் உமக்கு இந்தச் சங்கடம் ஏற்பட்டது. என்னை மறந்து விடுங்கள் வேறோர் பெண்ணைக் கலியாணம் செய்து கொண்டு சுகமாக இருங்கள். நீங்கள் சுகமாக இருப்பதைப் பார்ப்பதே எனக்குப் போதும். அதுவே, எனக்குச் சந்தோஷம்” என்று கூறி அழுதாள். அவளைக் கட்டிப் பிடித்துக் கொண்டு லோகன், “என்ன வார்த்தை கூறுகிறாய் வனிதா! உன்னைத் தத்தளிக்கவிட்டு நான் வேறோர் பெண்ணை மணம் செய்து கொள்வதா? முடியவே முடியாது. கொஞ்சகாலம் பொறுத்துக் கொண்டிருப்போம். கிழவனின் மனம்

இரங்காமலா போகும். பார்க்கலாம்" என்று சமாதானம் கூறினான். கிழவனின் மனம் மாறவில்லை; லோகனும் இணங்கித் தீரவேண்டியதாயிற்று; மணப்பந்தலிலே லோகன் அழுதான். அதே நேரத்தில் மல்லிகைச் செடிக்கு நீர் வார்த்துக் கொண்டே வனிதா அழுதாள். வனிதா வாழ வேண்டி இடத்திலே, கனகா குடிபுகுந்தாள்.

தகப்பனாரின் பிடிவாதத்தை மாற்ற முடியாத லோகன் மணம் செய்து கொண்ட கனகா, நல்ல பெண்தான் என்றாலும் அவனுக்கு அவளிடம் கொஞ்சமும் பிரியம் இல்லை. அவளுக்கும் அதைப்பற்றிய கவலை இல்லை. குடும்பத்தை நடத்தி வருவதிலே, அக்கறை காட்டி வந்தாள்; லோகனுக்கு வேண்டிய உபசாரங்களைக் குறைவறச் செய்துவந்தாள். இவ்வளவும் அவனுடைய காதலைப் பெற வேண்டுமென்ற நோக்கத்துடனல்ல. அவனைப் பெற்றுவிட்ட பிறகு அவனுடைய அன்பு எதற்கு என்ற விசித்திரமான வாதம் புரிந்தாள் கனகா. வனிதாமணி, தனது காதலை மறக்க

மறுத்துவிட்டாள். அவளுடைய குறுகுறுப்பான பார்வைக்கும், சுறுசுறுப்புள்ள சுபாவத்துக்கும் பலியான எத்தனையோ ஆடவர், லோகன் வேறு பெண்ணைக் கலியாணம் செய்து கொண்டதால், தங்களுக்கு வனிதா கிடைப்பாளா என்று எண்ணி அவள் எதிரே நின்று இளிப்பர். ஆனால் வனிதா, மணமென்றால் தான் ஏற்கனவே, மணமாகிவிட்டதே. மணமென்றால் மேள தாளத்தோடு மாலை மாற்றிக் கொள்வதுதனா? மனம் ஒன்றுபட்ட பிறகு, மணமென்ற சடங்கு வேறு வேண்டுமா?" என்று கூறுவாள் அவளுடைய பிடிவாதத்தைக் கண்டு பலரும் ஆச்சரியமடைந்தனர் வனிதாவின் போக்கு, லோகனுக்கு வருத்தத்தை அதிகப்படுத்திற்று. அவன் என்ன செய்வதென்று தெரியாது திகைத்துக் கொண்டிருக்ககையிலே கனகா கருவுற்றாள். ஒருபெண் குழந்தை பிறந்தது. ஆனால் கனகா இறந்து விட்டாள். அந்நாட்டு வழக்கம்போல் கணவன் துக்கம் காக்கும் சடங்கு நடைபெற்றது. சில வாரங்கள் , உற்றார் உறவினர், லோகனுக்கு ஆறுதல் கூறினர். துக்கம் கொண்டாடும் சடங்கின் கடைசி நாளன்று

அந்த நாட்டுப் பழக்கத்தின்படி எல்லோரும் குடித்து விட்டு உருண்டனர். இந்தச் சள்ளை எப்போது முடியும் என்று காத்துக் கொண்டிருந்த லோகன், குடிவெறி கொண்ட பந்துக்கள், வீட்டிலே அலுத்துக் தூங்கிய பிறகு, நேரே வனிதாவின் வீட்டுக்குச் சென்றான், அவனைக் கண்டதும் வனிதா, கோவென அழுதாள். "கண்ணா! உமக்கு இப்படிப்பட்ட கஷ்டம் வரலாமா? கலியாணமாகி ஒன்றரை வருஷம் ஆகவில்லையே; இதற்குள் இந்த விபத்தா? உமது மனம் என்ன பாடுபடும்? அந்தச் சிறு குழந்தையின் நிலைமையை எண்ணினாலே, மனதிலே நெருப்பு விழுகிறது" என்று வனிதா கூறிக்கேட்ட பிறகே, லோகனுக்கு தன் வாழ்க்கையிலே உண்மையிலேயே பெரிய விபத்து நேரிட்டது என்ற கவனம் வந்தது. வனிதாவின் கண்ணீருக்குத் துணை வேண்டும் என்பதற்காக, லோகனும் சற்று அழுதான்; வனிதாவைத் தேற்றினான்.

"கனகா நல்லபெண், பாவம்! என் சாபந்தான் அவளைச் சாகடித்துவிட்டது."

“உன் சாபமா? நீ ஒருவனுக்கு மறந்தும், தீங்கு நினைக்க மாட்டாயே,தேனே!”

“தீங்கு நினைக்கவில்லை; நான் இருக்க வேண்டிய இடத்திலே, அவள் உலவினது எனக்கு வேதனையாக இருந்தது.

கோபத்தால் காதகி, கள்ளி என்று கனகாவை நான் வைத துண்டு. அதன் பயனாகத்தான், பாவம் அவள் இறந்துவிட்டாள்.

“பைத்தியக்காரத்தனமான பேச்சு! வனிதா! வீண் வார்த்தை வேண்டாம். நாளைக் காலையிலே நான் உன் தகப்பனாரிடம் வரப்போகிறேன். பெண் கேட்க!”

“இதை என்னிடம் சொன்னால் எனக்கு வெட்கமாக இருக்காதா, கண்ணா!”

“வனிதா! நாமிருவரும் ஒருவருக்காக மற்றொருவர் சிருஷ்டிக்கப்பட்டோம். நாம் மணம் செய்து கொள்வதைத்தடுத்த என் தகப்பானாரும்

இறந்துவிட்டார். நீ உலவ வேண்டிய மனையிலே இருந்த கனகமும் கல்லறை சென்றாள். நமது வாழ்வு இனிப் புதியதாக ஆரம்பமாகப் போகிறது. தரிசாகக் கிடந்த நிலத்திலே இனிப் பச்சைப் பயிர்! வறண்ட ஆற்றிலே இனிக் குளிர்ந்த நீரோட்டம்!"

"சரி, சரி! கனகாவுக்கு துரோகம் செய்த நான் இனி அவள் குழந்தையை, என் குழந்தைபோல் கவனித்துக் கொண்டால்தான் கனகாவின் ஆவி திருப்தி அடையும். அதற்காகவாவது, நான் உம்மைக் கல்யாணம் செய்து கொள்ள வேண்டும்."

பிரிந்தவர் கூடினால் பேசவும் வேண்டுமா! பேச்சு கொஞ்ச நேரம்! பிறகு பழைய விளையாட்டுகள். வனிதா வாழ்வு துலங்கி விட்டது. லோகனுக்கும் அப்படியே!

மறுதினம் வனிதாவின் தகப்பனாரிடம் லோகனும், சில பெரியவர்களும் பெண் கேட்கச் சென்றனர். ஊர் முழுவதும் தெரியும்

வனிதாவைத்தான் லோகன் கல்யாணம் செய்து கொள்ளப் போகிறான் என்று. இருந்தாலும் சம்பிரதாயப்படி பெண் கேட்கச் சென்றனர். லோகனுக்குப் பெண் தர கசப்பா, வனிதாவின் தந்தைக்கு! வாலிபன், உழைப்பாளி. ஏழைகளிடம் உள்ளன்பு கொண்டவன் லோகன். அவனுக்குப் பெண்தர மறுக்க முடியுமா? மனம் வருமா? ஆனால் அந்த முசுடு முணுமுணுக்க ஆரம்பித்தது கேட்ட லோகனின் மனம் பதறிற்று. "ஏன் மாமா! என் தகப்பனார்தான் ஒரு கர்நாடகம் முறையில்லை என்று கூறி, முன்பு தடுத்துவிட்டார். நீங்கள் முணு முணுப்பது ஏன்? வனிதாவை எனக்குக் கலியாணம் செய்துதர இஷ்டம் இல்லையா?" என்று லோகன் சொஞ்சம் ஆத்திரத்துடன் கேட்டான்.

"என் இஷ்டத்தை யார் கவனிக்கப் போகிறீங்கள்? நீங்கள் இரண்டு பேரும் சேர்ந்துதான் முடிவு செய்து விட்டீர்களே ஒப்புக்குத்தானே என் சம்மதத்தைக் கேட்க வந்தீர்கள். என்னைக் கேட்கவே வேண்டாம்; அவள் உண்டு, கலியாணம் செய்து வைக்கும் பாதிரியும் உண்டு.

போ, போ, வனிதாவை இழுத்துக் கொண்டுபோ, நான் தடுத்தால் நிற்கவா போகிறது கலியாணம் என்று கிழவன் கூறினான்.

"மாமா! வேடிக்கை பேச்சு இருக்கட்டும். என்னிடம் என்ன குறை காண முடியும்? நான் வனிதாவுக்கு ஏற்றவனல்லவா?" என்று லோகன் கேட்டான்.

"தம்பி! உக்கென்னடா குறை கூற முடியும். தங்கமான குணம். தயாள சிந்தனை, எல்லாம்சரி. ஆனால் இந்தக் கிழவனின் வாயை மட்டும் கிளறாதே. ஏதேனும் சொல்லிவிடப் போகிறேன் என்று கிழவன், மறுபடியும் பழையபடி இழுப்புடன் பேசினான்

"இதோ பார்! மாமா! உமக்கு இஷ்டமில்லாவிட்டால், எனக்கு வனிதா வேண்டாம்" என்று கோபத்தோடு லோகன் கூறினான். கிழவனுக்குக் கோபம் பிறந்து விட்டது. "உங்கள் இரண்டு பேருடைய நன்மையையும் உத்தேசித்தே சொல்கிறேன்.

வனிதாவைக் கலியாணம் செய்து கொள்ள வேண்டாம்." என்றான் கிழவன்.

"ஏன்?" என்று இடிமுழக்கம்போல் லோகன் கூறினான்.

"இருவரும் ஒரேவிதமான சுபாவக்காரர். சேர்ந்து வாழ முடியாது. சக்கிமுக்கியாகிவிடும். வாழ்க்கையிலே சண்டையும் சச்சரவுமாக இருக்கும். நான் சொல்ல வேண்டுமென்று நினைத்ததைச் சொல்லி விட்டேன். இனிமேல் உன் இஷ்டம், அவள் இஷ்டம்; எனக்கொரு நஷ்டமும் இல்லை. கஷ்டம் உங்களுக்குத்தான்" என்று கிழவன் கூறினான். லோகன் சிரித்த சிரிப்பு, சமயற்கட்டிலிருந்த வனிதாவின் செவிக்குச் சங்கீதமாக இருந்தது.

"என்னமோ என்று பயந்தேன்; எங்கள் இருவரின் சுபாவமும் ஒரேவிதமாக இருக்கிறது என்பதுதானா, உங்கள் குற்றச்சாட்டு! வேடிக்கைதான் மாமா" என்று கூறிவிட்டு மணம் நிச்சயமாகிவிட்டது என்று தீர்மானித்து, லோகன்

வீடு சென்றான். திருமணத் தேதியும் குறிப்பிடப்பட்டது. இடையே வனிதா லோகன் மனைக்குச் சென்றே வசிக்கலானாள்; வழக்கந்தான்! வனிதாமணி, வீட்டிற்குள் நுழைந்ததும், அந்த வீட்டிற்குள் ஒளி வீசலாயிற்று. ஒழுங்கும், அழகும், ஆனந்தமும் அந்த வீட்டிலே ஏற்பட்டன. அக்கறையுடன் வனிதா குழந்தையைக் கவனித்தாள், வேலைக்காரரிடம் அன்புடன் நடந்து கொண்டாள். அந்த வீட்டுக்கே புதிய களை பிறந்தது. இன்பக் கனவு இன்றல்லவோ உண்மையானது என்று லோகன் பூரித்தான். வனிதா குடி வந்தது அவனுக்கு குதூகல முண்டாக்கிற்று. வனிதா! வனிதா! என்று ஓயாமல் கூறினான். அவள் வேலை செய்யும்போது கூடவே வேலை செய்வான்! அவள் குழந்தைத் தாலாட்டினால், அவனும் கூடச் சேர்ந்து ஆட்டினான். அன்று மாலைவேலை முடிந்து வனிதா கூடத்திலே வந்து உட்கார்ந்தாள். “கண்ணே!” கொஞ்சினான் மாந்தோப்பிலேயும், மடுவருகேயும், மானெனக் குதித்தோடி வந்து, லோகனின் கழுத்தை இறுக்குவது போலத் தவழுவிக் கொண்டு,

மரக்கிளைகளிலே உள்ள பட்சிகள் பயந்தோடும்படி, முத்தமிட்ட வனிதா, அன்று லோகனை முத்தமிட மறுத்து விட்டாள். அவன் எவ்வளவோ கெஞ்சினான். அவள் கொஞ்சமும் சம்மதிக்கவில்லை. “முடியவே முடியாது. அவள் கோபித்து என்னைச் சபிப்பாள்” என்று கூறினாள்.

“எவள் கோபித்துக் கொள்வாள்?” என்று லோகன் கேட்டான். “கனகா” என்று பதிலுரைத்தாள் வனிதா. “கனகா இறந்துவிட்டாள். ஆனால், நமது கலியாணம் முடிந்த பிறகுதான் அவளுடைய ஆவி இந்த வீட்டை விட்டுப் போகும். கலியாணம் ஆகும்வரை இங்கேயேதான் ஆவி அலைந்துக் கொண்டிருக்கும். ஆதனால் இப்பொது ‘முத்தம்’ கொடுத்தால் தோஷம்” என்று வாதாடினாள் வனிதா. லோகனுக்கோ, பிரமாதமான கோபம் வந்தது. “ஒரு முத்தம் தருவாயா, மாட்டாயா? என் மீது ஆசை இருக்கிறதா, இல்லையா? ஒரே ஒரு முத்தம் தர இத்தனை பிகுவா?” என்று கேட்டான். அந்தப் பைத்தியக்காரி முடியவே முடியாது என்று கூறிவிட்டாள். “சரி! என் மனதுக்கு நீ

வேதனையை உண்டாக்கினாயல்லவா? உன் மனத்தை நான் புண்ணாக்குகிறேன் பார்" என்று கூறி விட்டு லோகன் வெளியே சென்றான். வீடு திரும்பும்போது, குடித்துவிட்டு வெறியுடன் வந்தான். வனிதா சிரித்தாள். இப்படியும் ஒருவன் உண்டா என்று. ஒவ்வோர் நாளும் லோகன் இதுபோலவே செய்ய ஆரம்பித்தான். வனிதாவுக்கு வேதனை உண்டாயிற்று. "ஒரு முத்தம் கொடு, பிறகு நான் பழையபடி இருப்பேன்" என்றான் அவன். "அதுதானே முடியாது" என்றாள் அவள்.

ஒருநாள் லோகன், யாரோ சிறுக்கிகளையும் வீட்டிற்கே அழைத்து வந்து அவர்களோடு சேர்ந்து குடித்துக் கூத்தாடினான். வனிதாவால் கோபத்தை அடக்க முடியவில்லை. "நான் எவ்வளவோ அடக்கமாக, தக்க காரணம் சொல்லியும் ஒரு முத்தம் தர முடியாது என்பதற்காக இவன் இவ்வளவு ஆட்டம் ஆடுகிறான். இவனோடு நாம் வாழ முடியாது. நம் அப்பா சொன்னது சரியாக முடிந்தது. இனி இந்த வீட்டிலே நமக்கு வேலை இல்லை.

அப்பாவிடம் போனால் காரி உமிழ்வார். எக்கேடேனும் கெடுவோம்." என்று எண்ணி அழுதுகொண்டே அவள், அத்தை வீடு போய்விட்டாள், லோகனுக்குத் தெரியாமல்அன்றிரவு வழக்கபடி லோகன் குடிக்க மறுபடியும் வெளியே சென்றான் . விடியற்கதவை வீடு வந்தான். வீட்டிலே வனிதா இல்லை. "வனிதா! வனிதா!" என்று கூவினான். அங்குமிங்கும் தேடினான் யார்யரையோ கேட்டான் புலம்பினான். "என்னைப் போல் ஒரு முட்டாள் உண்டா? ஆக்கப் பொறுத்தவன் ஆறப் பொறுக்கக் கூடாதா? அவளுக்கு என் மேல் உயிர். எனக்கும் அப்படித்தானே ஒரே ஒரு முத்தத்திற்காக இத்தனை அமளியா? என் கண்மணி எங்கே போனாளோ? அவள் எனக்கு முத்தமே தர வேண்டாமே, அவள் வந்தால் போதும்" என்று கூறினான், ஓடினான் அவளைத் தேடி. அதே சமயம் வனிதா "என்னைப் போலப் பைத்தியக்காரி உண்டா? நான் கலியாணம் செய்து கொள்ளப் போகும் அவருக்கு ஒரு முத்தம் கொடுத்தால்தான் என்ன? வீண் பிடிவாதம் செய்தேன். அதனால்தானே அவர்,

இப்படியானார். சீ! கனகாவாவது, ஆவியாவது? அதுவெல்லாம் கட்டுக்கதை! இதற்காகக் காதல் வாழ்வு கெடுவதா?" என்று தீர்மானித்து லோகனின் வீடு நோக்கி வந்து கொண்டிருந்தாள். இருவரும் ஒரே சாலையிலே சந்தித்தனர். அவனைக் கண்டதும் லோகன், "வனிதா!" என்று கூவினான். அவள் பாய்ந்தோடி வந்த தழுவிக் கொண்டாள்; ஒன்று, இரண்டு மூன்று என் கணக்கின்றி முத்தமிட்டபடி இருந்தாள். இருவரின் இதழ்களும் சந்தித்தபோது இருவரின் கண்ணீரும் கலந்தன.

"கண்ணே ! கலியாணம் முடியும் வரையில் நீ எனக்கு முத்தமே தரவேண்டாம் நீ வீடு வந்தால் போதும்" என்றான் லோகன்.

"முத்தம் நித்தநித்தம் தருவேன் கண்ணா! நான் ஒரு முட்டாள். இவ்வளவு சுவையுள்ள இதழை, இத்தனை நாள் சும்மா விட்டு வைத்தேனே" என்றாள் அவள். சில தினத்திற்குப் பிறகு கல்யாணம் நடந்தது. இருவரும் சுகமாக

வாழ்ந்தார்கள். இவ்வளவுதான் கதை" என்று கூறி முடித்தாள் உத்தமி.

"சரியான பைத்தியங்கள் இரண்டும்டீ. இது ஒரு கதையாம் கதை" என்று பார்வதி கூறினாள்.

"போடி! இதை அவர் சொன்னபோது எவ்வளவு நன்றாக இருந்தது தெரியுமா?" என்று அவசரத்திலே இரகசியத்தை வெளியிட்டு விட்டாள், உத்தமி.
"அது யாரடி, அவர்! ஓகோ! உத்தமி...! விழுந்து விட்டாயா வலையிலே! யாரடி அவர்?" என்று பார்வதி கேட்டாள். "ஒருவருமில்லை - கூறமாட்டேன் - நீ கேலி செய்வாய்" என்ற வழக்கமாக பேச்சுகளுக்குப் பிறகு உத்தமி தனக்கும் நரசிம்மனுக்கும் காதல் உண்டாகியிருப்பதைக் கூறிவிட்டு. "அவர் ஒரு பிராமணர்" என்றுரைத்தாள்.

பார்வதி, தன் தோழியின் முதுகைத் தட்டிக் கொடுத்து, "ஏண்டி உத்தமி, குட்டுப்பட்டாலும் மோதிரக் கையால் குட்டுப்படு என்ற

பழமொழிப்படி பிரம்ம குலத்தவரையே வலை போட்டுப் பிடித்து விட்டாய்! கெட்டிக்காரிதான். பூனைபோல இருக்கிறாய். காரியமோ பிரமாதமானதாக இருக்கிறதே!" என்று கூறிக் கேலி செய்தாள். உத்தமி உண்மையிலேயே, பார்வதி தன்னைப் பாராட்டுகிறாள் என்று எண்ணிக் கொண்டாள். ஒரு வினாடியிலே அந்த எண்ணத்தைப் பார்வதி ஒழித்துவிட்டாள்.

"உத்தமி! எப்படியடி, அவனிடம் நீ சிக்கிக் கொண்டாய்? குலப் பெருமையைக் கூறி உன்னை ஏய்த்துவிட்டானா? நான் பார்ப்பனன், ஆகவே வக்கீல் வேலையிலே, வண்டி வண்டியாகப் பணம் குவியும் என்று கூறி உன் மனத்தை மயக்கி விட்டானா? எதைக் கண்டு நீ இச்சை கொண்டாய்? இன்சொல்லைக் கேட்டா? என்று பார்வதி கேட்கவே, உத்தமி, "ஏன் நானாகத்தான் அரிடம் அன்பு கொண்டேன். காதலுக்கு ஏதடி சாதி?" என்று கேட்டாள். "உண்மைதான்; காதலுக்கு சாதி கிடையாதுதான். ஆனால், மற்றொரு விஷயம் தெரியுமோ உனக்கு? காதலுக்குக் கண்ணும் கிடையாது,

கண்ணிருந்தால், நீ அந்தக் கனபாடிக் கூட்டத்திலே நம்பிக்கை வைத்திருப்பாயோ! ஆனால் பாவம், தேனிலே விழுந்த ஈ போலானாய்! அவனுடைய பாகுமொழி உன்னை மயக்கிவிட்டது" என்று பார்வதி கூறினாள். அவள் பேச்சு, வெறும் கேலியாக உத்தமிக்குத் தோன்றவில்லை. பரிதாபமும் அவள் குரலிலே தோய்ந்திருப்பது கண்டு, உத்தமி ஓரளவு திகில் கொண்டாள். மாதர் சுதந்திரம் - மனமொத்த காதல் - கலப்பு மணம் - என்பன பற்றி, அடிக்கடி பேசும் பார்வதி, காதலையும் கலப்பு மண நோக்கத்தையும் ஏன் கண்டிக்கிறாள்? நரசிம்மனிடம் என்ன குற்றம் காண முடியும்? என்று எண்ணினாள்.

உத்தமியின் உள்ளத்தைத் தெரிந்து கொண்டவள் போலப் பார்வதி பேசலானாள். "உத்தமி! என் கருத்தும் சுபாவமும் உனக்கத் தெரியும். நான், சாதி ஒழிந்த, சமரசம் நிலவ வேண்டும். காதல் மணமும் கலப்பு மணமும் ஓங்க வேண்டும் என்னும் கொள்கையுடையவள். பெண்களின் சுதந்திரத்தில் பெரு நம்பிக்கை வைப்பவள்.

காதலை மறுப்பவளல்ல! கலியாணம் என்பது, கட்டுப்பாட்டின் விளைவாக இருத்தல் கூடாது என்று கூறுபவள் ஆனால் நீ அந்த நரசிம்மனைக் காதலிப்பதை நான் சரியான காரியமென்று கூறமாட்டேன். என் மொழியைக் கேட்டு நடக்கும் நிலையில் நீ இருப்பாயானால் நிச்சயமாக, நீ அந்த நரசிம்மனைக் கலியாணம் செய்து கொள்ளக்கூடாதென்று கட்டளையிடுவேன்." என்று சொன்னாள்.

திடுக்கிட்ட உத்தமி, "பார்வதி! உனக்கு நரமசிம்மனைத் தெரியாதே! நீ அவரைக் கண்டதுமில்லையே. அவரிடம் உனக்குத் துவேஷம் வளரக் காரணம் என்ன?" என்று கேட்டாள். "நான் நரசிம்மனைக் கண்டதில்லை. அவன் சொர்ண, காந்த ரூபனாக இருக்கலாம். அவனுடைய குணம் கூடத் தங்கமாக இருக்கக்கூடும். அவை பற்றி எனக்கு அக்கறை இல்லை. அவனுடன் வாழக் கருதும் உனக்கல்லவா அந்தக கவலையெல்லாம்? இன்று சமுதாயம் உள்ள நிலையிலே, நீ எந்த நரசிம்மனைக் காதலிக்கிறாயோ, அவனுடைய

குலத்தின் இயல்பு உள்ள நிலையிலே, நீ கனவு காணும் அந்தக் கலப்பு மணம், கலக்க மணமாகவே முடியும் என்பது என் எண்ணம். நீயோ என் வாதத்தைக் கேட்டுச் சிரிப்பாய் என்பது திண்ணம். பரிசோதனை பல புரிய காதல் ஒரு வீண் விளையாட்டல்ல. நெருப்புடன் விளையாடக் கூடாது. எனவே, திடீரென உனக்குக் காதல் மயக்கம் உண்டாகியிருந்தால், சற்று ஆர அமர, உன் நிலையையும், அவன் நிலையையும் யோசித்து ஒப்பிட்டுப் பார். அவனுடைய நடிப்பை மட்டும் கவனித்து விடாதே. நினைப்பு என்ன என்பதையும் கண்டு கொண். வீணாக வாழ்க்கையிலே, விசாரத்தைத் தேடிக் கொள்ளாதே" என்று பார்வதி பேசக் கேட்ட உத்தமி, "ஏண்டி பார்வதி! தாய்க் கிழவிகளைப் பற்றி நாவல்களிலே படித்திருக்கிறேன். உன் பேச்சு, அந்தக் கிழங்கள் பேசுவது போலிருக்கிறதே. குலமாம், சாதியாம்! காதல் எனும் பரிசுத்தத் தீயின் முன்பு இந்தப் பேதம் பஸ்மீகரமாகும். வெறும் ஏட்டுச் சுரைக்காயாக இருக்கிறாயே, வாயில் ஈ நுழைவது கூடத் தெரியாமல் காதலைப் பற்றிப்

பேசிவந்த உனக்கு நான் ஒரு பார்ப்பனரைக் காதலராகப் பெற்று இருப்பது தூக்கி வாரிப் போடுவானேன். அதை நீ கண்டிக்கலாமோ? யாராவது கேட்டால், கை கொட்டிச் சிரிப்பார்கள். நீ ஏதோ நவநாகரிக நங்கை என்று நான் நினைத்தேன். நீ சுத்தப் பழைய பசலி; கர்நாடகம்" என்று கூறிக் கேலி செய்தாள்.

"உத்தமி! இதைக்கேள், எனக்குப் பார்ப்பன குலத்தவர் நாகரிகமோ, நவயுக நடையுடை பாவனைகளோ, தெரியாதவர்களென்ற எண்ணம் கிடையாது. அந்தக் குலத்தவர்தான் அவைகளைத் திறம்படச் செய்வர். சமரச ஞானம் அவர்களுக்கு நன்றாகத் தெரியும். தெரிவது மட்டுமா? சமரசஞான போதகர்களாகவும், அவர்கள் திகழ்வர். ஆனால் எல்லாம் பேச்சளவோடு நின்றுவிடும். அதற்குக் காரணம், கொஞ்சம் யோசித்தால் தெரிந்துவிடும். அவர்கள் தங்களை உயர்குலமென்று சமுதாயம் ஒப்புக் கொள்வதால் சுகபோகிகளாக வாழ முடிகிறது. உழைக்க வேண்டிய நிர்ப்பந்தமின்றி வாழ முடிகிறது. மற்ற குலத்தவன் தன் முன்பு

மண்டியிட்டு நிற்கவும், சாமி என்று அழைக்கவும், மோட்சத்திற்கு வழிகாட்டுங்கள் என்று வேண்டிக் கொள்ளவும், அதற்காகப் பணம் தந்து மரியாதை செலுத்தவும், நிலைமை இருக்கக் கண்டபின், அவர்கள் அதை இழக்க இசைவார்களா? கள்ளனுக்குக் கூடத் தனக்குக் கிடைத்த பொருளை இழந்துவிட மனம் வருவதில்லையே! கொண்ட கணவனைக் திண்டாட விட்டுக் கொல்லைப் புறத்தின் வழியாகக் கள்ளப் புருடனைச் சேர வருபவளை அந்தச் சோர நாயகன், 'அவனைப் பார்த்துச் சிரித்தாயாமே? இவனுடன் பேசினா யாமே? என்று அதிகாரம் செய்து ஆர்ப்பரிப்பானாம். கணவனுக்குத் துரோகம் செய்த அந்தக் காதகி அன்புடனிருக்கும் புருஷனை ஆட்டிப் படைக்கும் அந்த அடங்காப்பிடாரி சோர நாயகனுக்கு அடங்கி ஒடுங்கி நடப்பாளாம். அதுபோல இருக்கிறது சமுதாயம். எந்தக் குலம், செருக்குடன் வாழுகிறதோ, அதனிடம் பயபக்தியுடன் பாடுபடும் கூட்டம் அடங்கி நடக்கிறது. மற்ற யாரை வேண்டுமானாலும் மரியாதைக் குறைவாகவும், மமதையுடனும்,

நடத்தும் பேர்வழிகள், அந்தப் பார்ப்பனக் குலத்திடம் மட்டும் பக்தி விசுவாசத்துடன் நடந்து கொள்வதை நீ கண்டதில்லையா? இவ்வளவு உயர்வை எப்படி அந்தப் பார்ப்பன இனம் விட்டுவிடும்! அதை யோசித்தே நான் சொல்லுகிறேன், நீ அந்த நரசிம்மனிடம் நம்பிக்கை கொள்ளாதே என்று. இது என் கருத்து. உன் கருத்தோ, இந்நேரம் பாலில் மோர்த்துளி பட்டது போல் திரிந்துவிட்டிருக்கும். தெளிவு இருக்காது. கண் நெளிவுக்குக் கட்டுப்பட்டு விட்டால் பிறகு மனத்தை ஒரு நிலைக்குக் கொண்டு வருவது எளிதல்ல என்பது எனக்குத் தெரியும். என்றாலும் என் சிநேகிதி என்பதற்காக இவ்வளவும் கூறினேன். இனி உன் இஷ்டம்" என்று கூறினாள்.

உத்தமி நரசிம்மனுக்காகப் பரிந்து பேசியதுடன் அவனிடம் குலச்செருக்கோ, சாதி அகம்பாவமோ, ஒரு துளியும் கிடையாதென்றும், சமரசத்திலே அவனுக்கு மிக்க வேட்கை உண்டென்றும், அவனுடைய காதல் தூய்மையானதென்றும், எடுத்துக் கூறினாள். பித்தம் தலைக்கேறிவிட்டது

என்று பார்வதி தீர்மானித்தாள். கிருஸ்துவ மார்க்கத்தை விட்டுவிட வேண்டும் மென்றும், பிறகு கலியாணம் செய்து கொள்ளத் தடையில்லை என்றும் நரசிம்மன் கூறினதாக உத்தமி கூறினாள். பார்வதி ஏற்பாடு பூராவும் நடந்தேறி விட்டது. இனி உத்தமியைத் தடுக்க முடியாது என்று தீர்மானித்தாள். உத்தமி, பார்வதிக்குப் பார்ப்பனனிடம் அனாவசியமான வெறுப்பு இருப்பதாலேயே, அம்மாதிரி பேசினாள் என்று தீர்மானித்தாள். நரசிம்மனோ, ஆரிய சமாஜிகளை நேசம் பிடித்து, சுத்தி மார்க்க சூத்திரங்களைக் கேட்டறிந்தான்.

◈◈◈

9

கேரள சுந்தரிகளுடன் நடனக் கலையின் நேர்த்தியைப் பார்த்திபன் கண்டு ஆனந்தித்துக் கொண்டிருந்தான். கனக சபேசர் அந்தச் சுந்தரிகளின் சுழலும் கண்களுக்குக் கெண்டையை ஒப்பிடுவதா, அதற்குரிய கவிதை என்ன, அந்தப் புலவரின் வர்ணனைக்கும் மற்றொரு புலவரின் வர்ணனைக்கும் உள்ள தார தம்மியம் என்ன, என்ற ஆராய்ச்சியிலே ஈடுபட்டு, அகமகிழ்ந்து கிடந்தார். 'சாறு நமக்குச் சக்கை ரசிகருக்கு' என்று பார்த்திபன் கூறிக் கொள்ளவில்லை. ரசிகர் கேட்கும் ஏடுகளைத் தருவித்துக் கொடுத்து விட்டான். அவர் கல்வியிலே கருத்தைகச் செலவிட்டார். பார்த்திபனின் அலுவலிலே ஒரு புள்ளி மட்டுமே பாக்கி. ஆனால், இருவரில் ஒருவருக்கும்

அலப்புத் தோன்றவில்லை. அலுப்பு அந்த ஆடலழகிகளுக்குத்தான்! ரசிகரின் கண்கள், ஒருபுறம் தாக்க, ஆசிரியரின் கண்கள் மற்றோர் புறம் தாக்க, ஆடியும் பாடியும் ஆடலின் பொருளை விளக்கியும், பாடலுக்கேற்ற "பாவம்" தெரிந்திடச் செய்தும், இரு ரசிகருக்கும் மனம் கோணாது நடந்துகொள்ள அவர்கள் பட்டபாடு அதிகந்தான்!! காணக் காண ஆவல் அதிகமாகுமேயொழியக் குறையக் காணாமே. நமது நாட்டுக் கலைச் செல்வம் அபாரமானது. மாநிலத்திலே முதலிடம் பெற வேண்டியது; இல்லாமலா, நாதனே நர்த்தனக்கோலம் பூண்டார். நாராயணனே மோகினி வடிவெடுத்தார் என்று கூறிக் கனகசபேசர் பூரித்தார். "உண்மைதான்! ஆமாம்!! என்று பார்த்திபன் ஆமோதித்தான். வேறு பல ரசங்களை மனத்திலே ததும்ப விட்டுக் கொண்டு.

தகளியின் பயனாக, கனவு யாவும் பலிதமாகாமல் போகுமே என்ற கவலையால் வாடிய குமரகுருபரர், கடிதம் பல எழுதினார், பார்த்திபனுக்கு. முதலிரண்டு கடிதங்களுக்குப் பதிலாவது கிடைத்தது; பிறகோ அதுவுமில்லை.

தந்தியும் கொடுத்தார், ஜெயாவுக்கு ஜுரம் என்று. பார்த்திபனுக்குத் தெரியும், ஜெயாவுக்குக் காய்ச்சல் வருமென்று ஒரு 'செக்' கொடுத்தால் நோய் குணமாகிவிடும் என்ற நம்பிக்கையுண்டு. எனவே பார்த்திபன் கலையின் அணைப்பிலே இன்னும் சில நாட்கள் இருப்பது என்று துணிந்துவிட்டான். குருக்கள் இனிச் சும்மா இருக்கக் கூடாது என்று எண்ணி, மெள்ள ஆலாலசுந்தரருக்குக் கேரள நாட்டுக் கதையைக் கூறலானார். ஆலாலசுந்தரர், கேரளம் சென்றால் பார்த்திபன் அவவிடத்தை விட்டுப் புறப்பட்டு வருவான் என்பது குருக்களின் கருத்து. பார்த்திபன், கேரளத்திலே கதகளி நடனத்தைக் கண்டு காசு இழந்து வருகிறான் என்று கூறினால், ஆலாலசுந்தரரின் முகம் கடுக்குமேயொழிய கோரிய பலன் கிட்டாது. எனவே குருக்கள் அந்தச் செய்தியைக் கூறாமல் ஆலாலசுந்தரருக்குப் பிரியமான வேறொர் செய்தியைத் தந்திரமாகக் கூறினார். காசாசை பிடித்த அந்த லோபியின் சுபாவம் குமரகுருபரருக்கு நன்கு தெரியுமல்லவா?

"என்ன அநியாயம், தெரியுமோ? பாக்கு விலை ஏறிக் கொண்டே போகிறது."

"பாக்கு விலை ஏறிவிட்டது ஒரு பிரமாதமான விஷயமா? ஓய்! குருக்களே, ஏதோ பெரிய பூகம்பம் ஏற்பட்டு விட்டாற்போல அலறுகிறீரே இதற்கு. எந்தச் சாமானின் விலைதான் ஏறவில்லை?"

"மிராசுதாரவாளுக்கு, வீசை நாலு ரூபாய்க்கு விற்றால் தான் என்ன? நாற்பது விற்றால்தான் என்ன? நம்மைப் போன்றவர்களுக்குச் சொல்லுங்கோ, ஒரு வாரத்திற்குள்ளே பாக்கு விலை, ஒன்றுக்கு இரண்டாகி விட்டது. யாரோ ஒரு சேட், 5000 மூட்டை பாக்கு ஸ்டாக் செய்து வைத்திருந்தான். மூட்டை ஒன்றுக்கு 50 ரூபாய் இலாபமாம். 5000 மூட்டைக்கு என்ன இலாபம் கிடைத்தது பாருங்களேன்."

இந்தப் பேச்சு நடந்ததும் ஆலாலசுந்தரம் கணக்குப் போட்டார். தலையை அசைத்தார் 5000 ஙீ 50 என்று பெருக்கினார்! 2,50,000 என்பதை எண்ணினார். அவரால் தாங்க முடியவில்லை. இவ்வளவு பெரிய தொகையை எவனோ ஒருவன் அடித்துக் கொண்டு போவது. அடடா!

மார்கட்டிலே விலை ஏறப்போவது தெரிந்து, நாம் அந்தப் பாக்கு மூட்டைகளை ஸ்டாக் செய்திருந்தால், இலாபம் நமக்குக் கிடைத்திருக்குமே என்று எண்ணிப் பெருமூச்செறிந்தார். அந்தப் பெரும் பணம் தன் கையிலிருந்து யாரோ வழிப்பறி கொள்ளைக்காரன் அடித்துக் கொண்டு போய்விட்டதாகவே எண்ணி ஆயாசமடைந்தார். போனது போகட்டும். இப்போதாவது ஒரு 'சான்ஸ்' பார்க்க வேண்டாமா? என்று யோசித்தார்.

"பாக்கு விலை இன்னமும் ஏறுமோ?" என்று கேட்டார்.

"ஆமாம், அதனால்தான் அரைவீசை வாங்கிவரச் சென்றவன் இரண்டு வீசையாக வாங்கிக் கொண்டு வந்துவிட்டான். நான் என்ன பித்துக்குளியோ! அந்தச் சேட்தான் மலபார் போயிருக்கானாமே!" என்று குருக்கள் கூறினார்.

"மலபாருக்கா?" என்று கேட்டார் மிராசுதாரர்.

“ஆமாம், அங்குதானே பாக்கு விசேஷம். மலிவு அங்கு ஏராளமாக வாங்கப் போயிருக்கான் மார்வடி. நம்பவாளுக்கு ஏது இந்த யோசனை?” என்று பரிதாபப்பட்டார் குருக்கள்.

“யோசனையில்லாமலென்ன? நம்ம போறாத வேளை, பாக்கு ஸ்டாக் செய்த பிறகு விலை இறங்கிவிட்டால் என்ன செய்வது என்று பயமிருக்கு பாருங்கோ. நூறு இருநூறா? இலட்சக்கணக்கிலே நஷ்டம் வருமே. மார்க்கெட் விழுந்து விட்டால்” என்று மிராசுதாரர் கூறினார்.

“ஆமாம் நஷ்டத்தை எதிர்பார்த்துத்தானோ ஒரு வியாபாரம் ஆரம்பிப்பா? இலாபம் வந்தால் இலட்சக் கணக்கில் வராதோ? அந்தச் சேட்டுக்கு 5000 மூட்டைக்கு மூட்டை ஒன்றுக்கு 50 ரூபாய் வீதம் எவ்வளவு இலாபம் கிடைத்தது பாருங்களேன்” என்று மந்திர உச்சாடனம் செய்தார்.

அன்றிரவு 5000 ஙீ 50 என்ற பெருக்கலேதான் ஆலாலசுந்தரருக்கு! அதன் பலனாக, ஒரு புதிய

ரெயில்வே அட்டவணைப் புத்தகம் வாங்கிவிட்டார். மலையாள நாட்டுக்குச் செல்லத் தீர்மானித்து விட்டார். குருக்கள் தனது திட்டம் நிறைவேறுவது கண்டு களித்தார்.

◈◈◈

10

“வாடி சாப்பிட, மணி என்ன தெரியுமா?”

“பார்வதி, என்னைத் தொந்திரவு செய்யாதே. எனக்குப் பசியே இல்லை.”

“பசி இல்லையா! அடி! இந்த நிலைமட்டும் உலகிலே ஏற்பட்டுவிட்டால், சண்டை சச்சரவு எதுவும் இராது. பசியில்லையாம் பசி! ஒரு நாள் உணவை ஒழியென்றால் ஒழியாய் என்ற பாட்டி மொழி பொய்யா? எழுந்திரடி கண்ணல்ல வா! கொஞ்சம் சாப்பிட்டுவிட்டுத் தூங்கு.”

“அப்பப்பா! உன் ரோதனை சகிக்க முடியவில்லையடி. எனக்குப் பசி எடுத்தால்

சாப்பிடமாட்டேனா. நான் என்ன குழந்தையா, சோறு ஊட்ட வேண்டுமா, சந்தமாமா காட்ட வேண்டுமா! பசியில்லை, போடி என்று சொன்னால்...”

“உன்னைப் பத்தடி பிரம்பினால் கொடுக்கிறேனா!”

“அடித்தால் கூட பொறுத்துக் கொள்வேன்.”

“கடிப்பது மட்டும் கூடாதோ? உண்மைதான்
கன்னத்துக்கு முன்னம் மருந்திட்டுக்
கொண்டாயல்லவா?”

“கேலி செய்யாதே பார்வதி. எனக்கென்னமோ வாய் ஒரே கசப்பாக இருக்கிறது. சாப்பிடப் பிடிக்கவில்லை.

உத்தமியின் வாய்க் கசப்பின் காரணம் யாதோவெனப் பார்வதி உசாவினாள். பயனின்றி - சின்னாட்கள் வரை ஏதோ நோய்வகை போலும் என்றெண்ணினாள். ஆனால், கசப்புடன் குமட்டலும்; மயக்கமும் வந்திடக் கண்டாள்;

உத்தமியின் விழியிலே நீர்த்துளிகள் தோன்றிடவுங் கண்டாள். பின்னரே பார்வதிக்கு உத்தமியின் வாய்க் கசப்புடன் உள்ளக் கசப்பும் உடனிருந்து வருவது தெரியவந்தது. இன்பத்தை அடைய எத்தனிக்கும் உத்தமிக்குச் சுவை கிடைத்ததுடன் சூலும் ஏற்பட்டது. வாய்க்கசப்பும் குமட்டலும், உணவு ஏற்றுக் கொள்ளாமையும், அவற்றின் அறிகுறிகளே. ஆரிய சமாஜத்தின் சீரிய ஏற்பாட்டினால் நாம் மணவினை முடித்துக் கொண்டதும், எப்படி எப்படி இருப்போம் தெரியுமோ? என்னென்ன விளையாட்டுகளிலே ஈடுபட்டு மகிழ்வோம் தெரியுமோ! நமது இன்பம் எவ்வண்ணமிருக்கும் தெரியுமோ! என்று கூறிக் கூறி நாணமும் சிறு நகையும் உடலை வளைத்து உள்ளத்தை நெகிழச் செய்திட, அந்நிலை எனும் வலையிலே அந்த நங்கையை நரசிம்மன் வீழ்த்திவிட்டான் - வாய்க்கசப்புக்குக் காரணம் அதுவே! உத்தமி மூன்று மாதக் கர்ப்பம்! கடற்கரைக் காதல் கள்ளங்கபடமறியா உத்தமியின் உள்ளத்தை ஒடியச் செய்து விட்டது.

அவளுடைய அணைப்பும் முத்தமும் கிடைக்கும் வரையிலே ஆரிய சமாஜத்தைப் பற்றியும், கலியாணத்துக்காகக் கிறிஸ்தவ மார்க்கத்தை விட்டு விலவி மீண்டும் இந்துவாக வேண்டுமன்றும், நரசிம்மன் கூறிக் கொண்டிருந்தான், உத்தமி மீள முடியாத அளவு தன்னிடம் சிக்கிவிட்ட பிறகு வேறு பாஷையிலே பேசலானான். "கிருஸ்தவ மார்க்கத்திலிருந்து விலகி, சுத்தி பெற்று இந்துவாக நீ மாறினால், உத்தமி ஒரு கஷ்டம் இருக்கிறது. நீ கிருஸ்தவ மார்க்கத்தைத் தழுவிக் கொள்ளும் முன்பு எந்த வகுப்பினளோ, அதிலேதான் சேர வேண்டும். நீயோ, எந்த வகுப்பிலே பிறந்தவள் என்து தெரியாதென்று கூறுகிறாய். இது ஒரு தர்மசங்கடமாகி விட்டது" என்று சாக்குக் கூறலானான். அது கேட்டு உத்தமி வடித்த கண்ணீர் உலரு முன்பு "உத்தமி! ஏதோ பிராமண குலத்தைச் சிலபேர் பழிக்கிறா. அவா, விஷயந்தெரியாதவாளென்று நான் நிச்சயமாய்ச் சொல்வேன். நேற்று என் மாமா ஆத்துக்குப் போயிருந்தேன். அவர் மகள், குமாரி குமுதினியின் நாட்டியத்தைக் கண்டேன்.

அப்படியே பிரமித்துப் போனேன். ஏதோ தேவலோகத்திலே அப்சரசுகள் ஆடுவாள்னு சொல்றாளே, அந்த அப்சரசுகள் தோற்றுவிடுவா எங்க குமுதினியிடம், பலே ஜோர்" என்று பேசினான்.

"குமுதினி, சின்னப் பெண்ணா?"

"ஆமாம், பதினேழு, பதினெட்டு வயதிருக்கும்."

"அழகா இருப்பாளா?"

"அதையேன் கேக்கறே போ. மகா ரூபவதியா இருக்கா. அவமுகத்திலே லட்சுமிகளை தாண்டவமாடுவது."

"அவ புருஷனுக்கு என்ன வேலை?"

"என்ன வேலை வேண்டியிருக்கு அவனுக்கு? சதா சர்வ காலமும் அவளோடு சரசமாடிண்டிருந்தாலே போதும். வேறு வேலைக்குப் போகத்தான் மனம் வருமா?"
"ஒரு வேலையுமின்றிச் சும்மாவா இருக்கிறான்?"
"யார்?" "குமுதினி புருஷன்"

“அட பைத்தியமே! அவளைக் கலியாணம் செய்து கொள்பவன் அவளிடம் சொக்கி விடுவான் என்பதைச் சொன்னேன். அவளுக்குத்தான் இன்னமும் கலியாணம் ஆகவில்லையே.”

“ஏழைவீட்டுப் பெண்ணா?”

“நல்ல கேள்வி கேட்டபோ. என்ஜினியர் வேதாந்தாச் சாரியின் மகள்ன்னா குமுது. வேதாந்தாச்சாரி யார் தெரியுமோ? ஜட்ஜு சடகோப்பாச்சாரியார் தம்பி! பெரிய இடம்ன்னோ? மாயவரம் பக்கத்திலே அவாளுக்குப் பெரிய மிராசு இருக்கு. மோட்டர் மூன்று அவா வீட்டிலே.”

“அழகு அந்தஸ்து எல்லாம் இருக்கும் அந்தப் பெண்ணுக்கு ஏன் இன்னமும் ஒரு இடம் ஏற்பாடாகவில்லை.”

“எப்படி ஆகும்? அவாளுக்குக் குமுதினியை, எப்படியாவது எனக்குத் தர வேண்டுமென்று எண்ணம். நான் என்ன செய்வேன்? அவா,

கேட்கும்போதெல்லாம் முடியாது முடியாதுன்னு சொல்

லிண்டு இருக்கேன். உயிரை வாங்கறா" என்ற உரையாடல் மூலம், தனக்குக் கலியாண மார்க்கெட்டிலே கிராக்கி இருப்பதையும் கூறினான். கடைசியில் ஸ்ரீஜத் நரசிம்மனுக்கும், ஸ்ரீமதி குமாரி குமுதினிக்கும் விவாக சுப முகூர்த்தம் நடந்து விட்டது. வாய்க் கசப்பும், உத்தமிக்கு அதிகரிக்காமலிருக்குமா?

உண்மை தெரிந்த பிறகு, பார்வதி அதுபற்றி மேலும் விசாரிப்பது உத்தமியின் உள்ளத்திலே வேல் புகுத்துவதாகுமென்று கருதினாள். விஷயமோ வெளியே தெரியக்கூடாது. தெரிந்தால் மானம் போகும்; மூடி வைக்கவும் முடியாது. கரு வளர்ந்து கொண்டிருக்கிறது! இந்நிலையிலே, யாரிடமும் யோசனை கேட்கவும் முடியாது. என் செய்வார்கள். அந்த இளம் பெண்கள்? தற்கொலை தவிர வேறோர் வழியும் இல்லை என்றாள் உத்தமி! நம்பிக்கைக் துரோகம் செய்த நயவஞ்சகன் நரசிம்மனின்

கொடுஞ் செயலை, மக்கள் மன்றத்திலே கூறி அவனைப் பழி தீர்க்கலாமென்றாலோ அச்செயல் இடருண் டாக்குவதுடன் உத்தமியையும் ஊராருக்குக் காட்டி கொடுப்பது போலாகி விடும். தேள் கடியால் தேம்பவும் பயந்து திகைக்கும் கள்வன் போன்று இருந்தது உத்தமியின் மனம். தனது நிலை அறிந்தால் ஆசிரியைத் தொழிலையும் அதிகாரிகள் பறித்துக் கொள்வார். அன்போடு தன்னை வளர்த்துப் படிப்பீந்து உதவிய பாதிரிமார்களும் பகைப்பர்! பிழைப்பும் மானமும் போய் இருப்பிடமின்றி அலையும் அபலையாக வேண்டி வருமோ என்றஞ்சி உத்தமி தீயில் வீழ்ந்த சேயானாள். பருவச் சேட்டை யினை அடக்க முடியாது இப்பாழ் நிலை பெற்றேன் என்று தன்னைத்தானே நொந்து கொண்டாள். இனிமையாகப் பாடி இரையை மயங்கச் செய்யும் பறவை போல, நரசிம்மன் காதல் கீதம்பாடி கருத்தைக் கெடுத்த பிறகு கைவிட்டானே. என்னே அவனுடைய கல் நெஞ்சம் என்று கூறிக் கசிந்துருகினாள். இக்கதி தனக்கு நேரிடாமுன்னம் அவன் என்னென்ன கூறினான், எவ்வண்ணம் ஆடினான் என்பதை

எண்ணியே, வஞ்சக நாடகத்தை அவன் எவ்வளவு திறம்பட நடித்தான் என்பது தெரிந்து தேம்பினாள். அவளுடைய கலக்கத்தையும் கண்ணீரையும் பொருட்படுத்தாமல் நரசிம்மனின் நயவஞ்சகத்தைப் பற்றிச் சட்டை செய்யாமல், சமூகம், பழிக்குமோ என்ற பயமின்றி, கரு வளர்ந்து வந்தது. உட்புறத்திலே உலவும் கருவின் அறிகுறி வெளிப்புறத்தால் காண்போருக்கு விளங்கும் காலம் கடு வேகத்துடன் வந்தது.

“ஒரு காரியம் செய் உத்தமி! ஆறு மாதத்திற்கு லீவ் எடுத்து கொள். இருவரும் வெளியூர் செல்வோம். பிறகு நடக்க வேண்டியதை நான் பார்த்துக் கொள்கிறேன் என்று பார்வதி யோசனை கூறினாள். எதிர்த்துப் பேசியதன் விளைவால் வேதனையடைந்த உத்தமி, பார்வதியின் யோசனையைக் கேட்டதும், சிறு குழந்தைபோலத் தலை அசைத்தாள். சம்மதம் என்ற அவளுடைய பரிதாபத்தைக் கண்ட பார்வதி, உத்தமியை அருகில் அழைத்துத் தன் மீது சாய்ந்திருக்கச் செய்து, நெற்றியைத் தடவிக் கண்களைத் துடைத்து, “கண்ணே உத்தமி!

கலங்காதே, நெடு நாட்களாகவே கன்னிப் பருவத்தை இப்படித் தான் ஆண்கள் சூறையாடியிருக்கிறார்கள். செல்வக் குடியிலே இது நடந்திருப்பின் பணம் என்னும் திரையிட்டுப் பக்குவமாக இதனை மூடிவிட்டிருக்க முடியும். பழியும் பயமும் அங்கே அண்ட அஞ்சும். நாமோ ஏழைகள்; நம்மைக் கண்டிக்கவும், இழிவாகப் பேசவும், சாஸ்திரங்களையும் சன்மார்க்கத்தையும் போதிக்கவும் பலர் முன்வருவார்களே யன்றி, இரக்கங் காட்ட ஒருவருமும் முன்வரமாட்டார்கள். ஆகையினால் நாமேதான் இதற்குப் பரிகாரம் தேடிக் கொள்ள வேண்டும். நீ பயப்படாதே பயந்து இனி என்ன ஆகும்? அந்தப் பாதகனின் செயலை மற. இனி ஆகவேண்டிய காரியத்தைக் கவனிப்போம். நீ முதலிலே, லீவ் கிடைக்கும்படி ஏற்பாடு செய்துகொள்" என்று பரிவுடன் கூறினாள். வலியுள்ள இடத்திலே அன்புடன் தடவிக் கொடுத்தால் வலி நீங்காவிட்டாலுங் கூட, ஓரளவு நிம்மதி இருப்பதுபோல், உத்தமிக்குப் பார்வதியின் பேச்சு எவ்வளவோ ஆறுதலைக் தந்தது. இந்தப் பார்வதியும் இல்லாவிட்டால்

தற்கொலை தவிர வேறென்ன செய்து கொண்டிருக்க முடியும். அந்தப் பரிதாபத்துக்குரிய உத்தமியால்?

யாரையேனுங் கொட்டிவிட்ட பிறகு தேள் அவன் எப்படி துடிக்கிறான். என்ன மருந்து தேடுகிறான் என்பதைக் காண விரும்புகிறதா? வேலை முடிந்ததும் வேறிடம் செல்லும். அதுபோல, உத்தமியின் வாழ்வை வதைத்த அந்த வன்னெஞ்சன், அவள் என்ன கதியானாள் என்பதையும் எண்ணவில்லை; குமாரி குமுதினியிடம் குலவிக்கிடந்தான். அதுமட்டுமா? அவளிடம், தனது வீரதீரப் பிரதாபங்களைக் கூறுகையிலே, தன்னிடம் எந்த மாதும் மையல் கொள்வர் என்று பெருமை பேசி, உத்தமியின் கடற்கரைக் காதலையும் கூறினான். தனது நாயகனின் தீச்செயலைக் குமுதினி கண்டிக்கவில்லை. அது தன் கணவனின் திறமைக்கோர் அத்தாட்சி என்று எண்ணியதுடன், உத்தமியைப் பார்த்துப் பேச வேண்டும் என்று தீர்மானித்தாள்.

லீவ் கேட்க அன்று உத்தமி, தலைமை ஆசிரியை வீட்டிற்குச் சென்றிருந்தாள். பார்வதி மட்டும் வீட்டிலே ஏதோ படித்துக் கொண்டிருந்தாள். வீட்டருகே ஒரு அழகிய மோட்டார் வந்து நிற்பதைச் சாளரத்தின் மூலம் கண்ட பார்வதிக்கு பார்த்திபனோ என்ற பயம் பிறந்தது. அழகிய ஒரு பெண், மோட்டாரிலிருந்து இறங்கி அங்குமிங்கும் பார்த்து விட்டு, வீட்டிற்குள் நுழையக் கண்ட பார்வதி, யாரோ என்னவோ என்று தெரியாதவளாய், நாற்காலியைத் துடைத்து ஒருபுறம் போட்டு விட்டு, மரியாதையாக வந்தவளை வரவேற்றாள். வந்தவள், பார்வதியை ஏற இறங்கப் பார்த்துவிட்டு, “உத்தமி என்பது நீதானே?” என்று கேட்டாள். “இல்லை, என் பெயர் பார்வதி. உத்தமி என் சிநேகிதி. இங்குதான் இருவரும் வசிப்பது, அவள் வெளியே போனாள். வந்துவிடுவாள். உட்காருங்கள்” என்று பார்வதி உபசரித்து விட்டு, “தங்கள் பெயரைத் தெரிந்து கொள்ளலாமா?” என்று கேட்டாள். “என் பெயர் குமுதினி” என்றுரைத்தாள் வந்தவள். மரியாதையை மட்டுப்படுத்திக் கொண்டு பார்வதி, “நரசிம்மனின்

நாயகியா? இங்கே வந்த காரணம்?" என்று கேட்டாள். கேட்கும்போதே பார்வதியின் உள்ளம் பொங்க ஆரம்பித்தது. உத்தமி விஷயமாக நரசிம்மன் வம்பளக்க துணிந்துவிட்டான் என்பதறிந்து.

"ஆமாம்! அவருக்கு உத்தமி தெரியுமாம். நான் உத்தமியைக் காணவே இங்கு வந்தேன்." என்று குமுதினி கூறினாள்.

"முன் காலத்திலே அரசர்கள், யுத்தத்திலே ஜெயித்த பிறகு தோற்ற மன்னனுடைய ஆடை அணிகளைத் தேவிமார்களிடம் காட்டுவார்களாம். அதுபோல் உன் கணவன் உத்தமியைப் போய் பார்த்துக் களிக்கும்படி உன்னை இங்கு அனுப்பினான் போலும். குமுதினி! நீயும் உத்தமி போலவே ஒரு பெண்தான்! அவளுடைய நிலைமையைக் கண்டால் எவர் மனமும் பதறும். அவளை எப்படியும் மணம் செய்து கொள்வதாக வாக்களித்து, வஞ்சித்து, பணத்தில் புரள வேண்டுமென்கிற பேராசையால், நரசிம்மன் உன்னைக் கல்யாணம் செய்து கொண்டான்.

இவ்வளவு கொடிய வனுக்குப் பெண்டான நீயோ, உன் கணவரின் கயமையால் கலங்கும் காரிகையைக் காண வந்திருக்கிறாய்! நன்று, நன்று! நட இந்த வீட்டைவிட்டு என் கோபம் அதிகரிக்குமுன்பு போய்விடு. நான் உத்தமி போலப் பொறுமையுள்ளவளல்ல. போ, வெளியே" என்று பார்வதி கூறினாள்.

குமுதினி, கோபங்கொள்ளவில்லை. வெளியே போகவும் முயலவில்லை. நாற்காலியிலே உட்கார்ந்து கொண்டு புன்னகை யுடன் "எனக்கென்ன தெரியும்? பழைய கதைகள் தெரிந்தாலுங் கூட அதற்காக நரசிம்மனைக் கலியாணம் செய்து கொள்ள முடியாது என்று நான் சொன்னாலும் வீட்டிலே கேட்பார்களோ? ஆண்களுக்கு இது சகஜம் என்று கூறுவார்கள். நான் இங்கு வந்தது கூட உத்தமிக்கு ஏதேனும் உதவி செய்யலாம் என்பதற்காககத்தான். கேலி செய்யவா வந்தேன்? உன் சிநேகிதியின் துயர்கண்டு, நீ கோபிப்பது சகஜம், வருத்தப்படுவது முறைதான். ஆனால் ஒன்று யோசி, நரசிம்மன் செய்த குற்றத்திற்காக,

எனக்குத் தண்டனை தருவதா? பார்வதி! உனக்கு இருக்கும் அளவு எனக்கு உத்தமியிடம் அன்பிருக்க முடியாது. என்றாலும், அவள் நிலைமையை நரசிம்மன் கூறினது கேட்ட பிறகு. எனக்கு பச்சாதாபமாகத்தான் இருக்கிறது. மேலால் என்ன செய்வது என்பதை யோசித்து இருவரும் கலந்து ஏதேனும் செய்யலாம். வீண் கோபத்தால் என்ன நடக்கும்? எனக்கு ஒரு யோசனை தோன்றுகிறது. அதன்படி செய்தாய் எல்லாம் சுபமாக முடியும்" என்று குமுதினி கூறினாள்.

"என்ன யோசனை?" என்று கேட்டாள் பார்வதி, கோபங் குறையாத நிலையிலே.

"எனக்கு ஒரு கீர்த்தி வாய்ந்த லேடி டாக்டர் தெரியும்" என்று மெள்ளக் கூறினாள் குமுதினி.

"அவளைக் கண்டு கருவைச் சிதைத்து விடலாம். அது தானே உன்னுடைய அருமையான யோசனை" என்று பார்வதி கேட்டாள். கோபம்

வளரத் தொடங்கிய நிலையிலே குமுதினியால் பேச முடியவில்லை.

"அனுபவமா?" என்று வெடுக்கெனக் கேட்டாள் பார்வதி.

"நீ சுத்த அதிகப் பிரசங்கி, ஏதோ திமிராகப் பேசிக் காரியத்தைக் கெடுக்கிறாய். அவளும் நீயும் எக்கேடு கெட்டால் தான் எனக்கென்ன! உத்தமிக்கு இன்னும் மணமாகவில்லையே. ஊர் அறிந்தால் அவளைத் தூற்றுவதோடு எவனும் கலியாணத்துக்கு ஒப்புக் கொள்ளமாட்டானே, என்று நான் ஒரு யோசனை செய்தும் அவளுக்கு ஒரு பாதகமும் நேரிடாதபடி ஒரு காரியம் செய்ய நினைத்தால், நீ வள்ளென விழுந்து என்னைக் கடிக்கிறாயோ, லேடி டாக்டர் என்று நான் ஒரு யோசனை செய்தும் அவளுக்கு ஒரு பாதகமும் நேரிடாதபடி ஒரு காரியம் செய்ய நினைத்தால், நீ வள்ளென விழுந்து என்னைக் கடிக்கிறாயே, லேடி டாக்டர் என்று நான் பேச்சுத் தொடங்கியதும், கருவைச் சிதைக்கச் சொல்கிறேன் என்று நீயாகத் திடீரென்று

நினைத்துக் கண்டபடி பேசுகிறாய். உன்னைப் போன்ற அவசர புத்தியுள்ளவளிடம் பேசுவதே மகா ஆபத்து. உத்தமிக்கு என்ன நேரிட்டால் எனக்கென்ன? நானே அவள் பள்ளிக்கூட அதிகாரிகளிடம் போய் விஷயத்தைச் சொல்லி, மானத்தை வாங்குகிறேன் பார். என் உதவியை நீ வெறுத்துத் தள்ளிவிடலாம். ஆனால் என் விரோதம் உங்களை லேசில் விடாது" என்று குமுதினி கோபமாகப் பேசினாள்.

பார்வதி யோசித்தாள். குமுதினி உண்மையிலேயே உத்தமிக்கு மேலும் கெடுதல் செய்துவிட்டால். என்ன செய்வதென்று வயந்து, இனிச்சற்றுப் பக்குவமாகவே நடந்து கொள்ள வேண்டும் என்று நினைத்து, "குமுதினி! நீ லேடி டாக்டர் என்று சொன்னதும் நான் தவறாக எண்ணிக் கொண்டேன்" என்று கூறினாள்.

"நான் உத்தமியின் கருøச் சிதைக்கும் கொடுஞ்செயலைப் புரியச் சொல்லவில்லை. பிறக்கும் குழந்தைக்குச் சுகமான, அந்தஸ்தான இடம் கிடைக்கும் வழியை கூறுகிறேன்.

பிராமண குலத்திலே, அந்தக் குழந்தை வாழவும், உத்தமி ஒரு தாயானாள் என்ற விஷயமே உலகுக்குத் தெரியாதிருக்கவும் வழி சொல்லு கிறேன். இதோ, பார்வதி! இக்கடிதத்தைப் படித்துப் பார்!" என்று கூறிக் கொண்டே குமுதினி, தன் மணிபர்சிலிருந்து ஒரு கடிதத்தை எடுத்துப் பார்வதியிடம் கொடுத்தாள். கடிதத்தைப் படித்த பார்வதி ஒருவாறு விஷயம் தெரிகிறது என்று கூறினாள். புன்சிரிப்புடன், அக்கடிதம் வருமாறு:-

பெங்களூர்

அன்புள்ள குமுதினிக்கு!

லட்சுமிநாராயணன் அருளால் சகல சம்பத்தும் கடாட்சமும் கிடைக்க ஆசீர்வதித்து, ஆண்டாள் எழுதிக் கொண்டது. என்னுடைய சுகதுக்கத்திலே உனக்குள்ள விசேஷ அக்கறைக்காக நான் என்ன பிரதிப் பிரயோஜனம் செய்யப் போகிறேன்? என்னைவிட நீ வயதிலே சிறியவளானாலும் தீட்சணியமுடையவள். உன் கலியாணத்தின்போது நான் வந்திருந்த சமயம், நீ எனக்குச் சொல்லிக் கொடுத்த தந்திரத்தால், வீட்டிலே கொஞ்சம் நிம்மதி ஏற்பட்டிருக்கிறது.

என் புருஷர் நான் கர்ப்பவதியாக இருக்கிறேன் என்று சந்தோஷமாகவும், பெருமையோடும் இருக்கிறார். முன்பெல்லாம் முகத்தைச் சுளித்துக் கொள்வார். இந்த நாலு மாதங்களாகச் சிரித்துக் கொண்டு பேசுவதும், அன்பாக நடத்துவதுமாக இருக்கிறார். இரண்டாங் கலியாணம் என்ற பேச்சே கிடையாது. சுவர்ண விக்ரகம் போலக் குழந்தை பிறக்கும் என்று சொல்கிறார். அதுவும் ஆண்பிள்ளைதானாம்! அடி குமுது! என்னுடைய அந்த ஆனந்த வாழ்வு இன்னும் எத்தனை நாள் நடக்கும்? என் சூது தெரிந்து விடுமே! அப்போது என்ன செய்வது? அவர் எவ்வளவு நம்பிக் கொண்டிருக்கிறார். தெரியுமோ? லேடி டாக்டரிடம் காட்ட வேண்டுமாம். அவள் என் மானத்தை வெளிப்படுத்தி விடுவாளே. அப்போது என்ன செய்வது? லேடி டாக்டர் உனக்குத் தெரிந்தவள்தானாம். ஆகவே நீ பெங்களூர் வந்து அவளுக்கு. உண்மை கூறி என்னைக் காப்பாற்ற வேண்டும். இன்னும் இரண்டோர் மாதங்களுக்குப் பிறகு ஏதோ உடற்கோளாறால் கருச்சிதைந்து விட்டது என்று அவருக்குக் கூறிவிடலாம்.

அதற்கு லேடி டாக்டர் உதவி செய்ய வேண்டும். உடனே வர வேண்டுகிறேன். உன்னால்தான் இது முடியும். அசுவாரசியமாக இராதே. உனக்குக் கோடி புண்ணியம் உண்டு.

இப்படிக்கு,
ஆண்டாள்.

கடித்தைப் படித்த பிறகு பார்வதிக்கு, ஆண்டாள் தன் புருஷனை ஏமாற்றக் கர்ப்பிணியாக இருப்பதாக நடித்து வரும் விஷயம் தெரிந்தது. இவ்வளவு தந்திரமான ஏற்பாட்டைக் குமு
தினி, ஆண்டாளுக்குக் கற்றுக் கொடுத்ததை எண்ணி "ஏண்டி குமுதினி! நீ பலே கைகாரி போலிருக்கிறதே" என்று கூறினாள்.

"பார்வதி! ஆண்களின் ஆதிக்கத்திலிருந்து தப்ப வேண்டுமானால், பெண்களுக்குத் தந்திரம் தெரிந்திருக்க வேண்டாமோ? அவர்களோ நம்மைச் சமமாகக் கருதுவதில்லை. அவர்கள் இன்பத்துக்குக் கருவியாகக் கருதுகிறார்கள். நான் வேறெதற்கும் பிரயோஜனமற்றவர்களென்பது

அவர்களின் எண்ணம். அது மட்டும்தானா? பெண்களை ரம்பையே, ஊர்வசியே என்று புகழ்வதாலும், உன் மீதுதான் எனக்கு அளவு கடந்த பிரியம் என்று பேசுவதாலும், உன்னை நான் எப்போதும் கைவிட மாட்டேனென்று சத்தியம் செய்வதாலும் ஏமாற்றுகிறார்கள். முகத்திலே ஜொலிப்புக் குறைந்தால் தீர்ந்துவிட்டது. வேறு பெண்களிடம் ஆண்களுக்கு நாட்டம் பிறந்து விடுகிறது. வழக்கமாகச் செய்து கொள்ளும் அலங்காரங்களிலே கொஞ்சம் குறைந்தாலும் போதும். வேறு அழகிகளிடம் ஆண்களுக்கு மோசு பிறந்துவிடுகிறது? ஆகவேதான், பெண்கள், தந்திரத்தைக் கொஞ்சமும் தளரவிடாது இருந்தால் மட்டுமே, ஆண்களை அடக்க முடியும். என் சிநேகிதி ஆண்டாள் ஒரு குற்றமும் செய்பவளல்ல. நல்ல சுபாவம், அடக்கமானவள், ஏழைக் குடும்பம். அனந்தாச்சாரியார் என்ற வக்கீலுக்கு அவள் மூன்றாந்தாரமாகப் போய்ச் சேர்ந்தாள். அவளை மலடி, மலடி என்று திட்டுவதும், வேறு பெண்ணைக் கல்யாணம் செய்து கொள்ள வேண்டுமென்று திட்டம் போடுவதுமாக

இருக்கலானார். ஆண்டாள் என்ன செய்வாள்? அவளுக்கும் குழந்தை வேண்டுமென்று ஆசை தான்! அனந்தாச்சாரியாருக்குப் புத்தென்ற நரகத்திலிருந்து தன்னை மீட்டு ஒரு புத்ரன் தேவை என்று ஏதோ வேதம் கூறுகிறது என்ற எண்ணம். அதனால் குழந்தை தேவை என்ற ஆசை. ஆண்டாளுக்குக் குழந்தை என்றாலே, அபாரமான பிரியம். பெண்களுக்கு இது சகஜந்தானே? சீராட்டப் பாராட்டச் சிரித்து விளையாட, முத்தமிட்டு வளர்க்க ஒரு குழந்தை வேண்டும் என்று ஆண்டாள் ஆசைப்பட்டாள்; பிறக்கவில்லை. அவள் என்ன செய்வாள்? அவள் வேதனையுடன் இருந்தபோது, அந்த அனந்தாச்சாரி அவளை மலடி என்று வைவதும், இந்தச் சனியனுக்குப் புத்திர சந்தானம் உண்டாகாது, வேறோர் பெண்ணைக் கலியாணம் செய்துகொள்ள வேண்டுமென்று பேசுவதும், ஆண்டாளுக்கு எவ்வளவு வேதனையாக இருக்கும். என்னிடம் சொல்லி அழுதாள். நான் பிறகு ஆண்டாளுக்கு ஒரு யுக்தி கூறினேன். நீ கர்ப்பமாக இருப்பது போலப் பாவனை செய் என்று சொன்னேன். அதை அனந்தாச்சாரி

நம்பிவிட்டார். இப்போது லேடி டாக்டரிடம் காட்டச் சொல்கிறாராம். ஆண்டாள் பயந்து எனக்குக் கடிதம் எழுதியிருக்கிறாள். பார்வதி, அனந்தாச்சாரியின் கொட்டம் அடக்கப்படவும், ஆண்டாளின் வாழ்க்கையில் வேதனை மூளாது தடுக்கவும், உத்தமியின் உபத்திரவம் தீரவும் இப்போது ஒரு வழி இருக்கிறது. லேடி டாக்டர் எனக்கு மிகவும் வேண்டியவள். பெண்களின் கஷ்டம் அவளுக்கு மிக நன்றாகத் தெரியும்; அவள் என் ஏற்பாட்டுக்கு இசைவாள். ஆண்டாள் லேடி டாக்டரின் விடுதியிலேயே தங்க வேண்டுமென்று ஏற்பாடு செய்துவிடலாம். அது சுலபம். ஒரு முறைக்கு இருமுறை நாடியைப் பார்த்துவிட்டு, "உடலிலே இரத்தம் குறைவு. பலவீனம் அதிகம். பிரசவம் கஷ்டமகா இருக்கும் ஆஸ்பத்திரியிலேயே இருக்க வேண்டும்" என்று டாக்டர் கூறிவிட்டால் அனந்தாச்

சாரி, சம்மதித்து விடுவார். நீயும் உத்தமியும் அங்குத் தங்கலாம். நல்லவேலையாக ஆண்டாளின் போலிக் கர்ப்பமும், உத்தமியின் உண்மைக் கர்ப்பமும் ஒரே கால அளவாக இருக்கிறது. உத்தமிக்குக் குழந்தை பிறந்ததும்

அதை ஆண்டாளின் குழந்தையாக்கி விடலாம். இது தான் என் யோசனை. அனந்தாச்சாரிக்குப் புத்திர சந்தானம் இல்லாமற் போனால், சொத்து நரசிம்மனுக்கு வரவேண்டும். நரசிம்மன் அனந்தாச்சாரிக்கு நெருங்கிய பந்து, நமது, ஏற்பாட்டினால் நரசிம்மன் நயவஞ்சகத்தின் விளைவு அவன் அனுபவிக்கக் கருதும் சொத்தை நாம் அடைய முடியும். என்ன உன் யோசனை?" என்று குமுதினி கூறினாள்.

பார்வதிக்குக் குமுதினியின் புத்திக்கூர்மையும் உத்தமி யிடம் அவள் காட்டும் அன்பும், ஆச்சரியமாக இருந்தன. தலை மீது விழ இருந்த ஆபத்தை, இந்தத் தளிர்மேனியாள் தடுக்க முன்வந்ததற்கு வந்தனங் கூறினாள். உத்தமியைச் சரிப்படுத்தி விடுவதாக உறுதி கூறினாள். பெங்களூர்ப் பயணத்துக்குத் தேதியும் குறிப்பிட்டு விட்டாள். குமுதினி பார்வதியிடம் விடை பெற்றுக் கொண்டு போகும்போது பார்வதியை கட்டிக் கொண்டு கன்னத்திலே முத்தமிட்டாள்.

உத்தமிக்கு விஷயத்தைக் விளக்கிக்கூறி, இணங்க வைக்கப் பார்வதிக்குச் சற்று சிரமமாக இருந்தது? "இது மிக மானக்கேடு" என்றுரைத்த உத்தமிக்கு நரசிம்மனின் மானத்தைப் பறிக்க இதுதான் வழி என்று கூறினாள். பயம், சந்தேகம், சஞ்சலம் ஆகிய பலவற்றை ஓட்டினாள்.

பெங்களூரிலே லேடி டாக்டரின் "பிருந்தாவன்" பங்களாவுக்குள் மோட்டார், குமுதினி, உத்தமி, பார்வதி எனும் மூவரையும் கொண்டுபோய்ச் சேர்த்துங்கூட, உத்தமிக்கு நடப்பது நனவா கனவா என்று சந்தேகமாக இருந்தது? குமுதினியின் திறமையால் சகல ஏற்பாடுகளும் செவ்வனே நடந்தேறின. "பிருந்தாவனத்திலே" கர்ப்பிணி உத்தமியும், கர்ப்பிணி வேஷத்திலிருந்த ஆண்டாளும் தங்கினர்.

ஒவ்வோர் நாளும் கோர்ட்டிலே வேலை முடிந்ததும், வக்கீல் "பிருந்தாவனம்" வருவார், ஆண்டாளிடம் பேசவும், அவள் உடல்நலத்தைப் பற்றி லேடி டாக்டரிடம் விசாரிக்கவும். அவருக்குத் தெரியாது. பிருந்தாவனத்திலே தயாராகிக் கொண்டு வரும் லீலை. சகல

ஏற்பாடுகளையும் செய்துவிட்டு குமுதினி பெங்களூரை விட்டுப் போய்விட்டாள். ஆண்டாளும் உத்தமியும் ஆப்த நண்பர்களாயினர். ஒருவருக்கொருவர் உதவி செய்யவே உலகிலே பிறந்தவர்களல்லவா!

உத்தமியுடன் சில வாரங்கள் பார்வதி இருந்தாள். பிறகு சென்னை செல்ல வேண்டிய அவசியம் நேரிட்டது. உத்தமியைப் பற்றிக் கவலைப்பட வேண்டாம். நாங்கள் கவனித்துக் கொள்கிறோம் என்று ஆண்டாளும் லேடி டாக்டரும் உறுதி கூறினர். கர்ப்பிணி வேஷத்திலிருந்த ஆண்டாளுக்கு அனந்தாச்சாரியார் உபசாரமுரைக்கும் போதெல்லாம் வேறோர் அறையிலே, உண்மையிலேயே கர்ப்ப வேதனை அனுபவித்துக் கொண்டிருந்த உத்தமிக்கு லேடி டாக்டர் லலிதகுமாரி உபசாரம் செய்வாள்.

உத்தமி, ஓரளவு தனது துக்கத்தை மறந்து இருக்கலானாள். தன்னிடம் வைத்தியத்துக்கு வருவோரின் வரலாறுகளை, லலித குமாரி உத்தமிக்கும் கூறுவாள். பொழுதுபோக்க

“எவ்வளவோ செல்லமாக வளர்க்கிறோம். வீட்டிலே ஒரு குறையும் கிடையாது. குழந்தை மட்டும் என்னவோ நாளுக்கு நாள் இளைத்துக் கொண்டே வருகிறது. என்னென்னமோ டானிக்குகளைக் கொடுத்துப் பார்த்தேன். கொஞ்சம் கூடப் பயன் ஏற்படவில்லை” என்று சொல்லி தாய், தன் மகளைக் கொண்டு வந்து லேடி டாக்டரிடம் காட்டுகிறாள். லேடி டாக்டர் அந்த நோயாளியின் உடலைப் பரிசோதிப்பதற்கு முன்பாக, உள்ளத்தைப் பரிசோதிக்கிறாள்.

“உட்காரம்மா! உட்காரு! வைத்தியச்சாலையில் பல வேர் வந்துகொண்டும் போய்க் கொண்டும் இருக்கத்தான் செய்வார்கள். இங்கு வெட்கப்படலாமா? உட்கார்” என்று கூறிவிட்டு “குழந்தைக்கு என்ன வயது?” என்று தாயை கேட்கிறாள். “பத்தொன்பது முடிந்து இருபதாம் வயது ஆரம்பமாகுதுங்க” என்று தாய் பதில் கூறிவிட்டு முந்தானையால் கண்களைத் துடைத்துக் கொள்கிறாள். பெண்ணின் முகத்திலோ சோகம் கப்பிக் கொள்கிறது. லேடி

டாக்டர், மிருதுவான குரலில், "புருஷன் இறந்து மூன்று வருஷம் ஆகியிருக்குமா?" என்று கேட்கிறாள். நோய் கண்டவள் விதவை என்பதறிந்து, "மூணாவது திவஷம் இன்னும் மூணுமாதத்திலே வரப்போவு துங்க" என்று நீர் தளும்பும் கண்களுடன் தாய் பதில் கூறுகிறாள். எந்த டானிக் தான் என்ன பலன் தர முடியும், இந்த இளம் விதவைக்கு என்ற எண்ணம் பிறக்கிறது லேடி டாக்டருக்கு. பெருமூச்சுடன், ஏதோ டானிக்கின் பெயரை எழுதிக் கொடுத்து அவர்களை அனுப்பிவிட்டு லலிதகுமாரி, உத்தமியிடம் சென்று கூறுவாள்; "இப்போது வந்து சென்றாளே ஓர் அழகிய பெண், அவளைப் பீடித்திருக்கும் நோய் எனக்குத் தெரியும். பருவம் பாழாக்கப்படுவதால் படரும் பாழான நோய். அதற்கு நான் என்ன செய்ய முடியும்? உண்பதும் உறங்குவதும் உயிர் வாழப் போதும். ஆனால், உள்ளம் மகிழ்ச்சியை அல்லவா உணவாகக் கேட்கிறது! பால்ய விதவையான அந்தப் பெண்ணுக்குச் சந்தோஷம் எப்படி இருக்க முடியும்? விசித்திரமான நிலைமை இது, உத்தமி. அந்தப் பெண்ணின் நோய் போக

வேண்டுமானால் அவளுக்கு நான் மருந்து கொடுத்தும் பிரயோஜனமில்லை. சமூகத்திலே உள்ள பித்தம் தெளி மருந்திட வேண்டும். அப்போதுதான் அபலைகளை அலைக்கழிக்கும் அந்தக் கொடிய நோய் ஒழியும்" என்று கூறுவாள். உத்தமிக்கு லேடி டாக்டரின் சிகிச்சைச் சாலை ஒரு சிறந்த அறிவு வளர்ச்சிப் பள்ளிக் கூடமாக இருந்தது!

"அஜீர்ணமாம் இந்த அம்மாளுக்கு! ஏன் இருக்காது? எத்தனை தடவை மருந்து கொடுத்தாலும், எப்படி அஜீர்ணம் ஒழியும்? இவள் புருஷன் பெரிய செல்வவான். ஊரை மிரட்டு வான். வீட்டிலேயோ ஒடுக்கந்தான். காரணம் தெரியுமோ? இந்தச் சுந்தரியைக் கலியாணம் செய்து கொண்ட பிறகுதான் அவனுகுச் சுக்கிரதிசை பிறந்ததாம்! அப்படி ஒரு பைத்தியக்கார எண்ணம் அவனுக்கிருப்பதால், அவள் இஷ்டத்திற்கு மாறாக நடப்பதில்லை; அவளுக்கோ உண்ண வேண்டிய அளவு தெரிவ தில்லை. ஊரிலே விற்கும் பலகாரங்கள் வந்துவிடுகின்றன. பிரதி தினமுமு" உண்டு

உருளுகிறாள். பிறகு வயிற்றுவலி என்கிறாள். வயிற்றுவலி போக இரண்டு ஜிலேபியைப் பாலிலே தோய்த்துச் சாப்பிடலாம் என்று கூறுவாள். அதுவும் நடக்கும். பிறகு அஜீர்ணம் வராமலிருக்குமா? மருந்து தரும்போது கூட மறக்காமல் இதைக்கேட்டுக் கொள்கிறாள். "என்ன வகையான ஆகாரம் சாப்பிடலாம்? பிஸ்கட் சாப்பிடலாமா? பழம் எது நல்லது? என்று கேட்கிறாள். மருந்துகூட இனிப்பாக இருக்க வேண்டுமாம். இப்படிப் பணம் மிகுந்திருப்பதால் பாழாகும் பேர்வழிகள் நடமாடும் இதே இடத்திலே வறுமையால் வடி வதங்கி வயிறு ஒட்டிப்போய், பிறகு எதைத் தின்றாலும் ஜீரணம் செய்து கொள்ள முடியாத அளவுக்கு உடல் உறுப்புகள் கெட்டுவிட்டவர்களும், என்னிடம் மருந்துக்கு வருகிறார்கள். தர்மத்துக்கும். நான் என்ன செய்வேன்? எனக்கு நன்றாகக் தெரிகிறது. அந்த அஜீர்ண நோய்க்காரியிடம் உள்ள பொருள் வசதியிலே கொஞ்சம் அந்த ஒட்டிய வயிறுகளுக்குப் போய்ச் சேர்ந்தால் இருவருக்கும் ஒரு நோயும் வராது. ஆனால், நான் அதைச் சொன்னாலும் உலகம் கேட்குமா?" என்று,

மருந்து தேடி வரும் மாதரின் வரலாற்றைக் கூறுவதிலேயே மகத்தான அறிவையும் கலந்துரைப்பாள் லேடி டாக்டர். உத்தமிக்கு லலிதகுமாரியின் அறிவுக்கூர்மை ஆச்சரியமாகத் தோன்றிற்று.

“வயது இருபத்திரண்டுதான். இதற்குள் ஐந்து குழந்தைகள், ஏன் இந்தப் பெண்ணுக்கு க்ஷயரோகம் வராது சொல்லும். என்னால் முடியாது. மதனப்பள்ளிக்கு அனுப்புங்கள் என்று கூறிவிட்டேன்” என்று ஒரு நோயாளியைப் பற்றி உத்தமியிடம் கூறுவாள்.

“எனக்கு அதெல்லாம் தெரியாது. உங்க பெண்ணுக்கு நோய் போக வேண்டுமென்றால் காலையிலே முட்டைப் பால் சாப்பிடத்தான் வேண்டும்” என்று டாக்டர் லலிதகுமாரி வைத்தி யத்துக்காக தன் மகளை அழைத்து வந்த ஒரு பெண்மணியிடம் கூறினாள்.

“அய்யய்யோ! நாங்கள் சைவமாச்சே, அந்நிய பதார்த்தம் சாப்பிடக்கூடாதுங்களே.”

"அப்போ, இந்த நோய்க்குத் தெரிந்திருக்கணும். இவங்க சைவர்களாச்சே, முட்டைப்பால் சாப்பிடக்கூடாதே. நாம் இவர்களிடம் போகக் கூடாது என்பது."

"டாக்டரம்மா! கேலி செய்யாதீங்க, நாங்க தொண்டை மண்டல முதலியாரச்சே, பரம்பரையா, சைவம், நீச்சநாத்தமே பிடிக்காது."
"ஏனம்மா, இங்கே என்ன சைவாளுக்கு ஒருவிதமான மருந்து, மத்தவாளுக்கு வேறுவிதமான மருந்துன்னா இருக்கு?"

"இதென்ன கர்மகாண்டமா போச்சி. நாங்க அசைவ பதார்த்தத்தைச் சாப்பிடுவது தெரிஞ்சா, எங்க பந்துக்கள் சாதியை விட்டு எங்களைத் தள்ளி வைப்பாங்களே."

"என்னை என்னம்மா செய்யச் சொல்றே. வேணும்னா எங்க சாதியிலே வந்து சேர்ந்துடுங்க."

"டாக்டரம்மா! நேரமாவுது. ஒரு காரியம் செய்யுங்கோ மருந்தோடு மருந்தா, நீங்களே ஆஸ்பத்திரியிலே இருந்தே முட்டைப் பாலை அனுப்பிடுங்க. அப்போ ஒரு வம்பும் வராது."

"சைவமா இது? சரி, செய்கிறேன். சிவ சிவன்னு சாப்பிட்டுக் கொண்டு வாங்க. பிறகு சேவல் கூட முட்டையிடக் கூடாதான்னு தோணும் உங்களுக்கு! முட்டைப்பால் அவ்வளவு ருசியா இருக்கும். உடம்புக்கு நல்லது."

இதுபோலச் சைவமும் நோயும் கொண்டவர்களுக்கு மதியும் மருந்தும் கலந்து லேடி டாக்டர் லலிதகுமாரி கொடுத்து வரக்கண்ட உத்தமிக்கு, டாக்டரிடம் அன்பும், மதிப்பும் அதிகரிக்கலாயிற்று. ஆனால் ஆண்டாளுக்கோ?

◈◈◈

11

ஆண்டாளின் எண்ணமெல்லாம் பரிதாபத்துக்குரிய உத்தமிக்கு ஊறு நேரிடாதபடி தடுக்க வேண்டும் என்பதுமல்ல, சமுதாயக் கோளாறுகளைத் தீர்க்கவும் நற்காரியம் செய்ய வேண்டும். என்பதுமல்ல. எப்படியாவது கோபங்கொண்டுள்ள தன் கணவனுக்குச் சாந்தி ஏற்பட்டுக் குடும்பத்தில் வேறு எவளாவது புகாதபடி தடுத்துத் தானே கிருகலட்சுமியாக வாழ வேண்டும் என்பதுதான். லேடி டாக்டரின் மனப்போக்கு, அவளுக்கு உத்தமியிடம் வளர்ந்து வந்த அன்பும், அவர்கள் இருவரும் கூடிக் கூடிப் பேசிக் கொள்வதும் ஆண்டாளுக்குப் பிடிக்கவில்லை. இப்படிப்பட்டவர்களிடம் சம்பந்தம் கொள்வதா என்று சிந்திக்கலானாள்.

அந்தச் சிந்தனை அவளுக்குச் சஞ்சலத்தை வளர்த்தது. வர இருக்கும் ஆபத்தைத் தடுக்க வேண்டி வளர்ப்புப் பிள்ளையைச் சேர்த்துக் கொண்ட பிறகு தனக்கே குழந்தை பிறந்துவிட்டால் என்ன செய்வது என்ற திகிலும் தோன்றலாயிற்று. காரியம் முடியட்டும் சும்மா இருந்துவிட்டுப் பிறகு உத்தமியோ லேடி டாக்டரோ கபடத்தை வெளிப்படுத்திவிட்டால் என்ன செய்வது என்ற பயமும் புகுந்து விட்டது. உத்தமியின் குழந்தை வளர்ந்த பிறகு தன் கணவனுக்கு எப்படியாவது தெரிந்து சொத்தை, உத்தமிக்கும் அவளுக்கு வேண்டியவர்களுக்கும் செலவிட்டால் என்ன செய்வது என்ற எண்ணம் குடையலாயிற்று. இதனால், கருவுற்றிராவிட்டாலுங் கூட ஆண்டாளுக்கு மயக்கமும் வரத் தொடங்கிற்று. எதிர்காலத்தை மிகவும் பாதிக்கக் கூடிய இந்தப் பெரிய விஷயத்திலே ஏன் அவரசப்பட்டு, தாறுமாறான செயல் புரியத் துணிந்ததை எண்ணித் திகைத்தாள். வேண்டாதவள் வயிற்றிலே வேதனைப் பிண்டமாக உள்ள அந்தக் கரு என்

வயிற்றிலே உலவினால், மனம் மகிழ்ச்சியில் மூழ்குமே என்று தனக்குத்தானே கூறிக் கொண்டாள். ஒட்டுச் செடி போல உத்தமியின் குழந்தையை பிராமண குலத்திலே சேர்க்கப் போகிறோம். இதனால் என்னென்ன அசம்பாவிதம் நேரிடுமோ என்று அஞ்சினாள். இந்த எண்ணம் உதித்தப் பிறகு வெகு விரைவாக அது வளரத் தொடங்கிற்று. விநாடிக்கு விநாடி விசாரம் வளர்ந்துக் கொண்டே சென்றது. ஏதாவதோர் முடிவுக்கு வந்தாக வேண்டும். இல்லையேல் காலமுழுவதும் கண்ணீர் விட வேண்டும் என்று அவளுக்குச் சதா யாரோ கூறுவது போலிருந்தது. தனக்கு உதவி செய்ய வந்த உத்தமியிடம் முதலிலே காட்டிய அன்பு மாறி, பொறாமை உண்டாயிற்று. “இந்தப் பாவிக்கு உண்டான கரு, எனக்கு ஏனோ உண்டாகக் கூடாது. அவளிடம் நான், குழந்தையை அல்லவா தானம் கேட்கிறேன். என் கணவனை மகிழ்விக்க, அவள் குழந்தையை இரவல் பெறுகிறேன்” என்று ஏதேதோ எண்ணினாள். அழவும் தொடங்கினாள். துக்கமெனும் வெப்பம் பெருமூச்செனும்

ஆவியாகி, கண்ணீர்ப் பொழிந்தது. ஒருநாள் இவ்விதம் அழுது கொண்டிருந்த சமயத்திலே, வழக்கமாக வரும் கணவனைக் கண்டு, கண்களைத் துடைத்துக் கொண்டு சிரிப்பை வருந்தி வருந்தி அழைத்தாள். அசட்டுத்தனம் வந்து நின்றது.

“ஆண்டாள்! அழறயா? ஏன்? என்ன? உடம்புக்கு என்னடி?” என்று கேட்டார். கர்ப்பிணிகள் அழக்கூடாது என்று டாக்டர் கூறக் கேட்டதுண்டு. எனவே, ஆண்டாள் கண்களைக் கசக்கிக் கொள்வது அவருக்குப் பிடிக்கவில்லை. கண்களைத் துடைத்தார். கன்னத்தைக் கிள்ளினார். “கண்ணல்லவோ! எதற்காக அழுகிறாய்? வயிற்றை வலிக்கிறதோ?” என்று கனிவோடு கேட்டார். சுற்றுமுற்றும் பார்த்துவிட்டு ஒரு முத்தம் தந்தார் அவசர அவசரமாக. மீண்டும் கேட்டார், “என்ன உடம்புக்கு?” என்று ‘இவ்வளவு ஆசையும் எனக்குக் குழந்தை பிறக்கப் போகிறது என்ற சந்தோஷத்தால்தானே இவருக்கு உண்டாயிற்று? உண்மையைத் தெரிவித்தால் என்னை வெட்டிப்

போடலாமா என்றல்லவோ அவருக்குத் தோன்றும்? ஐயோ! நான் என்ன செய்வேன்?' என்று ஆண்டாள் சொல்லவில்லை. ஆனால் அவளுடைய கண்கள் பேசின. அவர் கண்டு கொள்ளவில்லை. அவளுடைய உதடு துடித்திடக் கண்டார். 'ஆகா! ஆண்டாள் நல்ல அழகிதான்' என்று தனக்குள் சொல்லிக் கொண்டார். அவள், மனத்திலே மூண்டு கிடந்தது அவருக்குத் தெரியாது.

"தெய்வீகமானது காதல்! இதன் சக்தியே அபாரம். அது மன்னனை மண்குடிசை முன்பும் மண்டியிடச் செய்யும் மாவீரனையும் பணிய வைக்கும்" என்றெல்லாம் கூறுகிறார்களே யொழிய, ஆடவர் உலகம் பெண்களிடமிருந்து எதிர்ப்பார்க்கும் குதூகலமும் குடும்ப வளர்ச்சிக்கான மார்க்கமும் கிடைக்கக் காணாமற்போனால் அவர்களுக்கு ஆயாசம் மேலிடுகிறது. ஆசை கருகி விடுகிறது, மோசமான நிலைமை ஏற்படுகிறது என்பதை ஆண்டாள் எண்ணினாள். ஏக்கத்திலே மூழ்கினாள்.

"ஆண்டாள்! என்ன செய்யறது சொல்லேன். வயத்தை ரொம்ப வலிக்கிறதோ?" என்று கேட்டார் கபடமறியாத கணவன் வெட்கத்தாலும், அச்சத்தாலும் ஆண்டாள் அனுமதிக்க வில்லை. இல்லை என்றால் வயிற்றைத் தடவி வலியைப் போக்கியிருப்பார், வாஞ்சையுடன்.

"குழந்தையாட்டம் அழுதுண்டே இருக்காதே, ஆண்டாள். பூரண கர்ப்பிணிகள் அழப்படாதுன்னு டாக்டர் சொல்றா. எதுக்கு நீ அழணும்?"

"என் ஜாதகத்தைப் பார்த்தீரோ?"

"ஜாதகத்தையா? இல்லையே, ஏன்?"

"நான் என்னத்தைச் சொல்வேன்? நேத்து ராத்திரி ஒரு கெட்ட சொப்பனம் கண்டேன். அதை நினைச்சாலே கர்ப்பம் கலங்கறது. அழுகையும் தானா வர்றது."

"அடி பித்துக்குளி! சொப்பனத்தை எண்ணிண்டா அழறது. அடி அசடே! அப்படி என்னடி கண்டுட்டே பிரமாதமான சொப்பனம்?"

"அதை ஏன் கேக்கறேள்?"

"சரி, சொல்ல வேண்டாம்."
"மனசிலே, அது இருந்துண்டு என்னமோ வேதனை பண்ணறதே."

"அப்படின்னா சொல்லு. மனசு நிம்மதியாகும். நேக்கு இந்தச் சொப்பனங்களிலே நம்பிக்கை கிடையாது."

"உமக்கு எதிலும் நம்பிக்கை கிடையாது. நான் கண்டது போல நீர் கண்டிருந்தா, தெரியும் உமக்கு?"

"சரி, சரி, நான் கர்ப்பமா இருப்பது போல் நீர் இருந்தா உனக்குத் தெரியும், அந்த வேதனைன்னு கூடப் பேசுவே போலிருக்கு. சரி,

விஷயத்தைச் சொல்லு. என்ன சொப்பனம் கண்டே?"

"நேற்று மாலையே எனக்குக் கொஞ்சம் மயக்கம் இருந்தது. என்னமோ கிடக்குன்னு வழக்கம்போல சாப்பிட்டுப் படுத்துண்டேன்..."

"அதுதான் தப்பு. எப்போ மயக்கமோ, அப்போ சாப்பிடலாமோ? லங்கணம் பரம ஔஷதம்னு பெரியவா சொல்வாளே! சாப்பிடாம படுத்திருந்தா சொப்பனமே இருந்திராது."

"பெரிய டாக்டர்தான். சும்மா இரும். கர்ப்பிணிகள் பட்டினியா இராத்திரியிலே படுக்கக் கூடாதுன்னு சகலரும் சொல்வா. அதனாலேதான். தூக்கம் வந்தது. பாதி ராத்திரி இருக்கும். யாரோ என் பக்கத்திலே வந்து படுத்தா."
"என்னடி இது?"

"சொப்பனத்திலே."

“அப்பா, நீ சொல்ல ஆரம்பிச்சதே நேக்கு ஒரே திகிலா போயிடுத்து.”

“படுத்தது ஆணா பெண்ணான்னுசரியாத் தெரியலே. யாரது, யாரதுன்னு நான் கேட்கக் கேட்க யாருன்னு தெரியலை யான்னு சொல்லிண்டே என் தாடையைப் பிடிச்சிக் கிள்ளிண்டு என்னென்னமோ கோணல் சேட்டைகளெல்லாம் செய்ய ஆரம்பித்தது அந்த உருவம்.”

“என்ன சேட்டை செய்தது?”

“சேட்டை செய்ததுன்னா, எல்லாம் நீங்க செய்வேளே சேட்டைகள், அதுபோலத்தான். நான் ஒரு திமிரு திமிரிண்டு எழுந்தேன். உடனே கலகலன்னு சிரிச்சிண்டு. “ஏண்டி, ஆண்டாள், என்னைத் தெரியல்லையா? நான்தான் உன் ஆத்துக் காரருக்கு முதல் ஆத்துக்காரியா இருந்தவான்னு சொல்லிற்று அந்த உருவம்.”

“அந்தச் சனியனா? உன் சொப்பனத்திலே வந்தா?”

“நடந்ததைக் கேளும். நான் பயந்துபோய், காலைத் தொட்டு நமஸ்காரம செய்துண்டு, “எங்கே வந்தேள்? என்ன வேண்டும் நோக்கு”ன்னு கேட்டேன். உடனே என் வயித்தைக் காட்டி, “உள்ளே இருக்கே, அது வேண்டும் அதை எடுத்துக் கொண்டு போகத்தான் வந்தேன்” என்று சொல்லிவிட்டு, உம்ம முதல் சம்சாரம் சிரிச்சா, நேக்கு ஒரே அழெ வந்தது. ஐயையோன்னு கூவினேன். உடனே என் வாயை அவ மூடிவிட்டு, என்னை ஒரு பயங்கரமான பார்வை பார்த்தாள், “அடி ஆண்டாள்! உனக்குக் குழந்தை பிறந்தால் அடுத்த நாளே உன் புருஷன் உயிர் போய்விடும். ஜாதகப் பலன் அப்படியிருக்கு. குழந்தை பிறக்காவிட்டால் அவர் தப்புவார். அது தெரிந்துதான் பகவான் எனக்குத் குழந்தை இல்லாமலே செய்தார். இப்போது உன் வயிற்றிலே உலவுவது குழந்தையல்ல. நம்ம ஆத்துக்காரரின் உயிரைக் குடிக்கப் போகும் எமன். அதைக் கொன்றால் அவர் பிழைப்பார். அது பிழைத்தால் அவரைக் கொண்றுவிடும்” என்று கூறினாள்.

“இது என்னடி மகா பயங்கரமா இருக்கே! குழந்தை பிறந்தால் நான் சாவேனா? ஜாதகம் அப்படின்னா இருக்கு?”

“நேக்கென்ன தெரியும்? குங்குமமும் மஞ்சளும் பூசிக் கொண்டு அவள் குலுங்கக் குலுங்கச் சிரிச்சுண்டு சொன்னா. நேக்குப் பயத்தாலே உடல் வியர்த்துப் போச்சு. கைகூப்பி நமஸ்காரம் செய்து, “அம்மா! நேக்கு இம்மாதிரி கஷ்டம் வரச் சொல்லாதே. உனக்குக் கோயில் கட்டி நமஸ்கரிக்கிறோம்”னு கெஞ்சினேன். என்னாலே என்னடி செய்ய முடியும்? உன் வயத்திலே அந்தக் கரு வளர வளர, அவர் உயிர் கொஞ்சம் கொஞ்சமா போயிண்டே இருக்கு. இதை என்னாலே தடுக்க முடியாது. ஒரு வழிதானிருக்கு. உன் கருவை நான் சிதைத்து விடுகிறேன். பிறகு உன் புருஷன் தப்புவார்னு சொன்னா.”

“நீ என்ன சொன்னே?”

“என்ன சொல்வேன்? புருஷனைவிடப் பத்தினிகளுக்கு வேறே என்ன வேண்டும்? நான், “கரு போனாலும் போகட்டும் அவர் தப்பினால் போதும்னு” சொன்னேன். உடனே அவ என் வயித்தைப் பிடிச்சு ஒரே அழுத்து அழுத்தினா. எனக்கு உயிரே போவது போலிருந்தது அடுத்த வினாடி நான் விழிச்சிண்டேன்.”

“சனியன்! இவ்வளவும் சொப்பனந்தானே!”

“சொப்பனந்தான். ஆனால் கர்ப்பம் கலைந்து போயிருக்கே!” என்று கூறி, ஆண்டாள் தேம்பினாள். அவரும் தன்னையறியாமல் இரண்டோர் துளி கண்ணீர் விட்டார். அந்த நேரத்தில் டாக்டர் லலிதகுமாரி அங்கு வந்தாள். ஆண்டாள் அழுது கொண்டிருப்பதையும், அவளருகே அமர்ந்து கொண்டு அவள் புருஷன் கலங்குவதையும் கண்ட லேடி டாக்டர் லலிதகுமாரி ஒன்றும் புரியாதவளாய், “ஏன் என்ன சமாசாரம்? ஏன் இரண்டு பேரும் அழுகிறீர்கள்? ஏதாவது விபத்தா?” என்று மடமடவென கேட்கலானாள்.

ஒரு பெண்ணின் எதிரில் அழுவது கேவலம் என்று கருதிக் கொண்டு ஆண்டாளின் கணவன் கண்களைத் துடைத்துக் கொண்டு விசாரத்துடன், "சிகசாரப்பலன் யாரைத்தான்சும்மா விட்டுவிடும்? கைக்கு எட்டியது வாய்க்கு எட்டவில்லை என்று கதை போலாயிற்று. என்ன செய்வது? கொடுத்து வைத்தது அவ்வளவுதான்" என்று கூறினார்.

"கிரகசாரமாவது பரசாரமாவது! நீங்கள் பேசுவது எனக் கொன்றும் புரியவில்லையே" என்று டாக்டர் கேட்க, சோகத்துடன், கனவில் முதல் மனைவி வந்ததும், ஜாதகப்பலனைக் கூறியதும், ஆண்டாள் அலறியதும், கருச்சிதைந்ததுமான விஷயத்தை ஐயர், சாங்கோபாங்கமாகக் கூறி முடித்தார்.

இடையே ஏதும் பேசாமல் லலிதகுமாரி, அந்தப் புனை சுருட்டைப் பொறுமையுடன் கேட்டுக் கொண்டிருந்து விட்டு, ஆண்டாளை உற்று நோக்கியபடி, "பாபம்! ஆண்டாளின் ஆசை அவலமாகிவிட்டதற்காக நான் வருந்துகிறேன்.

இனி, இங்கே தங்க வேண்டிய அவசியமும் இல்லை. ஆண்டாளை அழைத்துக் கொண்டு, திவ்ய சேத்திரங்களுக்குப் போய்விட்டு வாருங்கள்" என்று அனுதாபத்துடன் கூறினாள். ஐயர் ஆண்டாளுக்குக் தைரியம் கூறிவிட்டு மறுதினம் இராகுகாலத்திற்குப் பிறகு, வீட்டிற்கு அழைத்துச் செல்வதாகச் சொன்னார். இதற்குள் லலிதகுமாரி, பில் தயாரித்துக் கொடுத்தாள். பணம் மறுதினம் கொண்டு வருவதாகக் கூறிவிட்டு, அவர் போய்விட்டார்.

பிறகு லிலிதகுமாரி, ஆண்டாளிடம் சென்று, "ஏன் இந்தச் சூது?" என்று கடுகடுத்த முகத்துடன் கேட்டாள். "நேக்கு ஒப்பலே" என்று சாதாரணமாக ஆண்டாள் பதில் கூறினாள். "எது பிடிக்க வில்லையம்மா உனக்கு? தாலி கட்டின புருஷனை ஏய்த்து வாழ்வது பிடிக்கவில்லையா? கர்ப்பிணி என்று பொய் கூறியது பிடிக்கவில்லையா? ஆண்டாள்! நீ பெரிய ஜாலக்காரி! அந்த அசட்டுப் பேர்வழியை ஆட்டிப் படைக்கிறாய். கொஞ்சமாவது புத்தியுள்ளவனிடம் இது போல எவளாவது செய்ய முயன்றால் தெரு

சிரித்துவிட்டிருக்கும், இந்நேரம். எப்படியோ போகட்டும் நீ உத்தமியை நம்பவைத்து மோசம் செய்த காரணம் என்ன?" என்று லலிதா கேட்டாள்.

"சூத்ரா வீட்டுக் குழந்தையை என் குழந்தேன்னு கூறி, எங்க ஆத்திலே வளக்கறது மகா பாபகாரியம்னு நேக்கு பயமாயிடுத்து அதுக்காகத்தான் அவரிடம் சொப்பனம்ன்னு கதை சொன்னேன் நீ இப்போ அதுக்கு ஏன் பிரமாதமா கோபங்கொள்றே? நான் வேணுமானா நூறோ, இருநூறோ தந்துடறேன்" என்றாள் ஆண்டாள்.

"மோசக்காரி! சாதி அகம்பாவம் பிடித்தவளே! உன் நூறையும் இருநூறையும் குப்பையிலே போடு" என்று கோபமாக கூறிவிட்டு, லலிதா விஷயத்தை மெள்ள உத்தமியிடம் உரைத்ததோடு, திகிலடைந்த அவளுக்குத் தேறுதல் கூறி உத்தமிக்குப் பிறக்கும் குழந்தையைத் தான் வளர்த்துக் கொள்வதாக வாக்களித்தாள்.

மனைவியின் பேச்சை மெய்யென நம்பிய ஐயர் ஆண்டாளுக்கு அதிகமான போஷணைகள் செய்யத் தொடங்கினார். திராட்சையும் கமலாவும், சாத்துகுடியும் பிறவும் கூடை கூடையாக வந்தன. புதிய புதிய டானிக்குகள் கருச் சிறைந்ததே என்று கவலைப்பட்டு ஆண்டாள் துரும்பாக இளைத்து விடுவாளோ என்று பயந்த ஐயர், அவள் மனம் நிம்மதியாக வேண்டுமென்று கருதி, சரசமாடவும் தொடங்கினார். எனவே, ஆண்டாளுக்கு நஷ்டம் இல்லை, இலாபந்தான்!!

ஊருக்குப் போயிருந்த பார்வதிக்கு இவ்விஷயம் சூட்சசமாகத் தெரிவிக்கப்பட்டது. பார்வதியும் வந்து சேர்ந்தாள். ஆண்டாளின் துரோகம் பார்வதிக்கு ஆச்சரியமூட்டவில்லை. மாறாக, சந்தோஷமே தந்தது. “அந்தச் சாதி வெறி பிடித்த குடும்பத்திலே, உத்தமியின் குழந்தை வளருவது சமுதாயத்துக்கு நட்டம். எனவே, எந்தக் காரணத்தைக் கொண்டோ, அது நேரிடாமற் போனதற்காக அகமகிழ்கின்றேன்” என்று கூறினாள்.

உத்தமியும் தேறுதல் அடைந்தாள். லேடி டாக்டரின் சிகிச்சைச்சாலை அவளுக்கு ஒரு சிறந்த போதனைக் கூடமாக விளங்கியது. லேடி டாக்டர் போலவே தன் வாழ்வையும் துன்புற்றோரின் தொண்டிற்காகப் பயன்படுத்துவது என முடிவு செய்து கொண்டாள்.

◈◈◈

12

“டாக்டர் லலிதகுமாரிக்கு உன் விஷயமாக விசேஷ அக்கறை இருப்பது எனக்குத் தெரியும். ஆகவே, நான் இந்தச் செய்தி தெரிந்ததும் பெங்களூர் போய்த்தான் தீர வேண்டும் என்று நினைக்கவில்லை. ஆனால் நான் பெங்களூர் வரவேண்டிய அவசியம் ஏற்பட்டது” என்று கூறிக் கொண்டே உத்தமியிடம் பார்வதி ஒரு விளம்பரக் கடிதத்தைக் கொடுத்தாள்.

இன்குலாப் ஜிந்தாபாத்!
அச்சுத் தொழிலாளரே,
முதலாளித்வ நச்சரவை நசுக்குங்கள்!
அச்சுத் தொழிலாளர் மாநாடு
உலகத் தொழிலாளரே ஒன்றுபடுங்கள்!

தோழர்களே!

மாகாண அச்சுத் தொழிலாளர்களின் முதல் மாநாடு, பெங்களூரில் நடைபெறுகிறது.

தொழிலாளர் தலைவரும், "ரட்சகன்" பத்திரிகை ஆசிரியருமான தோழர் பார்த்திபன் தலைமை வகிக்க இசைந்துள்ளார்.

பிரசங்க பூஷணி ரோஸ் மேரி அம்மையார் மாநாட்டை ஆரம்பித்து வைப்பார்.

கொடைவள்ளல் ஆலாலசுந்தரர் கொடி ஏற்று விழா ஆற்றுவார்.

கலாரசிகர் கனகசபேசர், 'காலமும் காவியமும்' என்னும் பொருள் பற்றிப் பேசுவார்.

கட்டணம் இல்லை! அனைவரும் வருக!! மாநாட்டுப் பிரதிநிதிகள் மாகாணம் பூராவிலிருந்தும் வருகின்றனர்.

இங்ஙனம்,
அச்சுத் தொழிலாளர்

மாநாட்டு வரவேற்பு கழகத் தலைவர்,
ஆறுமுகம் பிள்ளை.

என்று பல வர்ணங்களில் அச்சடிக்கப்பட்ட அந்தத் துண்டு விளம்பரத்தைப் படித்துவிட்டு, உத்தமி பார்வதியைப் பார்த்தாள் புன்னகையுடன். புன்னகையின் கொருள் விளங்கவில்லை, லேடி டாக்டருக்கு. பார்த்திபன் என்ற எழுத்துப் பொறிக்கப் பட்டிருந்த இடத்திலே தன் விரலை வைத்துக் கொண்டு, விழியால் லலிதகுமாரிக்கு உத்தமி விஷயத்தை விளக்கினாள்.

“ஓகோ!” என்று டாக்டர் கேலி செய்யவே, பார்வதி தலையை அசைத்துவிட்டு, “பார்த்திபன், இந்த மாநாடு கூட்டுவது புதியதோர் மோசடி செய்வதற்காக இருக்கும். அது என்ன என்பதைத் தெரிந்து கொள்ள நான் வந்திருக்கிறேனே தவிர உத்தமி எண்ணுகிறபடி, பார்த்திபனிடம் காதல் கொண்டல்ல. அவனுடைய மாயஜாலங்களும், மயக்கும் மொழிகளும் என்னை ஏமாற்றாது. அவன் இத்தனை நாட்களாக மலையாள நாட்டிலே கதகளி நடனம் காணச்

சென்றிருந்தானாம், கலாரசிகர் கனக சபேசர் ஏடுகளிலே படித்துக் காட்டிய ரசங்களைக் காண. அவன் பல வீடு நுழைந்து மனோகரிகளிடம் பாடங் கேட்டானாம். அந்தப் பயிற்சி காலத்திலே. பூஜையிலே புலி புகுந்தது போலப் போய்ச் சேர்ந்தாராம், ஆலாலசுந்தரர். அவரையும் சரிப்படுத்தி, பாத்திபன் இங்கே இழுத்து வருகிறான்! கொடைவள்ளல் என்று பெயராம். தெருக் கோடியிலே பிச்சைக்காரன் வருவதைக் கண்டாலே கதவைத் தாளிட்டுக் கொள்ளும் லோபி ஆலால சுந்தருக்கு! இங்குள்ள மக்களுக்கு உண்மையிலே, ஆலால சுந்தரர் எப்படிப் பட்டவர் என்பது தெரியும். மாநாட்டிலே அவரைக் கர்ணனென்றும் குமணன் என்றும் புகழ்ந்து பேசுவார்கள். விஷயமறியாத மக்கள் உண்மைதான் என்று நம்புவார்கள்" என்று பார்வதி ஆத்திரத்துடன் கூறிவிட்டு, அச்சுத் தொழிலாளி ஆறுமுகம் பிள்ளை என்பவர் யார்? எங்கே இருப்பவர்? எப்படிப் பட்டவர்? என்பதைத் தெரிந்து கொள்ள வேண்டும் என்று டாக்டரிடம் கூறினாள்.

லலிதகுமாரி, கம்பவுண்டரைக் கூப்பிட்டு, "உனக்கு அச்சுத் தொழிலாளி ஆறுமுகம் பிள்ளை தெரியுமா?" என்று கேட்டாள். ஆனால் எனக்குச் சிநேகிதமில்லை. எப்போதாவது பார்ப்பதுண்டு..." என்று கம்பவுண்டர் இழுத்துக் கொண்டே போனான். தனக்குத் தெரிந்தவர்தான் ஆறுமுகம் பிள்ளை என்பதைக் காட்டிக் கொள்ள அவன் விரும்பவில்லை என்பது அவன் பேச்சுத் தோரணையினாலேயே தெரிந்தது. லேடி டாக்டர், பார்வதியைப் பார்த்து, "மற்ற விஷயங்களை நீயே கேட்டுக்கொள்" என்றுரைத்தாள். பார்வதி, துண்டு விளம் பரத்தைக் காட்டி, "இந்த மாநாடு சம்பந்தமாக அவரைச் சில விஷயம் விசாரிக்க வேண்டும். அதற்காகத்தான் அவரை உங்களுக்குத் தெரியுமா என்று கேட்கிறேன்" என்று கூறினாள்.

"அவரையாவது துவரையாவது. அவன் எனக்குத் தெரிந்தவன் என்று சொல்லிக் கொள்ளவே நான் வெட்கப் படுகிறேன். நீங்கள் அவனை அவ்வளவு மரியாதையாக அவர் இவர் என்று சொல்லுகிறீர்களே. ஆறுமுகம் சுத்த அம்பக்

பேர்வழி, பெங்களூரிலே அவனுக்கு அம்பக் ஆறுமுகம் என்று தானே பெயர். புளுகுதான் அவனுக்குப் போசனம்! மோசம் செய்வதுதான் மோட்சம் அவனுக்கு! பெரிய பகல் வேடக்காரப் பயல்; குடிகாரன். அவன் அச்சுத் தொழிலாளர் மாநாடா நடத்தப் போகிறான். மச்சுத் தொழிலாளர் மாநாடு கூட நடத்துவான். யாரோ பாவம் நல்ல மனுஷர்களை, இங்கே இழுத்து வந்து அகப் பட்டதைச் சுருட்டப் போகிறான். உங்களுக்குப் பார்த்திபரோ, மற்றவர்களோ தெரிந்திருந்தால், உடனே தந்தி அடித்து விடுங்கள். இந்தப் பயலை நம்பி, பெரிய மனுஷர்கள் வந்து மனக்கஷ்டம் அடையக் கூடாது பாருங்கோ" என்று கம்பவுண்டர் கூறினான்.

பார்வதி சிரித்துவிட்டு, "இனம் இனத்தோடுதான் சேரும்! ஆறுமுகம் வயிற்றைக் கழுவ மோசடி செய்பவன். இந்தப் பார்த்திபன் முதலியவர்களுக்கு அந்த நிலைமை இல்லை என்றாலும், அவர்கள் அம்பக் ஆறுமுகத்திற்கு எந்தவிதத்திலும் குறைந்தவர்களல்ல. இது

இருக்கட்டும். நான் இந்த ஆறுமுகத்தைப் பார்த்துப் பேச வேண்டும். எங்கே போனால் பார்க்கலாம்?" என்று கேட்க, கம்பவுண்டர், "நீங்க ஒரு வேடிக்கை! அவனைப் பார்க்க நீங்க போவதா, ரொம்ப இலட்சணம். வாடா கழுதேன்னா வருவான். அவனைப் பார்க்கறதுக்குப் போகணுமா? அவன் சுத்த மட்டமான பேர்வழிங்க. என்னமோ மாநாடு கூட்டறான்னு மதிச்சிடாதீங்க. அம்பக் ஆறுமுகத்தைக் கேட்டால்லோ தெரியும். ஆளின் யோக்கியதை" என்று கூறிவிட்டு மறுதினம் ஆறுமுகத்தை அழைத்து வருவதாகச் சொன்னான்.

"சேற்றில்தானே தவளை இருக்கும்! தவளைக்கும் சேறுதானே கிடைக்கும். அதுபோலத்தான், அம்பக் ஆறுமுகத்திற்கு ஏற்ற ஆள்தான் பார்த்திபன்! பார்த்திபனுக்கு ஏற்ற ஆள்தான் ஆறுமுகம். ஆனால் இந்த இரண்டு வேடதாரிகளுமாகக் கூடிக் கொண்டு, அச்சுத் தொழிலாளரைக் கெடுப்பதா? சீச்சீ! இது மகா கேவலம். ஏழைத் தொழிலாளரின் வெள்ளை உள்ளத்தை இப்படிக்

கபடர்கள் கொள்ளை அடிக்கின்றனர். இதுமகா துரோகம்” என்று பார்வதி பரிதாபத்துடன் பேசலானாள். “பழைய பைத்தியம் இன்னும் அவளுக்கு விடவில்லை” என்று உத்தமி டாக்டருக்குக் கூறினாள். “ஒவ்வொருவருக்கும் ஒவ்வொரு மாதிரியான பைத்தியம்” என்று கூறிவிட்டு லேடி டாக்டர் சிரித்தாள்.

◈◈◈

13

அச்சுத் தொழிலாளர் மாநாட்டுச் செயலாளர் என்று கூறப்பட்ட ஆறுமுகம் என்பவனைக் கம்பவுண்டர் அழைத்து வந்து பார்வதியிடம் அறிமுகப்படுத்தி வைத்தான். ஆறுமுகத்தின் நடையுடை பாவனையே 'அம்பக்' என்ற பட்டம் அவனுக்கு உரித்தானது என்று காட்டிற்று.

ஆறுமுகத்தைக் கண்டதும், பார்வதிக்கு அவன் ஒரு ஏமாற்றுப் பேர்வழி என்பது விளங்கிற்று என்ற போதிலும் அவனுடன் பேசி, மேலும் பல தகவல்களைத் தெரிந்துக் கொள்ள விரும்பினாள். எப்படி எப்படிப் பேசுவார்களோ அதற்கேற்றபடி பேசுவதுதான் ஆறுமுகத்தின் வாடிக்கை. அதன்படியே அன்றையப் பேச்சு இருந்தது.

பார்வதி, பல விஷயங்களைப் பற்றிப் பேசினாள். ஒவ்வொரு விஷயத்திலும் தனக்குத் தெளிவு உண்டு என்பதைக் காட்டிக் கொள்ள எண்ணினான், ஆறுமுகம் "தொழிலாளர்கள் விஷயத்திலே அக்கறை காட்டுபவர்களிடம் எனக்குப் பெருமதிப்புப் பிறப்பதுண்டு. பெங்களூருக்கு ஒரு காரியமாக வந்தேன். இங்கு அச்சுத் தொழிலாளர் மாநாடு நடைபெறப்போவதாக அறிந்து மகிழ்ந்தேன். இதனை யார் நடத்துவது என்று விசாரித்தேன். தங்கள் பெயரைக் கூறினார்கள். உடனே தங்களைக் காண வேண்டுமென்று விருப்பப்பட்டேன். தங்களுக்கு வேறு எத்தனையோ வேலையிருக்கும். நான் தங்களுக்குத் தொல்லை கொடுத்துவிட்டேன்" என்று பார்வதி சம்பிரதாயமான உபசார மொழி புகன்றாள்.

ஆறுமுகம் மிக அலட்சியமாக, "ஒருவர் மதிக்க வேண்டும். புகழ வேண்டும் என்பதற்காக நான் ஒரு காரியமும் செய்வதில்லை. தொழிலாளர் பாவம். வாயில்லாத பூச்சிகளாக

இருக்கிறார்களே, ஏதோ நம்மாலான உதவியைச் செய்வோம் என்ற கருத்தோடு தான் இந்த மாநாட்டை ஆரம்பித்தேன். உண்மையிலேயே, எனக்கு வேலை அதிகந்தான் என்றாலும், மாநாடு விஷயமாக யாரோ ஒரு மாது பேச விரும்புகிறார்கள் என்று கேள்விப் பட்டதும், போய்ப் பேசிவிட்டுத்தான் வர வேண்டும் என்று தோன்றிற்று. உங்களுடைய ஒத்துழைப்பும் மாநாட்டுக்கு வேண்டும்" என்று ஆறுமுகம் கூறினான். பிறகு இந்த உரையாடல் நடக்கலாயிற்று.

"பார்த்திபனைத் தங்கட்கு எவ்வளவு நாட்களாகத் தெரியும்?"

"கொஞ்ச நாடகளாகத்தான் ஏன்?"

"ஒன்றுமில்லை. தொழிலாளர்களின் மாநாட்டுக்குத் தலைவராகத் தேர்ந்தெடுத்தீர்களே, அவரைத் தங்கட்கு அதிகமாகத் தெரியும் என்று எண்ணினேன்."

“இதிலென்ன இருக்கிறது? தலைமை வகிக்க யாரை அழைத்தால் என்ன? பொம்மை போல உட்கார வேண்டியது தானே? சகல காரியத்தையும் நான் கவனித்துக் கொள்ளப் போகிறேன். ஒப்புக்குத் தலைவர். இந்தப் பார்த்திபனிடம ஒரு பத்திரிகை இருப்பதால் அந்த ஆளை மாநாட்டுக்குத் தலைவனாக இருக்கச் செய்தால், பத்திரிகையிலே மாநாட்டுச் செய்தி அதிகமாக வெளிவருமல்லவா? அதற்காகத்தான் பார்த்திபனை இழுத்தேன்.”

“நல்ல தந்திரசாலி நீர். ஆனால் பார்த்திபனை நீர் உபயோகப்படுத்திக் கொள்ள விரும்புவது போலப் பார்த்திபனும் தன்னுடைய சொந்த விளம்பரத்துக்கு அந்த மாநாட்டைப் பயன்படுத்திக் கொள்ள விரும்பினால்...?”

“விரும்பட்டுமே, நமக்கென்ன நஷ்டம்?”

“நமக்கு ஒன்றுமில்லை. தொழிலாளரின் பெயரைக் கூறிக் கொண்டு, இப்படி ஒரு விளையாட்டுக் கூடாதே என்று கூறினேன்.”

“இதிலே விளையாட்டு என்ன இருக்கிறது? நான் தொழிலாளர் தோழன். பார்த்திபன் வேறு எவனோ, எந்தக் காரணத்துக்காகவோ மாநாட்டுக்கு உதவி செய்கிறான். அந்த உதவியை நான் தொழிலாளரின் நன்மைக்குத் தானே பயன் படுத்தப் போகிறேன்.”

“அது சரி, எல்லோரும் தங்களைப் போலவே நல்ல குணமுடையவர்களாக அமைவார்களா?”

“மகாநாட்டிலே தாங்களும் கலந்து கொள்ள வேண்டும். அன்று தங்கள் பெயருடன் ஒரு புது விளம்பரம் வெளியிட உத்தேசம்.”

“அதெல்லாம் வேண்டாம். நான் மாநாட்டுக்கு வருகிறேன். பேசுவதிலே எனக்குப் பிரமாதமான பயிற்சி கிடையாது. என் பெயரை விளம்பரப்படுத்த வேண்டாம்.

“பெண் தொழிலாளர்களைப் பற்றித் தாங்கள் ஒரு சிறு பிரசங்கம் செய்ய வேண்டும்.”

"எனக்குப் பிரசங்கம் செய்ய தெரியாது."

"நான் சில குறிப்புகள் தருகிறேன். அதை வைத்துக் கொண்டு பேசிவிடலாம்."

"தங்களுக்கு அந்தச் சிரமம் வேண்டாம். நான் மாநாட்டுக்கு வருகிறேன்."

"ஆறுமுகம் இந்தப் பேச்சுக்குப் பிறகு நன்கொடையை எதிர்ப்பார்த்து நின்றான். கிடைக்கும் குறி காணாததால் வீண் வேலையாக முடிந்தது என்று சிரமப்பட்டான். ஒரு கப் காப்பி தான், அவன் கண்ட பலன்.

◈◈◈

14

மாநாடு ஆடம்பரமாக ஆரம்பமாயிற்று. யானை குதிரையுடன் ஊர்வலம். தலைவர்களின் கழுத்து நோகுமளவு மலர் மாலைகள், தர்மகர்த்தாக்களும், மடங்களின் ஆட்களும், ஊர்வலத்திலே கலந்து கொண்டனர். ஆலாலசுந்தரருக்கு இந்த ஆடம்பர செலவு தான் தலையிலே வந்து விடியுமோ என்ற பயம் மேலிட்டு விட்டது. ஊர்வலத்தைப் போட்டோ எடுத்தனர். பத்திரிகையிலே அந்தக் காட்சி வெளிவருகிறபோது ஊரார் தனக்கிருக்கும் செல்வாக்கை எண்ணித் தன்னிடம் பெருமதிப்புக் கொள்வார்கள் என்ற பூரிப்புப் பார்த்திபனுக்கு. கலாரசிகர் கனகசபேசருக்கோ, இதுபோன்ற ஊர்வலக் காட்சிகளை எந்தெந்தப் புலவர் எப்படியெப்படி வர்ணித்திருக்கிறார்கள் என்ற

ஆராய்ச்சி. ஆறுமுகத்திற்கு அன்று சரியான சந்தோஷம். பெங்களூர் மட்டுமல்ல. பல ஊர்களில் “தொழில்” நடத்த முடியும். இந்த ஒரு மாநாட்டு மதிப்பை முதலாக வைத்துக் கொண்டு என்ற எண்ணம் அவனுக்கு. ஊர்வலத்திலே முதலாளிமார்களின் அனுமதியின் பேரில் கலந்து கொண்ட தொழிலாளர்கள் இந்த ஆடம்பரத்தைக் கண்டு திகைத்தனர். நம்மிடம் அக்கறை காட்ட இவ்வளவு பணம் செலவாகிறது; நமது நிலையோ ஒன்றும் உயருவதாகக் காணோம் என்ற திகைப்பு அவர்களுக்கு. ஒரு புறம் வாத்தியகோஷம். மற்றோர் புறம் வீரமுழக்கங்கள். “முதலாளித்தும் ஒழிக! தொழில் அரசு ஓங்குக!” என்ற அலங்கார அட்டை வளைவுகள். மாநாட்டு வைபவம் ஒரு திருவிழா போன்று காணப்பட்டது.பார்வதி, மாநாட்டுப் பந்தலிலே, ஒரு மூலையிலே உட்கார்ந்து கொண்டு, நிகழ்ச்சிகளைக் கவனிக்கலானாள். பார்த்திபன், முன்பு இருந்ததைவிடச் சற்றுப் பருத்து இருப்பதைக் கண்டாள். ஆலாலசுந்தரர், களைத்து இருப்பது தெரிந்தது. கனகசபேசரின் முகம் கலை

உணர்வைக் காட்டுவது போல மாறி மாறி மலர்வதும் குவிவதுமாக இருந்ததைக் கண்டாள். உள்ளூர தேவார பஜனைக் கோஷ்டியாரின் பாடலுடன் மாநாடு துவங்கிற்று. பிரார்த்தனை முடிந்த பிறகு தலைவர்களுக்கெல்லாம் ஆறுமுகம் மலர்மாலை சூட்டினான். மாநாட்டினர் கைதட்டிச் சந்தோஷத்தை தெரியப்படுத்தினர்.

"வெள்ளைக்காரர்கள் கூட அவருடன் பேச முடியாது. அவ்வளவு ஜோராக இங்கிலீஷ் பேசுவாராண்டா தலைவர்."

"முகத்திலே களை பாருடா!"

"பக்கத்திலே ஒரு பெரியவர் இருக்கிறாரே, அவர் பெரிய ஜெமீன்தாராம். எத்தனையோ கோடி பணம் இருக்காம் அவரிடம்."

"அவருக்குப் பக்கத்திலே இருப்பவர் பெரிய கவியாம். காளமேகம், கம்பன் போன்றவர்களைவிட மேலாம் இவர்."

“ஆறுமுகம் கெட்டிக்காரப் பேர்வழிடா, எங்கெங்கேயோ இருந்து, யார் யாரையோ, அழைத்து வந்திருக்கிறான்.”

இப்படி மகாஜனங்கள் மாநாட்டைப் பற்றி மனம் போன போக்கிலே பேசிக் கொண்டனர். ஆடம்பரத்திலும் வெளி வேஷத்திலும் இவ்வளவு சுலபத்திலே ஏமாந்து போகும் இந்த மக்களைக் கொண்டு, எப்படிச் சமூக பொருளாதாரப் புரட்சியை உண்டாக்க முடியும் என்று பார்வதி ஏக்கம் கொண்டாள். அந்த நேரத்திலே ஆறுமுகம், மாநாட்டுக்கு வந்துள்ள தலைவர்களை மகாஜனங்களுக்கு அறிமுகப்படுத்தினான். “விளம்பரத்திலே குறிக்கப்பட்டவர்களிலே ஒரே ஒருவர்தான் வரவில்லை ரோஸ் மேரி அம்மையாருக்கு திடீரென ஜுரம் வந்துவிட்டதால் அவர்கள் வரமுடியவில்லை என்று தந்தி கொடுத்து விட்டார்கள். இது நமக்குப் பெரிய விசனம் கொடுக்கிறது என்றாலும், எல்லாம் நன்மைக்குத்தான் என்ற பழமொழிப்படி அந்த ரோஸ்மேரி அம்மையார் வராததினால் நமக்கு வேறு ஒரு நன்மை கிடைத்திருக்கிறது. அந்த

அம்மையாருக்குப் பதிலாக அவர்கள் ஆற்ற இருந்த பணியைச் செய்ய வேறோர் அம்மையார் நமக்கு இன்று கிடைத்திருக்கிறார்கள். அவர்கள் சென்னைவாசி, அவர்களின் பெயர், பார்வதி, பி.ஏ., என்று ஆறுமுகம் சொன்னான். மேடையிலே விசேஷ பரபரப்பு ஏற்பட்டது. பார்த்திபன் திடுக்கிட்டுத் திரும்பிப் பார்த்தான், மிரள மிரள. ஆலாலசுந்தரருக்கு உடலே ஆட ஆரம்பித்தது.

மேடையிலே ஒரு பெண்மணியையும் காணாததால் பார்வதி, பி.ஏ., யார் என்று தெரிந்து கொள்ள முடியாது மாநாட்டுக்கு வந்த மக்கள், "யார் பார்வதி? எங்கே?" என்று கேட்டனர். அம்பக் ஆறுமுகம், திடீரென இந்த வெடிகுண்டு வீசுவான் என்று ஒரு துளியும் எதிர்பாராத பார்வதி என்ன செய்வ தென்று தெரியாமல் திணறிக் கொண்டு இருக்கையில் கையிலே ரோஜா மாலையுடன் ஆறுமுகம், பார்வதி உட்கார்ந்திருந்த இடத்துக்கு வந்து மாலையைப் பார்வதி கையிலே கொடுத்து விட்டு, "பார்வதி அம்மையாருக்கு..." என்று பெருங்குரலிலே

கூவினான். மகாஜனங்கள் "ஜே!! ஜே!!" என்று பெருங்கூச்ச லிட்டனர். பேசாமல் மேடைக்குச் செல்வது தவிர வேறு வழியில்லை பார்வதிக்கு. மேடையை நோக்கிப் புன்னகையுடன் நடந்து வரும் பார்வதியின் கையிலே ரோஜா மாலைதான் இருந்தது. ஆனால், கத்தியைக் கையிலே கொண்டு குத்த வருபவனைக் கண்டு பயப்படுவதைப் போல இருந்தது பார்த்திபனின் பார்வை.

மேடை மீது பார்வதி வந்து அமர்ந்ததும் பார்த்திபன் பயந்து போனான் என்றாலும் அதை மறைக்க ஒரு பச்சைச் சிரிப்பைத் துணைக்கு அழைத்துக் கொண்டே, "என்ன ஆச்சரியம்! நான் காண்பது கனவா, நனவா? பார்வதி! அது என்ன எதிர்பாராத சந்திப்பு?" என்று கேட்டான். பார்வதியின் புன்னகைக்குப் பொருள் விளங்கவில்லை.பார்த்திபனுக்கு,

ஆலாலசுந்தரரின் அகன்ற வாய் மூடவில்லை. கலாரசிகரின் கண் சிமிட்டல் ஓய்வில்லை. மாநாட்டினரின் கைதட்டலும் நிற்க வில்லை.

பார்வதி மாநாட்டினரை வணங்கியபடி "என்னைக் கௌரவித்ததற்காக வணக்கம். இனி மாநாடு நடைபெற வேண்டும். ஆகவே, தயவு செய்து சத்தம் செய்ய வேண்டாம்" என்று கேட்டுக் கொண்டாள். மாநாட்டிலே இதற்கு ஒரு சந்தோஷ ஆரவாரம் கிளம்பிற்று.

"யாராவது பாடினால் கூச்சல் நிற்கும்" என்று பார்த்திபன் அம்பக் ஆறுமுகத்திடம் கூறினான். எவ்வளவோ கோபம், சோகம், என் செய்வான் பார்த்திபன்! கொடைக்கானல் மாநாட்டுக்குப் பிறகு பார்வதியைச் சந்திக்கிறான். இடையே எவ்வளவோ மாறுதல்கள். பார்வதி பொது வாழ்விலிருந்தே விலகிவிட்டாள். இனி வரவே முடியாது என்று எண்ணி இருந்த பார்த்திபனுக்குத் திடீரெனப் பார்வதி பெங்களூர் மாநாட்டிலே பிரவேசித்தது ஆச்சரியத்தையும் அச்சத்தையும் தந்தது. அம்பக் ஆறுமுகம் வேண்டுமென்றே பார்வதியை இங்கு அழைத்து வந்தானோ என்ற சந்தேகம் பிறந்தது. பார்வதி பழைய சுபாவத் தோடு இருக்கிறாளா என்று அறிய ஆவல் கொண்டான். கேட்ப தென்றாலோ பயம்! பார்வதியின் சொற்பொழிவிலே தன்னைக்

கண்டித்து விடுவாளோ என்று திகில் கொண்டான். ஆலாலசுந்தர ருக்கு அந்தப் பழைய கதை நினைவுக்கு வந்தது. தனது காதலும் பார்வதியின் நிபந்தனையும் மனத்திலே குதிக்கத் தொடங்கின. ஒரு பெண்ணைக் கண்டு, இவர்கள் ஏன் இப்படி அஞ்சுகின்றனர் என்று மாநாட்டினரிலே சிலர் யோசிக்கலாயினர்.

இதற்குள் யாரோ ஒரு வாலிபனை இழுத்து வந்தான் ஆறுமுகம். வாலிபன் பாடினான். "வந்தாட்கொள்ளும் வடிவேலனே. வள்ளிலோலனே" என்ற முருகன் பஜனைக் கீதத்தை. அவன் உள்ளூர் பஜனைக் கூடத்திலே பாடகன். முருகன் வள்ளியிடம் கொஞ்சியதும், மன்மதன் பரமசிவனை மிஞ்சியதுமான பக்திப் பாடல்கள் தெரியுமேயொழிய, தொழிலாளர் குறைகள் பற்றியோ, சமதர்ம முறை குறித்தோ பாடல் ஏதுமறியான். அம்பக் ஆறுமுகம் உருவான தொழிலாளர் இயக்க அமைப்பு ஏற்படுத்தியிருந்தால்தானே இயக்கம் சம்பந்தமாகப் பாடத் தொண்டர்கள் இருக்க முடியும்! பார்வதி சிரித்தாள். அம்பக் ஆறுமுகத்தைக் கூப்பிட்டு "போதும் பாட்டு,

நிறுத்தச் சொல் இது என்ன பஜனை மண்டபமா?" என்று கேட்டாள். பாடலும் முடிந்தது. அதற்கு ஒரு ஆரவாரமான கைதட்டலும் நடந்தது.

அம்பக் ஆறுமுகம் மாநாட்டைத் துவக்கித் தரும்படி ஆலாலசுந்தரரைக் கேட்டுக் கொண்டான். ஆலாலசுந்தரர் அதுவரை (திருவிழாக்கள் தவிர) அவ்வளவு பெரிய கூட்டத்தைக் கண்டதில்லை. பேசியே பழக்கமில்லை. நாவிலே ஓர் விதமான பிசின் ஒட்டிக் கொண்டது! தொண்டையிலே வறட்சி! கைகால்கள் உதறின! கண்களிலே மிரட்சி! கஷ்டப்பட்டுச் சட்டைப் பைக்குள்ளிருந்து ஒரு காகிதச் சுருளை எடுத்தார். பிரித்தார், மடித்தார், மறுபடியும் பிரித்தார். ஏதோ பேச வாய் திறந்தார். எதையோ கூறினார். மாநாட்டிலே ஒரே சிரிப்பு, கேலி, சீட்டிகை அடிப்பதும்கை கொட்டுவதுமாகி விட்டது. அம்பக் ஆறுமுகம் கும்பிடுகள் போட்டான். "கூச்சலிடாதீர். சீமான் ஆலாலசுந்தரர் நேற்றெல்லாம் ஜுரத்தால் கஷ்டப்பட்டார். அதனால்தான் சிரமப்படுகிறார்" என்று சமாதானம் கூறினான். அதையே சாக்காக

வைத்துக் கொண்டு ஆலாலசுந்தரர், காகிதச் சுருளை ஆறுமுகத்தினிடமே கொடுத்து படிக்கும்படி கூறிவிட்டு உட்கார்ந்து கொண்டார். இதற்குள் முகம் முழுவதும் வியர்வை மயமாகிவிட்டது.

ஆறுமுகம் ஆலாலசுந்தரரின் சொற்பொழிவைப் படித்தான் பாதியிலே மாநாட்டிலே சலிப்பு உண்டாகி விட்டது. ஏன் உண்டாகாது? தங்களின் குறைகளைத் தீர்க்க ஏதாவது வழி கூறமாட்டார்களா, முதலாளித்தனத்தால் விளையும் கேடுகளைக் கண்டிக்க மாட்டார்களா என்று மாநாட்டினர் ஆவலோடு கூடியிருக்க, ஆலாலசுந்தரரின் சொற்பொழிவோ, "மனிதனாகப் பிறந்தவர் யாவரும் ஏதாவதொரு கஷ்டம் அனுபவித்துக் கொண்டுதான் இருக்கின்றனர். கவலை என்பது எல்லோருக்குமே உண்டு. கஞ்சிக்கு உப்பில்லை என்பதும் கவலைதான் பாலுக்குச் சீனியில்லை என்பதும் கவலைதான். போதுமென்ற மனமே பொன் செய்யும் மருந்து. கிடைப்பதைக் கொண்டு திருப்தி அடைவதே சிலாக்கியமான வழி. பாடுபடாமல் உலகிலே

யாருமே இருக்கவில்லை. தெய்வங்கள் கூடப் பாடுபட்ட வண்ணந்தான் இருக்கின்றன" என்று இருந்தது. ஏன் மக்களுக்குக் கோபம் வராது?

மாநாட்டினரின் மனப் போக்கை தெரிந்து கொண்டான் ஆறுமுகம். எனவே காகிதச் சுருளையில் எழுதி இருந்ததைப் படிக்காமல் தன் சொந்தச் சரக்கை வீசினான். உங்களின் கஷ்டத்தைப் போக்க வேண்டுமென்பதே என் நோக்கம். தொழிலாளர்களுக்கு ஒரு தர்ம ஆஸ்பத்திரி வைக்கப் போகிறேன். தொழிலாளர் வீட்டுப் பிள்ளைகளுக்கு இலவசப் படிப்புக்கு என்னாலான ஒத்தாசை செய்யப் போகிறேன்" என்று ஆறுமுகம் ஆலாலசுந்தரர் கனவிலும் எண்ணாததை எல்லாம் கூறினான். மாநாட்டினருக்கு மட்டற்ற மகிழ்ச்சி. ஆலாலசுந்தரருக்கு ஜே! ஜே! என்று ஆரவாரம் செய்தனர். ஆலாலசுந்தரர் கைகளைப் பிசைந்து கொண்டார். ஆறுமுகத்தின் சட்டையைப் பிடித்திழுத் தார். பார்த்திபனை நோக்கினார். இடையே பார்வதியைப் பார்த்து ஒரு அசட்டு சிரிப்பு" காட்டினார்.

பார்வதிக்கு விஷயம் புரிந்துவிட்டது. இதுதான் தக்க சமயம் என்று யோசித்து எழுந்து நின்று, “மகாஜனங்களே! ஆலாலசுந்தரர் இவ்வளவு உதவிகளைச் செய்யப் போவதாகப் பேசுகிறாரே யொழிய, செய்வாரா செய்யமாட்டாரா என்று சந்தேகப்பட வேண்டாம். இதே மேடையிலே 5000 ரூபாய் நன்கொடையாக இந்த ஊர் தர்ம வைத்தியசாலைக்குத் தரப் போகிறார்” என்று கூறிவிட்டு உட்கார்ந்தாள்.

மேடையிலிருந்த தர்ம வைத்தியசாலை அதிகாரி துள்ளிக் குதித்தெழுந்து, ஆலாலசுந்தரரின் கரங்களைப் பிடித்துக் குலுக்கி விட்டுக் கண்களிலே ஒத்திக் கொண்டு, “மகாஜனங்களே! ஆலாலசுந்தரரே கலிகாலக் கர்ணன். கர்ணன் கூட இவர் முன் என்ன செய்ய முடியும்? கர்ணன், கேட்டவர்களுக்கே தானம் கொடுத்தான். ஆலாலசுந்தரரோ, நாங்கள் கேட்கா முன்பே 5000 ரூபாய் நன்கொடை தருகிறார். இப்படிப்பட்ட உத்தம குணம் படைத்தவருக்கு நமது மனமார்ந்த வந்தனத்தைத் தெரிவித்துக் கொள்ள வேண்டும். ஆகவே ஆலாலசுந்தரருக்கே ஜே, ஜே,

ஜே என்று மூன்றுமுறை ஜே சொல்லுங்கள்" என்று உற்சாகத்தோடு கூவினார். மாநாட்டுக் கொட்டகை அதிர்ந்தது. மக்களின் கோஷத்தினால்!

ஆலாலசுந்தரருக்கு என்ன செய்வதென்றே தெரியவில்லை. பார்வதியைப் பிடித்திழுத்துக் கழுத்தை நெரித்து விடலாமா என்று தோன்றிற்று. "படுபாவி! இப்படி என்னைப் பாடுபடுத்து கிறாளே! ஒன்றா இரண்டா? ஒரு நூறா இரண்டு நூறா? ஐந்து ஆயிரத்தை நான் எப்படிக் கொட்டி அழுவேன்? என்று எண்ணினார். 'சீ! பயம் என்ன? எழுந்து சொல்லிவிடுவோம். அது முழு மோசடி. நான் ஒரு காசு கூடத் தரமுடியாது. தருவதாகச் சொல்லவில்லை. நினைத்ததே இல்லை. ஆறுமுகம் சரடு விட்டான். அநியாயக்காரி அதற்குமேல் அடுக்கிவிட்டாள்' என்று கூறவேண்டியதுதான் என்று தீர்மானித்து, எழுந்திருக்கப் போகும் சமயம் பார்த்திபன், அவரைப் பிடித்திழுத்து உட்காரவைத்து, இரகசியமாகக் கூறினான். "நிலைமை மோசமாகி விட்டது. பேசாமல் 5000

ரூபாய்க்குச் செக் எழுதி கொடுத்து விடுங்கள். இப்போது ஜனங்கள் இருக்கிற நிலைமையில் பணம் தர முடியாது. ஆளுக்கொரு கல் எடுத்துப் போட்டுக் கொன்று விடுவார்கள். அவ்வளவு ஆத்திரம் உண்டாகும்" என்று கூறினான். "எல்லாம் உன்னால் வருகிற வம்பு" என்று ஆலால சுந்தரர் சோகத்தோடு கூறி துக்கம் மேலிட்டவராய், நாற்காலியில் சாய்ந்து விட்டார்.

பார்த்திபனைப் பார்வதி புன்சிரிப்புடன நோக்கியபடி "5000 ரூபாயை தர்ம வைத்தியசாலைக்காரரிடம் கொடுத்து விடுவது தானே" என்று கூறினாள். ஆலாலசுந்தரருக்கு 'செக்' எழுதிக் தருவது தவிர வேறு வழியில்லை. 5000 ரூபாய்க்குச் 'செக்' கிடைத்ததும், ஆனந்தக் கூத்தாடினார் தர்ம வைத்திய சாலைக்காரர். ஆரம்பமே இவ்வளவு மோசமாக இருக்கிறதே. போகப் போக என்னென்ன நடக்குமோ என்று பயந்த பார்த்திபன், ஏதேதோ பேச வேண்டுமென்று எண்ணியதை மறந்து மனக் குழப்பத்துடன் அச்சுத் தொழிலாளர்கள் படும் கஷ்டங்கள்

பற்றியும் பொதுவாகத் தொழிலாளர்கள் அனுவிக்கும் தொல்லைகளையும் ஒருவாறு விளக்கிப் பேசிவிட்டுத் தொழிலாளர் தோழன் என்ற புதுக்கட்சியைத் துவக்கிச் சட்ட சபைகளைக் கைப்பற்றி பல புதிய சட்டங்களை உண்டாக்குவதே தனது நோக்கமென்றும் கூறிவிட்டு மிக விரைவாகவே தனது பிரசங்கத்தை முடித்துக் கொண்டான்.

ஆலாலசுந்தரரைச் சிக்க வைத்தது போலப் பார்த்திபனை யும் சிக்க வைக்க வேண்டுமென்று கருதிய பார்வதி, "தலைவரின் அரிய பெரிய சொற்பொழிவைப் பாராட்டுவதை நான் ஒரு பெருமையாகக் கருதுகிறேன். நமது மாநாட்டுத் தலைவர், சொல் வேறு செயல் வேராக நடப்பவரல்ல. அச்சுத் தொழிலாளர் படும் கஷ்டங்களை அழகாக அவர் எடுத்துக் கூறியதைக் கேட்டு இன்புற்றீர்கள். அதைவிட இன்பமான ஒரு செய்தி கேளுங்கள். தோழர் பார்த்திபன் "ரட்சகன்" என்று ஒரு பத்திரிகை நடத்துகிறார். அந்தப் பத்திரிகாலயத்திலே அச்சுத் தொழிலிலே உள்ளவர்க்கெல்லாம் இன்று முதல்

இரட்டிப்பு மடங்காகச் சம்பளத்தை உயர்த்தி இருக்கிறார். இந்தப் பெருங் குணத்தை நான் பாராட்டுகிறேன்" என்று கூறினாள். மக்கள் "ஜே" கோஷமிட்டனர். மாநாட்டு நடவடிக்கைகளைக் கவனித்து வந்த பத்திரிகை நிருபர்கள் பார்வதியின் பேச்சைக் குறித்துக் கொண்டனர்.

பார்த்திபன் பதிலேதும் கூறவில்லை. பார்வதி பழி வாங்குகிறாள் என்பதும். அதிலிருந்து தப்புவது கஷ்டமான காரியம் என்பதும் பார்த்திபனுக்குத் தெரிந்தது. என் செய்வான்? திருடனைத் தேள் கொட்டினால் என்ன செய்ய முடியும்? பணம் போகட்டும். கவலையில்லை. இந்தப் பார்வதியை மாநாட்டிலேயே எப்படியாவது அவமானப்படுத்த வேண்டுமென்று துடித்தது. பார்த்திபனுடைய மனம். அதற்காக என்ன செய்வது என்று யோசிக்கத் தொடங்கினான். குழம்பிப் போயிருந்த அவனுக்குச் சுலபத்திலே ஒரு வழியும் தோன்றவில்லை. பார்வதி முன்னேற்பாட்டுடன் வந்திருக்கிறாளோ, என்னவோ, ஆறுமுகமே பார்வதியின் கையாளோ என்னவோ, எந்தப்

புற்றிலே எந்தப் பாம்பு இருக்குமோ யார் கண்டார்கள் என்று எண்ணிப் பயந்தான்

பார்வதி பேசத் தொடங்கினாள். அவளது சொற்பொழிவிலே சுவையும் அறிவும் இசையும் மொழியும் போலப் பிணைந்திருந்தன. போர் வீரன் தனது வெற்றியை எடுத்துரைப்பது போலப் பேசலானாள். பார்வதியின் சொற்பொழிவைக் கேட்டு ஜனங்கள் தம்மை மறந்து இருந்தனர். அதற்கு முன்பே அவ்வளவு உருக்கமாகப் பார்வதி பேசியதைப் பார்த்திபன் கேட்டதே இல்லை. பார்வதியின் சொற்பொழிவிலே மக்கள் இலயித்திருப்பதைக் கண்டு அடக்க முடியாத அளவு பொறாமை மூண் விட்டது பார்த்திபனுக்கு. எனவே, மேசை மீதிருந்த மணியை அடித்தான், பேச்சை முடித்துக் கொள்ளச் சொல்லி, பார்வதி, "மணியோசை! மகாஜனங்களே! என் பேச்சு நீண்டு விட்டது. நிறுத்திக்கொள் என்று மணியை அடிக்கிறார் தலைவர் நான் இரண்டு நிமிஷத்திலே நிறுத்திக் கொள்ளப் போகிறேன்" என்று சொன்னதுதான் தாமதம். பலர், "இன்னும் ஒரு மணிநேரம் பேச

வேண்டும். பார்வதி அம்மையாருக்கு ஜே" என்று கூவினர். பார்வதி வெற்றிச்சிரிப்புடன் பார்த்திபனை நோக்கினாள்.

"பார்வதி! போதும் உன்னுடைய விளையாட்டு" என்று கோபமாகக் கூறினான். பார்வதி கெம்பீரமான குரலிலே, "தலைவரே! மகாஜனங்களுக்குக் கூறுங்கள். அவர்களல்லவா என்னைப் பேசச்சொல்லி வற்புறுத்துகிறார்கள்? நான் என்ன செய்வேன்?" என்று கேட்டாள். பார்த்திபன் எழுந்து நின்றான். "மகாஜனங்களே! மணி இப்போது பன்னிரண்டு. எனக்கு அவசரமான வேலை இருப்பதால் மாநாட்டைச் சீக்கிரமாக முடித்துவிட விரும்புகிறேன்" என்று கூறினான்.

"தாங்கள் அவசரமாகப் போய்விட வேண்டுமானால் சென்று வாருங்கள். பார்வதி அம்மையார் பேசட்டும்" என்றுரைத்தனர் மாநாட்டினர்.

"இது என்னை வேண்டுமென்றே அவமானப் படுத்துவதாகும்."

“பார்வதி பேச வேண்டும்.”

“முடியாது! நான் மாநாட்டுத் தலைவன். இனி ஒரு நிமிஷம் கூடப் பார்வதி பேச அனுமதிக்கப் போவதில்லை.”

“பார்வதி அம்மை பேசத்தான் வேண்டும். போ வெளியே! போ! போ!”

“இதுதான் ஒழுக்கமா? இதுதான் மரியாதையா? ஆறுமுகம் ஜனங்களை அடக்கப் போகிறாயா, இல்லையா?”

“டே! அம்பக் ஆறுமுகம் போடா, வெளியே! நீயும் போ!”

“மாநாட்டை நான் கலைக்கப் போகிறேன்.”
“ஒரு ஆள்கூட வெளியே போக வேண்டாம். பார்வதி அம்மையார் பிரசங்கத்தைக் கேட்போம். தலைவர் போகட்டும் வெளியே.”
“நான்சென்ஸ்! இது காலிப்பயல்களின் கூட்டம்! மரியாதை தெரியாத மடைப்பயல்கள் கூட்டம்.”

"யாரடா மடையன்? மடைப்பயலே! போட வெளியே! யாரடா காலிப்பயல்? போடா வெளியே!"

"போலீஸ்! போலீஸ்!"

மகாஜனங்களின் பேரிரைச்சல், தலைவரின் தத்தளிப்பு. போலீஸ் பிரவேசம் ஆகிய இலட்சணங்களுடன் மாநாடு கலைந்தது.

◈◈◈

15

மாநாடு குழப்பத்திலே முடியவே, பார்த்திபன் கடுங்கோபங் கொண்டான். பார்வதியைச் சுட்டுக் கொன்றுவிட வேண்டும் என்று நினைத்தான். சட்டம் சும்மா விடாதே என்று கருதிப் பயந்தான். வேடதாரிகள், மக்கள் பெயரைக் கூறிக் கொண்டு, பொதுநலத் தொண்டு என்று பெயர் வைத்துக் கொண்டு, ஏய்ப்பது இதுபோலத் தடுக்கப்படத்தான் வேண்டும் என்று பேசலாயினர். அம்பக் ஆறுமுகம், வெண்ணெய் திரண்டு வரும் சமயத்திலே தாழி உடைந்த கதைபோலாயிற்றே என்றெண்ணி விசனித்தான். பத்திரிகை நிருபர்கள் விதவிதமாகத் தலைப்புக்கள் கொடுத்துச் செய்திச் சித்திரங்களைத் தீட்டச் சம்பவம் வாய்ப்பு அளித்ததே என்றெண்ணி

மகிழ்ந்தனர். ஆலாலசுந்தரர், "நான் ஆயிரம் தடவை சொன்னேன். வேண்டாம் வேண்டா மென்று. இந்தப் பார்த்திபன் என் சொல்லைக் கேட்கவில்லை. இவ்வளவும் இவனால் வந்த தொல்லை" என்று கூறி விசனித்தார். மாநாடு குழப்பத்திலே முடிந்ததால் பலருக்கு ஏற்பட்ட மனக் கஷ்டமே அதிகம். "விரிவாக விளக்கமாக முத்தமிழின் மணம் கமழ, வித்தகரின் உரைகள் மிளிர, புதிய தத்துவார்த்தங்கள் நிரம்பிய சொற்பொழிவு தயாரித்தேன். வீணாயிற்று" என்று கூறி அவர் விசாரப்பட்டார். "எத்தனை ஏடுகளைப் புரட்டினோம். என்னென்ன பாடல்களை இணைத்தோம். எப்படி எப்படிப் பொருள் விளக்கமுரைத்துள்ளோம். இப்படிப்பட்ட இனிய உரையை இதுவரை பெங்களூரிலே எவரும் கேட்டிருக்கவே முடியாதே. தமிழகத்திலேயே இவ்வளவு அருமையான விரிவுரையை நிகழ்த்தவல்லார் வேறு எவருளர்? பலருக்குப் படிப்பு உண்டு. பண்பாடு கிடையாதே! இலக்கண இலக்கியம் தெரிந்தோர் பலர் இருக்கின்றனர்! ஆனால், ரசம் கண்டு அனுபவித்ததை மக்கட்கு எடுத்துக் கூறிடும் வகை உணர்ந்தார் யாருளர்?

கலையின் மேம்பாட்டினை மக்கள் உணரும் வாய்ப்பு தவறிவிட்டதே" என்று எண்ணி ஏங்கினார், கலாரசிகர் கனகசபேசர்.

லேடி டாக்டர் லலிதகுமாரி, மாநாட்டு விஷயமாகப் பார்வதி கூறியது கேட்டுச் சிரித்தாள். "பார்வதி ஒரு பெரிய சிறுக்கி. நீ ஒரு பெரிய மாநாட்டையே கலைத்து விட்டு வந்து விட்டாயே. எவ்வளவு தைரியமடி உனக்கு?" என்று கூறினாள். "இதற்கு ஒரு பாராட்டா? அவர்கள் மாநாடுகள் நடத்திப் பழக்கப்பட்டவர்களுமல்ல. மக்களோடு தொடர்பு கொண்டவர்களு மல்ல. ஒரு மாநாட்டை எப்படி நடத்த வேண்டுமென்பதே தெரியாததால்தான் அந்தக் குழப்பம் உண்டாயிற்று" என்று பார்வதி கூறினாள். "இப்படியே எத்தனை காலம் பொதுநலத் தொண்டு, கட்சி வேலை என்று இருக்கப் போகிறாய்? பார்வதி! உலக மக்கள் அனைவரும் சுகம் பெற்ற பிறகுதான் கலியாணம் செய்து கொள்வது என்று ஏதாவது சபதமா?" என்று லேடி டாக்டர் கேட்டாள். "உனக்கு எப்போதும் கேலிதான் வேலை" என்று பதிலுரைத்தாள் பார்வதி.

வாய் கூறியது அவ்வளவுதான். ஆனால், மனமோ, கொடைக்கானலிலே குமார் முழக்கமிட்டது. அதைக் கேட்ட பார்த்திபன் மாநாட்டை வெற்றிகரமாக நடத்தினால் என்ன, நடத்தாமற்போனால் என்ன? குமார் விஷயத்திலே வெற்றி பெற்றுவிட்டான். குமாரின் புகழ் ஓங்குமோ என்று பயந்தான். குமார் இருக்குமிடம் தெரியாமற் போகுமாறு செய்துவிட்டான். எங்கு போனான் குமார்? அவன் தொழிலாளருக்காகத் திரட்டிய பெரும் பொருள் என்னவாயிற்று? என்பது தெரிய மார்க்கமே இல்லை. இதை எண்ணிப் பார்வதி விசனமுற்றாள். குமார், நம்பிக்கை மோசடி செய்யக் கூடியவனென்று பார்வதியால் நம்ப முடியவில்லை. பாட்டாளி மக்களிடம் அவன் காட்டிய அக்கறையை அவள் அறிவாள். பார்த்திபனைப் போலப் படாடோபக்காரனல்ல. தலைமைப் பதவி பெறச் சதி பல புரியும் நோக்கமே இல்லாத குமார். பொதுப் பணத்தைச் சூறையாடக் கூடியவனல்ல. தன் உயிரைக் கொடுத்தேனும், பாடுபடுபவருக்குப் பணிபுரிய வேண்டுமென்ற ஒரே இலட்சியத்திலே மூழ்கிய

குமார் எங்கே சென்றுள்ளான். ஏன் தலைமறைவாக இருக்கிறான் என்று எண்ணி எண்ணி ஏக்கமுற்ற பார்வதி, பார்த்திபனுக்குத்தான் இந்த மர்மம் தெரிய வேண்டும். அவனிடம் வீணாக விரோதித்துக் கொண்டது தவறு. தந்திரமாக நடந்து கொண்டு பார்த்திபன் மூலமாக குமாரைப் பற்றிய தகவலைத் தெரிந்து கொள்ள வேண்டும் என்று தீர்மானித்து, பார்த்திபன் தங்கியிருந்த விடுதிக்குச் சென்றாள்.

மாநாடு குழப்பத்திலே முடிவதற்குக் காரணமாக இருந்தது போதாதென்று கேலி செய்யவும் துணிந்து பார்வதி வந்திருக் கிறாள் என்று நினைத்த பார்த்திபன் வேல் பாய்ந்த வேங்கைப் போலச் சீறினான். ஆணவமும் அட்டகாசமும் கொண்ட சொற்களை வீசலானான். வழியற்றவள், நிலை கெட்டவள் என்று பார்வதியைத் தூற்றினான். பார்வதி அவனுக்குப் பதிலுரைக்கவில்லை; கோபமும் கொண்டதாகக் காட்டிக் கொள்ளவில்லை. புன்சிரிப்புடனேயே பேசினாள். “மன்னிக்க வேண்டும்! நான் ஓர்

ஏழை! என் மீது கோபித்துக் கொள்ளலாமா? தங்கள் சக்திக்கு முன்னால் நான் எம்மாத்திரம்?" என்ற சொற்களையே பதிலாக உரைத்தாள். அவளுடைய அமைதியான போக்கும் பணிவான பேச்சும், பார்த்திபனுக்குக் கோபத்தைக் கிளறிவிடவே உதவின. பதிலுக்குப் பதில் பார்வதியும் கோபமாகப் பேசியிருந்தாலாவது, ஆத்திரம் தீர அவளைப் பேசி ஒருவாறு திருப்தி பெறலாம். அவளோ அடக்கமே உருவானவள் போல இருந்திடக் கண்டான். அவனுக்கு அந்த நிலையின் காரணம் விளங்கவில்லை. கைகளால் தலையிலே அடித்துக் கொண்டான். மேஜையை ஓங்கிக் குத்தினான். கூண்டிலிட்ட புலிபோல உலவினான். மேலும் மேலும் வசைமொழி புகன்றான். பார்வதி இந்தக் கோபத்தைப் பொருட்படுத்தாதது கண்டு, அவனுக்கு அழுகையும் வரும் போலிருந்தது.

"கள்ளி! ஏதுமறியாத குழந்தை போல இருக்கிறாயே, உனக்கு என்ன ரோஷம் இல்லையா? நீ என்ன ஊமையா?" என்று கேட்டான். பார்வதிக்குக் கோபம் பிறக்க

வேண்டும் என்பதற்காக அவன் பட்டபாடு கொஞ்சமல்ல.

“எனக்கு வருகிற ஆத்திரத்துக்கு...” என்று ஆரம்பித்த பார்த்திபனுக்கு, “என்னைக் கழுத்தைப் பிடித்து நெரித்து விடலாமா என்று தோன்றும்” என்று பார்வதி சிரித்துக் கொண்டே பதில் கொடுத்தாள்.

“உன்னை எந்தக் கழுதை தொடுவான்?” என்று தனக்கு இருக்கும் வெறுப்பைத் தெரிவித்துக் கொண்டான் பார்த்திபன். “என் சிறு விரல் மேலே பட்டால் ஜென்மமே சாபல்யமாகும் என்று கருதிய காலம் ஒன்று உண்டு” என்று பழங்காலத்தைச் சாட்சிக்கு இழுத்தாள், பார்வதி.

“உன்னை ஒரு உத்தமி என்று நான் நம்பிய காலத்தை மறந்துவிடு, அப்போது நான் ஒரு முட்டாளாக இருந்தேன்” என்றான் பார்த்திபன்.

“நான் எண்ணியது சரியாக இருக்கிறது” என்றாள் பார்வதி.

"என்ன எண்ணினாய்? என்ன சரியாக இருக்கிறது? என்று வெகுண்டு சிரித்தான் பார்த்திபன்.

"காதல் கொண்டவர்கள் பித்தம் பிடித்தவர்கள் போல, ஏதேதோ பிதற்றுவார்கள் என்று எண்ணியிருந்தேன். அது சரியாகத்தான் இருக்கிறது" என்று பார்வதி கூறினாள்.

"காதலா? எனக்கா? உன்போன்ற காதகியிடமா காதல்? காதலாம் காதல்! காலாடிகளுடன் கூடிக் கொண்டு கண்டபடி சுற்றித் திரியும் கள்ளியிடம் காதல் கொள்வதாம்! நான் யார் என்பதைத் தெரிந்து கொள்ளாது பேசுகிறாய். பார்வதி! நான் கொஞ்சமும் உன்னிடம் இரக்கம் காட்டப் போவதில்லை. நீ எவ்வளவுதான் காதல் காதல் என்று கூறினாலும் நான் கடுகளவு அன்பும் கொள்ளப் போவதில்லை" என்று வீரம் பேசலானான் பார்த்திபன்.

"விரக்தி மார்க்கத்திலே நீ இறங்கினால் நான் என்ன செய்ய முடியும்? இந்த உலகத்திலே

எனக்கு ஒரு வேலையும் கிடையாது. என் மீது அவ்வளவு கோபம் இருந்தால் என்ன? நானாக வலிய இங்கே வந்திருக்கிறேன். நீர் வாய் வலிக்கத் திட்டிய அவ்வளவையும் கோபமின்றிக் கேட்டுச் சகித்துக் கொண்டேன். இவ்வளவு பொறுமையாக நான் இருப்பதற்குக் காரணம் என்ன? காதல்! அந்தப் பாழாய்ப்போன காதலுக்குக் கட்டுப்பட்டே நான் ரோஷத்தையும் மறந்து நிற்கிறேன். நீர் என்னை உதாசீனம் செய்துவிட்டு ஊர் திரும்பினால், "என் உடலிலிருந்து உயிர் பிரிவது உறுதி. இது பற்றித் தங்கட்குக் கவலையில்லாமற் போகலாம். ஆண்களின் நெஞ்சமே அப்படித்தான். கொஞ்சுவாளோ என்று கெஞ்சிக் கிடப்பார்கள். ஆனால் தஞ்சமென்று வருபவர்களிடமோ நஞ்சுபோல நடப்பார்கள். உமது போக்கும் அதுவாகவே இருப்பின் நான் என்ன செய்ய இருக்கிறது?" என்று பார்வதி கூறினாள்.

அந்தப் பேச்சிலே பாகும் தெளிதேனும் கலந்திருந்ததோ என்னவோ, கோபமுற்றுக் குதித்துக் கொண்டிருந்த பார்த்திபன், அகலத்

திறந்த கண்களுடம் நின்றான். பார்வதியின் கோபத்தை அவன் எதிர்பார்த்தவனே தவிர, மோகங்கொண்டு தன் பாதத்தைப் பணிவாள் என்று அவன் எதிர்பார்க்கவேயில்லை. குமாரிடம் முழு அன்பு வைத்திருந்தாள் என்ற சந்தேகத்துக்காகவே, சதிபுரியவும் தயாராக இருந்த பார்த்திபனுக்கு பார்வதி போக்கு மிக்க ஆச்சரியமாக இருந்தது.

“பார்வதி!” என்று தழுதழுத்த குரலிலே கூறினான். மேற் கொண்டு என்ன செய்வது என்று புரியாமல். ஒரு பெண்ணின் புன்னகை, ஆடவனின் மனதைப் படுத்தும்பாடு, அனுபவித்தவரே அறிவாரன்றோ! பிறர் என்ன கூறினும் அதன் முழுத் தன்மையைப் புரியவைக்க முடியாது.

“பார்வதி” என்று மீண்டும் கூவினான் பார்த்திபன்.

தாமரை மலர்ந்தது போன்ற முகத்துடன் விளங்கினாள் பார்வதி. முத்து வரிசை போன்ற அவளுடைய பற்கள் கொஞ்சம் வெளியே

தெரியலாயின; மறுவினாடி பவளப்பெட்டிக்குள் சென்று பதுங்கி விட்டன. உடலெங்கும் ஒரே சமயத்தில் பனிக்கட்டி விழுந்தது போலாகி விட்டான் பார்த்திபன்.

"நடப்பது கனவா? பார்வதி! என்னிடம் உனக்கு உண்மையாகக் காதலா? கடுகளவும் இராது என்றுதானே எண்ணினேன்?"

"சூரியனுக்குத் தெரிகிறதா, தாமரை தன்னிடம் இலயித்தே மலருகிறது என்ற உண்மை? ஏன்? மேகத்துக்கு தெரியுமா மயிலின் நடனத்துக்குக் காரணம் தன்னிடம் அப்பறவை கொண்ட காதல் என்று? தங்களுக்கு என்ன தெரியும் என் தாபம்?"

"பார்வதி! நான் ஒரு முட்டாள். இதுநாள் வரை உன்னைத் தெரிந்து கொள்ளாமலிருந்து விட்டேன். உனக்குக் கேடு பல செய்தேன். உன்னைப்பற்றி மரியாதைக் குறைவாகவும் பேசினேன்."

"பதியிடம் பக்திகொண்ட பாவையர் இவைகளைப் பொருட்படுத்தமாட்டார்கள்."

“கண்ணே! உன் உண்மையான மனநிலையைத் தெரிந்துக் கொள்ளாமல் ஊரூராகத் திரிந்தேன். எங்கே சுகம் கிடைக்கும், எங்கு நிம்மதி கிடைக்கும். எங்கே ஆனந்தத்தை அணைத்துக் கொண்டு வாழலாம் என்று.”

“சுகத்தைக் கண்டீரோ?”

“ஆகா! இதோ!”

காதற் பேச்சு முடிந்தது. பார்த்திபன் “இதோ” என்று கூறிக் கொண்டு அடக்க முடியாத ஆவலோடு பார்வதியைத் தழுவிக் கொள்ள ஓடினான்.

“மன்னிக்க வேண்டும்” என்று கூறிக் கொண்டே அதே சமயத்தில் அந்த அறையின் கதவைத் திறந்து கொண்டு லேடி டாக்டர் லலிதகுமாரி நுழைந்தாள்.

ஒரு மங்கையைத் தழுவ ஆவலோடு ஒரு ஆடவன் செல்லும் நேரம் எப்படிப்பட்டது? அந்தச் சமயத்திலே அவனுடைய உணர்ச்சியும்

உயிர்த்துடிப்பும் உடல் பதைப்பும் எடுத்துரைக்கும் கவியும் உண்டோ? கலை கடுகாகவும் பாம்பு பழுதாகவும் தோன்றுமாம், அப்படிப்பட்ட சமயத்திலே! அந்த நிலைமையிலே இருந்த பார்த்திபன் கதவு திறந்து கொண்டு ஒரு மாது நுழைந்து 'மன்னிக்க வேண்டும்' என்று கூறுவது கண்டு, கொண்ட கோபம் கொஞ்சமல்ல! மன்னிக்க வேண்டுமாம். மன்னிப்பதாவது! மன்னிக்கவே முடியாத குற்றத்தைச் செய்து விட்டாள். இவளை மன்னிக்க வேண்டுமா! மடத்தனம் மிகுந்தவள். மலரின் மணம் அழைக்க அதன் அருகே சென்று, இதழை எடுக்கக் குனிகிறேன். குளவி கொட்டிவிட்டு என்னை மன்னிக்க வேண்டும் என்று வேறு கேட்கிறது! எவ்வளவு திமிர்! பழத்தைத் தின்னப்போகும் நேரத்தில் கைநழுவிக் கீழே வீழ்ந்த பழத்தை மந்தி எடுத்துக் கொண்டு கிளையிலே தாவி உட்கார்ந்து, 'வருத்தம் வேண்டாம்! என்று கூறுவதா? வாழ்க்கையின் விருந்தைக் கொடுத்தாள். ஆனந்தத்தை அணைக்கப் போனேன். அக்கிரக்காரி தடுத்துக் கெடுத்தாள் இன்பத்தை! வீணையின் நரம்புகளை

முறித்துவிட்டான் என்றெல்லாம் எண்ணினான் பார்த்திபன். அடக்கி அடக்கிப் பார்த்தும் அவனால் முடியவில்லை. "பார்வதி யார் இந்த மாது சிரோமணி?" என்று கோபமும் கேலியும் மிகுந்த குரலுடன் கேட்டான்.

"லேடி டாக்டர் லலிதகுமாரி" என்று பார்வதி பதில் கூறினாள். மகிழ்ச்சியோடு, தப்பினோம், பெரிய ஆபத்திலிருந்து, மலை மீதிருந்து மடுவிலே விழ இருந்தோம். பின்புறமிருந்து கூந்தலைப் பிடித்திழுத்துக் காப்பாற்றி விட்டாள். நஞ்சு கலந்த பாலைப் பருக இருந்த சமயம், பாத்திரத்தைக் கீழே தட்டி உயிரைக் காப்பாற்றி விட்டாள். அக்கிரமக்காரனின் அணைப்பினின்றும் தப்புவித்தாள் லலிதா என்ற சந்தோஷம் பார்வதிக்கு. ஆகவேதான் பார்த்திபன் கேட்டதற்குப் பார்வதி மகிழ்வோடு பதிலுரைத்தாள். அவளுடைய மகிழ்ச்சி பார்த்திபனுக்குக் கோபத் தீக்கு விசிறியாயிற்று. "எனக்கொன்றும் நோயில்லையே!" என்று கூறினான். கெம்பீரம் கலந்த கேலி என்ற நினைப்பிலே. லலிதகுமாரிக்குப் பல

பார்த்திபன்கள் தெரியுமல்லவா? எனவே, அவள் பார்த்திபனுடைய துடுக்குத்தனத்தையும் கர்வத்தையும் தலை மீது அடிப்பது போலக் கூறினாள். "டாக்டருக்குத் தெரியுமல்லவா, பார்த்த உடனே! தங்களைக் கண்டவுடனே நான் தெரிந்து கொண்டேன் கடுமையான நோய் இருக்கிற தென்பதை" என்று.

"அது என்ன வியாதியோ?" என்று மறுகேள்வியைப் பூட்டினான் பார்த்திபன்.

"திமிர்வாத நோய்" என்று தீவிரமாகப் பதிலளித்தாள், லலிதா. பார்த்திபன் மேலும் பேசுவதற்குள் மளமளவென்று லலிதா, "இந்தத் திமிர்வாத நோய் கொண்டவர்களுக்குத் திடீர்க் கோபம் வரும். கண்களிலே தீ பறப்பது போலிருக்கும். உடல் அடிக்கடி பதறும்; உள்ளம் குமுறும்; நெஞ்சு உலரும். நோயின் குறிகள் நான் சொன்னவை. ஒரே மருந்துதான் இருக்கிறது. இந்தத் திமிர்வாதம் போக, அது என்னிடமேதான் இருக்கிறது" என்று கூறினாள்.

கடுங்கோபம் கொண்டான் பார்த்திபன். பெருங் குரலோடு பேசலானான். "எனக்கா திமிர்? எனக்கா? என்னை யாரென்று நினைத்துக் கொண்டு பேசுகிறாய்? பார்வதி! உன் முகத்துக்காகச் சும்மா இருக்கிறேன்" என்றான்.

"இல்லாவிட்டால்?" என்று குத்தலாகக் கேட்டாள் லலிதா.

"கழுத்தைப் பிடித்து வெளியிலே தள்ளியிருப்பேன். போலீசிலே ஒப்புவித்திருப்பேன்" என்று பார்த்திபன் கூறினான். பார்வதி இந்த எதிர்பாராத நிலைமையைக் கண்டு என்ன செய்வதென்று தெரியாது பதைக்கலானாள். லலிதகுமாரி, பார்த்திபனை ஏற இறங்கப் பார்த்துவிட்டுச் சிரித்தாள். பார்த்திபன் அவள் சிரித்ததைப் போலவே சிரித்துக் காட்டினான் கேலிக்கு!!

லலிதகுமாரி, "பேஷ்! சபாஷ்! ஜோராக இருக்கிறதே. பபூன் வேஷத்துக்குப் பொருத்தமாக இருக்கும்" என்று கூறிக் கைகொட்டிச் சிரித்தாள். மறுபடியும் அவளை தடுத்து, "இது என்ன

விபரீதம்? கொஞ்சம் கோபத்தை அடக்குங்கள், லலிதகுமாரி என் சிநேகிதி. லலிதா, இவர் என் நண்பர். நான் இருவரையும் நண்பர்களாக்க வேண்டுமென்று நினைத்திருக்க, நீங்கள் காரணமின்றி ஒருவரை ஒருவர் கண்டபடி பேசிக் கொள்கிறீர்களே" என்று கூறினாள். பார்த்திபன் சாய்வு நாற்காலியிலே உட்கார்ந்து, பார்வதியைப் பார்த்து, "இதுபோல நான் அவமானப்பட்டதே கிடையாது. என் காலை மிதித்தவர்களின் தலையை மிதிப்பதுதான் என் வழக்கம்" என்று கூறினாள். கண்களைத் திறந்து பார்த்திபன், "என் வழக்கம் என்ன தெரியுமா...?" என்று கோபமாகக் கேட்டான். "தெரிந்து தான் இங்கே வந்தேன்" என்று தீர்க்கமாகப் பதிலுரைத்தாள் லலிதா. "தெரிந்துதான் வந்தாயா, எதை?" என்று கேட்டான் பார்த்திபன்.

லேடி டாக்டர் ஒரு கடிதத்தைப் பார்த்திபன் எதிரிலே வீசி எறிந்து, "போதுமா பார். உன்னைப் பற்றித் தெரிந்துதான் இங்கு வந்திருக்கிறேன் என்பதற்கு சாட்சி" என்று கூறிவிட்டு வெற்றிக் களை முகத்திலே துலங்க உட்கார்ந்தாள்.

நடுங்கும் கையுடன் கடிதத்தை எடுத்தான் பார்த்திபன். பார்வதி, “என்ன கடிதம்? லலி! என்ன விஷயம்?” என்று கேட்டுக் கொண்டே லலிதாவின் தோளைப் பிடித்துக் குலுக்கினாள். கடிதத்தின் இரண்டோர் வரிகளைப் படித்ததும், பார்த்திபனுடைய முகம் மாறிவிட்டது. பயத்தோடு லலிதகுமாரியைப் பார்த்தான். பார்வதிக்குப் பதில் கூறாமல் உட்கார்ந்திருந்த லலிதகுமாரி, “இப்போது தெரிந்து கொள், நான் வந்த காரணத்தை. முழுவதும் படி. உனக்கு வெட்கமாக இருந்தால் என்னிடம் கொடு நானே படிக்கிறேன்” என்று கூறினாள். கடிதத்தைக் கசக்கிக் கீழே வீசி விட்டு பார்த்திபன், “எவளோ ஒரு ஊர் பேர் தெரியாத சிறுக்கியின் உளறல் கடிதம்” என்று கூறினான். கடிதத்தைப் பார்வதி எடுத்தாள், படிக்க. பார்த்திபன் பாய்ந்தோடினான். “அது ஒரு துஷ்டையின் தூற்றல் கடிதம். இப்படிக் கொடு” என்று கேட்டபடி பார்வதி தரவில்லை. பிரித்துப் படிக்கப் பார்த்தாள்.

சீமான் பார்த்திப துரைக்கு!

எவ்வளவுதான் நீங்கள் என்னை மறந்தாலும் நான் உங்களை மறக்க மாட்டேன். பெண்களின் சுபாவமே அதுதானே! அவர்களாக ஒரு ஆடவனிடம் அன்பு காட்டுவது கஷ்டம். ஆனால், எப்படியோ அந்த அன்பு ஏற்பட்டு விட்டால், பிறகு அதே ஆண்கள் எவ்வளவு துரோகம் செய்தபோதிலும், கொடுமை செய்தாலும் அடித்தாலும், உதைத்தாலும் பொறுத்துக் கொள்வார்கள். அது அவர்கள் வழக்கமாகி விட்டது. உத்தமி என்றும், பத்தினி, சதி என்றும் கதைப் புத்தகங்களிலே எழுதப்பட்டிருக் கிறதே. அந்தப் பெண்கள் எல்லாம் புருஷர்களிடம் எவ்வளவு இம்சை அடைந்தவர்கள் என்பதை நான் சொல்லத் தேவையில்லை. நீங்கள் பத்துப் பேருக்குச் சொல்லக் கூடியவர்; பெரிய மேதாவி; தலைவர்; பத்திரிகைக்கு எடிட்டிர். என்னிடம் தாங்கள் காட்டிய அன்பைக் கண்டு ஏமாந்து போனேன். கடைசி வரையிலே கைவிடுவதில்லை என்றும், என்னையன்றி வேறொருத்தியை ஏறெடுத்தும் பார்ப்பதில்லை என்றும் எவ்வளவோ சொன்னீர்கள். நான் உங்கள் இஷ்டத்திற்கு இணங்கும் வரையில்

ஏதேதோ பேசிவிட்டுப் பிறகு என்னைவிட்டுப் பிரித்தீர்கள். மலையாள நாட்டுக்குச் சென்ற பிறகு என்னை மறந்தீர்கள். அங்கு தாங்கள் எவளெவளுடனோ கூடிக் குலாவினீர்கள் என்று கேள்விப் பட்டேன். ஒரு அழகான முகத்தைக் கண்டாலே போதும் இந்த ஆண்களுக்கு, முகத்திலே அசடு வழியும். நெஞ்சு படபடக்கும். ஆகவே நீங்களும், மலையாள நாட்டுக்கு ஏதோ நாட்டியக்கலை விஷயமாகக் கண்டுவரப் போனீர்கள். அந்த நாட்டியத்திலே இலயித்துப் போய் என்னைக் கைவிட்டு விட்டீர்கள். நீங்கள் எத்தனை பெண்களிடம் கூடிக் குலாவினாலும், திரும்பி இங்குதானே வருவீர்கள் என்று எண்ணிக் கொண்டு இருந்தேன். அங்கு யாரோ ரோஸ் என்பவளோடு கூடிக் கொண்டு திரிந்தீர்களாம். திரிந்தால்தான் என்ன? ஏதோ மோகம் முப்பது நாள், ஆசை அறுபதுநாள் என்று சொல்வார்களே அதுபோலக் கொஞ்சகாலம் அவளோடு இருந்துவிட்டு மறுபடியும் உங்களையே நம்பிக் கொண்டிருக்கிற என்னிடம் வந்து சேருவீர்கள் என்று எண்ணிக்

கொண்டிருந்தேன். இப்போது என் ஆசையிலே மண் விழுந்து விட்டது.

என்னை ஒரு துளியும் விரும்பவில்லை என்பது எனக்குத் தெரிந்திருந்தும் நான் ஏன் வலிய உங்களுக்குக் கடிதம் எழுதுகிறேன் என்று கேட்பீர்கள். ஏதோ இஷ்டம் இருந்த வரையிலே சிநேகமாக இருந்தேன். இஷ்டம் இல்லை இப்போது. ஆகவே வருவதில்லை. இதற்கு ஒரு கேள்வியா? உலகத்திலே இதுபோல நடப்பது சகஜந்தானே! இதற்கு ஒரு பெண், அதிலும் தாசி, கோபிக்கலாமா என்று கேலி செய்வீர்கள். ஆனால், நான் உங்களிடம் கெஞ்சிக் கூத்தாடப் போவதில்லை. கூத்தாட வேண்டிய அவசியமுமில்லை!! உங்கள் இரகசியம் என் உள்ளங் கையிலே அடங்கிக் கிடக்கிறது. மிரட்டுவதாக எண்ண வேண்டாம். இத்தனை நாளில்லாமல் இப்போது நான் மிரட்டுவேனா? நாலு நாட்களுக்கு முன்பு ஒரு ஆளைக் காண நேரிட்டது. அவன் எனக்குக் கூறியுள்ள இரகசியங்களை நான் வெளியே தெரிவித்து விட்டால் பிறகு தெரியும் உங்கள் நிலைமை

கூண்டேறி நிற்க வேண்டும். உங்கள் பணம், படிப்பு, பட்டம் முதலிய எதுவும் தடுக்காது. அவ்வளவு பெரிய இரகசியம் என்னிடம் சிக்கிக் கொண்டிருக்கிறது. உமது உயிருக்கே உலை வைக்கக் கூடிய இரகசியம். யாரார் இன்று உங்களைப் புகழ்கிறார்களோ அவர்களே ஆளுக்கொரு கல்லெடுத்து வீசுவார்கள். உங்கள் தலைமீது.

நான் கூறுவதற்கு சரியான சாட்சியும் என்னிடம் இருக்கிறது. நீர் நமது பழைய நட்பை மனத்திலே எண்ணி, ஒரு பெண்ணை ஏய்ப்பது ஆண்மகனுக்கு அழகல்ல, நீதியல்ல என்பதை உத்தேசித்து, பழையபடி என்னுடன் சிநேகமாகி என்னை ரிஜிஸ்ட் கலியாணம் செய்து கொண்டால் இரகசியத்தை வெளியே சொல்ல மாட்டேன். உங்களுடைய தீர்மானமான பதிலை, பதினைந்து நாட்களுக்குள் தெரிவிக்க வேண்டும். பதில் வராவிட்டால், எனக்கு இரகசியத்தைக் கூறிய ஆளுடன், நான் பெரிய அதிகாரிகளைச் சந்தித்து பேசி உம்மைச் சந்திக்கு இழுக்கப் போகிறேன். இது சத்தியம். வீண் மிரட்டல் என்று

எண்ண வேண்டாம். உங்கள் இரகசியத்தை எனக்குக் கூறி, என்னை இக்கடிதமும் எழுதச் சொன்னவர் மூலமாகத்தான் நீங்கள் பெங்களூரில் ஊரை ஏமாற்றப் போயிருக்கிற விஷயம் தெரிந்தது. என்ன இரகசியம், என்ன ஆபத்து, ஏன் இவள் அப்படி மிரட்டுகிறாள் என்று யோசித்துக் கொண்டே பொழுதை ஓட்டி விட்டு பிறகு ஆபத்திலே சிக்கிக் கொள்ள வேண்டாம் எனக்கு உண்மையிலேயே உங்கள் இரகசியம் தெரிந்திருக்கிறது என்பதை நீங்கள் தெரிந்துக் கொள்ளச் சூட்சுமமாக இரண்டு வார்த்தைகள் எழுதுகிறேன். இதிலிருந்தாவது தெரிந்து கொள்ளும், எனக்கு உங்கள் இரகசியம் தெரிந்துதான் இருக்கிறது என்பதை "குமார் - வெடிகுண்டு."

இப்படிக்கு
ஜெயா.

கடிதத்தைப் பார்த்ததும், பார்வதி பயந்து போனாள். குமார்! வெடிகுண்டு! இரகசியம்!

பார்த்திபனுக்கு ஆபத்து! இது என்ன புதிர் என்று திகைத்தாள்.

"பார்வதி! யாரோ ஒரு பைத்தியக்காரி எழுதிய கடிதத்தைக் கண்டாதிகில் கொள்கிறாய்?" என்று பார்த்திபன் கேட்டுவிட்டுச் சிரித்தான். ஆனால், சிரிப்பிலேயும் கூடத் தெரிந்தது. அவனும் திகில் அடைந்திருந்தது. பார்வதி, லலிதகுமாரியை நோக்கி "ஆமாம், இந்தக் கடிதம் எப்படி உனக்குக் கிடைத்தது?" என்று கேட்டாள்.

"அது ஒரு வேடிக்கை பார்வதி! பார்த்திபன், லலிதபவன், பெங்களூர் என்ற விலாசமிட்டுக் கடிதம் வந்தது. இந்த விடுதியின் பெயர் லலிதபவன். தபால்காரன் லலிதா என்ற பெயரைக் கண்டதும் என்னிடம் கொடுத்துவிட்டான். எனக்கு வந்த கடிதம் என்று எண்ணிக் கொண்டு நானும் தவறுதலாகப் பிரித்தேன். ருசியாக இருந்ததால் படித்தேன். பார்த்திபன் விஷயமாக இருக்கவே உன்னிடம் தர நினைத்தேன். நீ இங்கு வந்திருக்கிற விஷயம் தெரிந்து இங்கு வந்தேன்" என்றாள்.

“நல்ல வேலை செய்தாய்” என்று புன்சிரிப்புடன் கூறி விட்டுப் பார்வதி, பார்த்திபனை நோக்கி, “குமார் எங்கே இருக்கிறார்?” என்று கேட்டாள்.

நீண்ட நாட்களுக்குப் பிறகு குமார் விஷயமாகக் கிடைத்த தகவல் திகிலூட்டக் கூடியதாக இருந்ததால் பார்வதி திகைக்க லுற்றாள். குமாருக்கும் வெடிகுண்டுக்கும் என்ன தொடர்பு? குமார் -வெடிகுண்டு. இவைகளுடன் பார்த்திபனின் பெயர் இணைத்துப் பேசப்படும் காரணம் என்ன? ஒருவேளை, பார்த்திபன் குமாரை வெடிகுண்டினால் கொன்று விட்டிருப்பானோ? ஜெயா கூறும் இரகசியம் இதுதானோ? உன் உயிருக்கே ஆபத்து விளையும் இரகசியத்தை வெளியிட்டால் என்று ஜெயா கடிதம் எழுதியிருப்பதன் பொருள் இதுதானா? அநியாயமாகக் குமார் இறந்தானா? என்றெல்லாம் பலப்பல எண்ணினாள் பார்வதி. பார்த்திபன் மர்மத்தை விளக்கிக் கூறும்படி கேட்கவில்லை.

பார்த்திபனோ முதலில் ஏற்பட்ட திகிலை விரட்டிவிட்டு எதற்கும் துணிந்தவனாகக் காணப்பட்டான். மனச்சஞ்சலமே துளியுமற்றவன் போலச் சிகரெட்டு எடுத்து சாவதானமாகப் பற்றவைத்து, ஒய்யாராமாக அதைப் பிடித்துக் கொண்டே சாய்வு நாற்காலியிலே அலங்காரப் பொம்மை போல வீற்றிருந்தான். துக்கமும், பயமும் துளைத்திட நின்ற பார்வதி, "குமார் எங்கே? அவர் உயிருக்கு ஆபத்து நேரிடவில்லையே?" என்று பார்த்திபனைக் கேட்டாள். கண்களிலேயே நீர் தளும்பிற்று பார்வதிக்கு. பார்த்திபன், "நான் ஒரு பத்திரிகை ஆசிரியன். ஆரூடக்காரனல்லவே" என்று பதிலளித்தான். 'கடிதம் கிடைத்தால் என்ன, என் தலை போய்விடுமா? நான் எந்த எதிர்ப் புக்கும் அஞ்சமாட்டேன். என்னை யாரும் அசைக்க முடியாது" என்று பார்த்திபன் கூறவில்லையேயொழிய, அவனுடைய பார்வையும் பேச்சின் தன்மையும் அவன் மனப் போக்கை எடுத்துக் காட்டிவிட்டன. ஜெயாவின் கடிதத்தை எப்படியாவது பார்வதியிடமிருந்து

பறித்துக் கொள்ள வேண்டுமென்று நினைத்தான். சமயத்தை எதிர்நோக்கியபடியே இருந்தான்.

"குமார் எங்கே இருக்கிறார்?"

"பார்த்திபா! பழைய சிநேகத்துக்காவது பதில் கூறு. குமார் எங்கே?"

"ஒரு பெண் உன் எதிரிலே நின்று கெஞ்சுகிற பரிதாபத்தைப் பார்த்தாவது பதில் சொல்லக்கூடாதா? குமார் உயிரோடு இருக்கிறாரா?"

"அவன் இரக்கமற்ற காதகன் பார்வதி! ஏன் அவனிடம் கெஞ்சிக் கொண்டிருக்கிறாய். வா! ஜெயாவிடம் போவோம். அவளோடு சேருவோம். இவனை ஒரு கை பார்ப்போம்" என்று லிலிதாகுமாரி கூறினாள். பார்த்திபன் பார்வதியின் கேள்விகளுக்குப் பதில் கூறாமல் சிகரெட் பிடித்தபடி இருந்த ஆணவத்தைக் கண்டு, ஆத்திரங் கொண்டு.

புருவங்களை நெறித்தான்; புன்சிரிப்புடன் லலிதகுமாரியைப் பார்த்தான் ஒருமுறை; சிகரெட் நுனியிலே சேர்ந்த சாம்பலைக் கீழே தட்டினான்; மீண்டும் அதனைப் பிடிக்கத் தொடங்கினான். பார்த்திபன், அவ்வளவு அலட்சியமாக இருந்தான்!

பார்த்திபன், எதனால் இவ்வளவு தைரியமானான்? ஜெயாவின் கடிதத்தைக் கண்டு முதலிலே பயந்தவன், பிறகு எப்படித் திகிலை நீக்கிக் கொள்ள முடிந்தது? உண்மையிலே ஜெயா எழுதிய கடிதம் மிரட்டல் என்று கருதுகிறானோ? ஜெயாவின் கடிதம் பிறரிடம் சிக்கியது தெரிந்தும், அவ்வளவு அலட்சியமாக இருக்கக் காரணம் என்ன? பார்வதிக்கும் லலிதகுமாரிக்கும் இந்தப் பலத்த சந்தேகங்கள்?

"நாங்கள் போக வேண்டியதுதானா?" என்று கேட்டாள் பார்வதி.

"நாடகம் முடிந்துவிட்டால், போகலாம்" என்று நையாண்டி செய்தான் பார்த்திபன்.

"கூத்தாடுவது அவளல்ல! உன் மண்டைப் புழு கூத்தாடு கிறது!" என்று கடிந்துரைத்தாள் லலிதகுமாரி. சிரித்துவிட்டுப் பார்த்திபன், "பார்வதி மாநாட்டிலே வீரரசம் சொட்ட நடித்துக் காட்டினாய். இங்கே லலிதா வருவதற்கு முன்னம் காதல் ரசத்தைக் கொட்டி சிருங்கார நாடகம் நடத்தினாய். இதோ இப்போது சோகரசம் சொட்டுகிறது. இன்னும் ஏதாகிலும் நடிப்புத் தெரிந்தால் நடக்கட்டும். இல்லையானால் போய்வா. உன் நாடகத் திறமையை நான் மெச்சுகிறேன். நவரச மல்லிகா என்ற பட்டம் சூட்டுகிறேன்" என்று கூறினான். அடக்கி வைத்திருந்த கோபம் மெள்ள மெள்ள வெளியே வரத் தொடங்கிற்று. அவசர அவசரமாக மற்றொரு சிகரெட்டைப் பற்ற வைத்துப் பிடித்தான். மௌனமாகப் பார்வதி இருக்கக் கண்டான். "ஏன் மிஸ் பார்வதிபாய்! ஏதாகிலும் பரிசு, மெடல் கிடைக்குமென்று எதிர்பார்த்து நிற்கிறாயா? தேவையானதைக் கேள். தருகிறேன்" என்றான்.

“லலிதா! எவ்வளவு அருமையான கட்டத்திலே நீ புகுந்தாய் தெரியுமா? அந்த அழகான இதழை நான் சுவைக்க இருந்த நேரத்திலே...” என்று கூறிக் கொண்டே பார்த்திபன், நாடகத்தில் ராஜபார்ட் போலப் பாட ஆரம்பித்தான் மெல்லிய குரலிலே.

“சீ! துஷ்டா! பெண்களிடம் வீரம் பேசும் பேடி நீ. பார்வதி! வா, போவோம். இவனுக்கு அழிவுகாலம் நெருங்கிக் கொண்டி ருக்கிறது. ஆணவம் கண்களை மறைக்கிறது. பழிபாவத்துக்கு அஞ்சாதவன். பாவையரின் உள்ளத்தை வேக வைப்பவன். பாமரரை வஞ்சிப்பவன்” என்று கூறிப் பார்த்திபனைக் கண்டித்து விட்டு, லலிதா சோர்ந்து கிடந்த பார்வதியை அணைத்தபடி நின்றாள்.

“பேஷ்! அருமை! அருமை! லலிதா நீ கூட ஒரு பிரசங்கியாகி விடலாம். பார்வதியைத் தோற்கடித்து விட்டாயே! எவ்வளவு வீரம், தீரம், கெம்பீரம்! இப்படித்தான் பேச வேண்டும்” என்று கூறிக் கேலி செய்து கொண்டே பார்த்திபன், ஒரு

சிகரெட்டை எடுத்து லேடி டாக்டரிடம் நீட்டி, "உனக்குப் பரிசு! முதல்தரமான சிகரெட்" என்று கூறினான்.

அந்தப் பேச்சு முடிவதற்குள் லேடி டாக்டரின் பூட்சு அணிந்த கால், பார்த்திபனுடைய மார்புக்கு வெகு சமீபத்திலே பாய்ந்தது! ஒரு நிமிடம் திகைத்தான் பார்த்திபன். உடனே சமாளித்துக் கொண்டு, "லலிதா! மஞ்சத்திலே இதுபோலச் செய்திருந்தால் நான் கொஞ்சமும் சஞ்சலமடைந்திருக்க மாட்டேன். இப்போது மட்டும் என்ன? எனக்கு ஒருவிதமான இன்பமாகத்தான் இருந்தது" என்று கூறினான். இனி அங்கிருப்பது தகாது என்று இருவரும் தீர்மானித்து அறையை விட்டு வெளியே செல்லக் காலடி எடுத்து வைத்தனர்.

"ஒரு நிமிஷம், உயர்குணச் சீமாட்டிகளே! ஒரு நிமிஷம் நில்லுங்கள். அந்தக் கடிதத்தைக் கொடுங்கள். அது எனக்கு வந்தது" என்று கேட்டான்.

"தர முடியாது" என்றாள் பார்வதி.

"ஓகோ! அதிலேதான் என் மர்மம் எழுதப்பட்டிருக்கிறது. அதைத் தருவாயா? அதைக் கொண்டுதானே என் உயிரைத் தொலைக்க முடியும். உன் காதலன் குமாரையும் பெற முடியும். அப்படிப்பட்ட அருமையான மந்திர ஓலையை இழக்க உனக்கு மனம் வருமா? சரி! உன்னிடமே இருக்கட்டும் அந்தக் கடிதம். ஜாக்கிரதையாகப் பெட்டியிலே வைத்துப் பூட்டிவிடு! எங்காவது போய்விடப் போகிறது" என்று கூறினான். அவன் பேச்சு அர்த்தமற்ற உளறலாக இருப்பது கண்டு பார்வதியும் லலிதகுமாரியும் சிரித்தனர்.

"கடிதம் ஓடிவிடுமா?" என்று கேட்டனர்.

"ஓடுமா என்றா கேட்கிறீர்கள்? முட்டாள் சிறுக்கிகளே! அது ஓடிப்போய் நெடுநேரமாகி விட்டது. உங்களுக்குத் தெரிய வில்லை" என்று கூறினான் பார்த்திபன்.

“என்ன, இவனுக்குப் பைத்தியமே பிடித்து விட்டது. பார்வதி! கடிதம் உன்னிடம் இருக்கிறதல்லவா? என்று கேட்டாள் லலிதா.

“இதோ!” என்று கூறிக் கொண்டே கடிதத்தைப் பார்வதி லலிதாவிடம் கொடுத்தாள்.

“ஓடிவிட்டதாம் ஓடி” என்று கூறிக் கொண்டே கடிதத்தைக் காட்டினாள் பார்த்திபனுக்கு. உரத்த குரலிலே அவன் சிரித்தான். பார்வதி “ஆ!” என்று அலறினாள். லலிதகுமாரியின் கரத்திலே இருந்த கடிதத்திலே ஒரு எழுத்துக் கூட இல்லை. லலிதகுமாரியும் இந்த அதிசயத்தைக் கண்டாள். ஒன்றும் புரியவில்லை. கடிதத்தை அவன் எடுத்துக் கொண்டது தந்திரமாக இருந்தாலும், வேறு ஒரு வெறுங் காகிதம் பார்வதியிடம் இருக்கக் காரணம் என்ன மந்திரமா? என்று திகைத்தனர் இருவரும். பார்வதியும் லலிதகுமாரியும் அந்தக் கடிதத்தை மாறி மாறிப் பரிசோதித்துப் பார்த்தனர்.

“திகைக்க வேண்டாம் தோழியர்களே! ஜெயா அனுப்பி வைத்த கடிதமேதான் உங்களிடம்

இருப்பது; அதனை எடுத்துக் கொண்டு வேறு வெறும் காகிதத்தை நான் தந்துவிடவில்லை. கடிதம் இருக்கிறது உங்களிடமே. ஆனால் அதிலே அவள் எழுதினாளே அவை ஓடிவிட்டன. "சூ! மந்திரகாளி! மாயக்காளி! ஓடிப்போ!!" என்று மந்திர உச்சாடனம் செய்தேன். எழுத்துக்கள் மாயமாக போய்விட்டன. அவ்வளவுதான் இனி நீங்கள் போகலாம். ஏமாற்றமடைந்த ஏந்திழைமார்களே! என் பாதையிலே குறுக்கிட்டுப் பாழாக வேண்டாம். புத்தியோடு பிழையுங்கள்" என்று உபதேசகர் போலப் பேசினான் பார்த்திபன்.

"கடிதம் இல்லாமற் போனாலென்ன? ஜெயாவிடம் போவோம் வா" என்று கூறிப் பார்வதியின் கரத்தைப் பற்றி இழுத்தாள் லலிதா.

"ஏன்! கடிதத்திலே இருந்த எழுத்து மறைந்தது போல, ஜெயாவும் மறைந்து போய்விட்டால்...?" என்று கூறிக் கொண்டே சிரித்தான் பார்த்திபன்.

◈◈◈

16

மிக்க மமதையோடு சிரித்துக் கொண்டிருந்த பார்த்திபனை வீழ்த்தும் வழியைக் கண்டாக வேண்டும் என்ற திட சித்தத்தோடு லலிதகுமாரியும் பார்வதியும் வீடு திரும்பினர். பார்வதி மிகவும் அலுத்துக் கிடந்தாள்; குமாரின் நிலைமையைத் தெரிந்துக் கொள்ள முடியாமற் போய்விட்ட கவலையினால் வாடிய பார்வதிக்கு ஆறுதல் கூற முயன்றான் லலிதா.

"லலீ! அவன் ஒரு மாயாவி! கடிதத்திலே இருந்த எழுத்துக் கள் மறைந்து போகும்படி செய்துவிட்டான். பார்த்தாயா? ஒரு நொடியில் ஏய்த்துவிட்டானே?" என்று ஆயாசத்தோடு கூறினாள் பார்வதி.

லலிதகுமாரி, "இது பெரிய மாயமுமல்ல. மந்திரமுமல்ல. பார்வதி! நான் படித்ததுண்டு. ஒரு விதமான மை இருக்கிறது. அதனால் எழுதினால் சில நாட்களுக்குள் மறைந்து விடும். ஜெயா எழுதிய கடிதம் அம்மாதிரியான மையினால் எழுதப் பட்டது. அவ்வளவுதான்!" என்று விளக்கமுரைத்தாள்.

விசாரம் நீங்கவில்லை பார்வதிக்கு. "அப்படிப்பட்ட மையினால் அக்கடிதம் எழுதப்பட்டிருக்கிறது என்பது பார்த்தி பனுக்கு எப்படித் தெரியும்?" என்று கேட்டாள் பார்வதி. "ஏன்? கடிதத்தைக் கண்டதும் தெரிந்து கொண்டிருப்பான். அவனே ஜெயாவுக்கு அந்த இரகசிய இங்கியைத் தந்துமிருப்பான். ஆகவே அதன் மர்மம் தெரிந்து விட்டது. எனக்கு அந்தக் கடிதத்தின் எழுத்து மறைந்து விட்டது அதிசயமாகத் தெரியவில்லை. சரியான சமயத்திலே அது மறைந்து விட்டதே. அதுதான் எனக்கு அதிசயமாக இருக்கிறது" என்று கூறினாள் லலிதா.

“ஆமாம்! கடிதம் ஓடிவிட்டது என்று கூறினான். கடிதம் இதோ என்று நான் கூறுகிறேன். கடிதம் வெறும் காகிதமாக இருக்கிறது. இது மாயமாக இல்லையா?” என்று கூறிக் கொண்டே, “எங்கே அந்த மாயக் கடிதம்?” என்று லலிதாவைக் கேட்க, தன் மணிப்பர்சிலே மடித்து வைத்திருந்த கடிதத்தைக் எடுத்துக் கொடுத்தாள். கடிதத்தைக் கைநீட்டி வாங்கியதும் பார்வதி மீண்டும் ஆச்சரியத்தால் கூவினாள், ஏன்? கடிதத்திலே எழுத்துகள் தெளிவாகத் தெரிந்தன.

“லலீ! இந்த அதிசயத்தை பார்! காலியாக இருந்ததே, இதோ ஒரு எழுத்து விடாமல் சகலமும் தெரிகிறது பார்! இதென்ன வேடிக்கை!” என்று பார்வதி ஆச்சரியத்தோடு கேட்டாள். லலிதகுமாரியும் கடிதத்தைப் பார்த்து ஆச்சரியப் பட்டாள். சில நிமிஷங்கள் வரையிலே இருவருக்கும் ஒன்றும் புரியவில்லை. “மகாபுத்திசாலி போல இரகசிய இங்கியினால் எழுதப்பட்டது. மறைந்துவிட்டது என்று சொன்னாயே. இது என்ன பார்த்தாயா? அங்கே வெறும் காகிதமாக இருந்தது. இங்கே பழைய

காகிதமாக இருக்கிறது. இப்போது என்ன சொல்கிறாய்? லலி, அவன் பெரிய மந்திரக்காரன். மாயாஜாலத் தாலேதான் என் குமாரை எங்கோ ஒளித்து வைத்திருக்கிறான். எனக்கு முன்பு இருந்ததைவிடப் பயம் அதிகமாகி விட்டது. என்ன செய்வேன்?" என்று பார்வதி பயந்து பேசினாள்.

லலிதகுமாரி யோசித்தாள். கொஞ்ச நேரத்திற்கெல்லாம் பார்வதியைப் பார்த்து, "பார்வதி மனோவசியம் என்று கூறுவார்களே. இப்னாடிசம், மெஸ்மெரிசம் என்று, அது தெரிந்திருக்கிறது அந்தத் துஷ்டனுக்கு. சில விநாடிகள் இப்னாடிசம் தெரிந்தவர்கள், மற்றவர்கள் மனத்தைக் கட்டுப் படுத்த முடியும். அந்த இப்னாடிசத்தினாலேதான் பார்த்திபன் நம் இருவரையும் மயக்கிக் கடிதத்தை வெறும் காகிதமாக இருப்பதாக நம்பச் செய்தான். இப்னாடிசம் தெரிந்தவன் என்பதிலே சந்தேகமில்லை. அது தெரிந்தவர்களால் ஒருவரைச் சில விநாடிகள் அடிமைபோல ஆட்டிவைக்க முடியும். சிரி! சிரி! என்று

கூறுவான் இப்னாடிசம் தெரிந்தவன். அதனால் மயக் குற்றவன் சிரிப்பான் காரணமின்றி. அதுபோல அழ வைக்க முடியும். தூங்கவைக்க முடியும். கசப்பு பொருளே இனிப்பு என்று கூறிடச் செய்ய முடியும். நான் பார்த்திருக்கிறேன் இப்னாடிசம் செய்பவர்களை" என்று கூறினாள்.

பார்வதிக்கு, அப்படித்தான் இருக்க வேண்டும் என்று தோன்றிற்று. கடிதத்தின் மர்மம் துலங்கிவிட்டதும், பழையபடி குமார், வெடிகுண்டு என்ற சொற்களின் கவனம் பார்வதியைக் குடையத் தொடங்கிற்று. இருவரும் கூட நெடுநேரம் ஆலோசித்தனர். அந்தத் துஷ்டனுடன் போர் தொடுக்க என்ன முறைகளை அனுசரிக்க வேண்டும் என்பது பற்றி, பணம், செல்வாக்கு, ஆள், அம்பு, தந்திரம், இவ்வளவுடன் இப்னாடிசம் வேறு தெரிந்திருக் கிறது. அந்தத் திமிர் பிடித்த தன்னலக்காரனுக்கு. இரண்டு பெண்கள் கூடி அவனுடைய கொட்டத்தை அடக்க வேண்டும். குமாரைக் கண்டுபிடிக்க வேண்டும் என்றால் சாமான்யமா?

சுலபமா? ஏதேதோ யோசித்தனர். ஒவ்வொரு முறையும் ஏதாவது ஒரு விதத்திலே ஊனமுடையதாகத் தெரிந்தது. “ஒரு வேளை நான் அந்தச் சமயத்திலே வராது இருந்திருந்தால் உன்னிடம் ஆசை கொண்ட பார்த்திபன், குமார் விஷயத்தைக் கூறியிருக்கக் கூடும்” என்று கூறினாள். பார்வதியோ! “சேச்சே! அவனாவது இரகசியத்தைக் கூறுவதாவது! என்னையும் ஏய்த்து விடுவான். உன்னையும் ஏய்த்து விடுவான். அவ்வளவு சுலபத்திலே ஏமாறக் கூடியவனல்ல. பெண்கள் அவன் கைக்குப் பூச்செண்டுகள்! நீ அந்தச் சமயத்திலே அங்கு வந்து சேர்ந்ததே நல்லதாயிற்று” என்று கூறினாள்.

இருவரும் இங்ஙனம் யோசனையில் ஆழ்ந்திருக்க அதே சமயத்திலே பார்த்திபனும் ஆழ்ந்த யோசனையில்தான் ஈடுபட்டி ருந்தான்.

பார்வதி எவ்வளவு பசப்பினாள்? குமார் மீது அவளுக்கு அவ்வளவு காதல்! அவனுடைய நிலைமையைத் தெரிந்துக் கொள்ள, என்னைக்

காதலிப்பது போலப் பாசாங்கு செய்தாள். முட்டாள்! அவளுடைய சாகசத்தைக் கண்டு நான் ஏமாறுவேன் என்று கருதினாள். அவளும் நடித்தாள். நானும் காதலால் கட்டுண்டவன் போல் நடித்துக் கொண்டிருக்கும்போது வந்து சேர்ந்தாள், வம்பு வளர்க்க அந்த வாலில்லாக் குரங்கு! ஜெயாவுக்குத் திமிர் பிடித்து ஆட்டுகிறது! அவளிடம் எவனோ என்னைப் பற்றி பேசி இருக்கிறான் என்று தெரிகிறது அவளை வேறு கவனித்துக் கொள்ள வேண்டும். கஷ்டம் வரத் தொடங்கினாலே இதுபோலத்தான். பல வரும். சரி, இந்தச் சமயத்திலேதான் கலக்கம் கூடாது. தைரியம் வேண்டும்." என்றெல்லாம் எண்ணியபடி மேற்கொண்டு என்ன செய்வது என்பதுபற்றிப் பலவாறு யோசித்துப் பார்த்தான். சிகரெட்டுக்கு மேல் சிகரெட்டு செலவாகிக் கொண்டிருந்ததேயொழியத் திட்டம் ஏதும் தயாராகவில்லை.

எவ்வளவோ மூடுமந்திரமாக தான் செய்து வைத்திருக்கும் காரியத்தைச் சில பெண்கள் கூடிக் கொண்டு கெடுக்க முயலுவது

பார்த்திபனுக்குக் கோபமூட்டிற்று. பார்வதி ஒரு பி.ஏ., லலிதகுமாரி ஒரு டாக்டர். இவர்கள் தன்னுடைய தந்திரத்தைத் தெரிந்து கொள்வதிலே அவ்வளவு ஆச்சரியம் இல்லை. ஜெயா கூட அல்லவா கிளம்பி விட்டாள் போருக்கு என்பதை எண்ணும் போது, பார்த்திபனுடைய கோபம் அதிகரித்தது. "துஷ்டப் பெண்ணைத் தொலைத்து விடுகிறேன். என்னிடமே காட்டுகிறாள். கைவரிசையை! தன்னைப் பெரிய அரம்பை என்று கருதிக் கொண்டிருக்கிறாள். இவளை நான் கைவிட்டு விட்டேனாம். இந்தக் கண்ணகிக்குக் கடுங்கோபம் வந்துவிட்டதாம். என்னை என் இரகசியததைக் கூறிவிடுவாளாம். அதிகாரிகளுக்கு, எவனென்று தெரியவில்லை. என்னைப் பற்றி அவளிடம் பேசியவன். ஒருவேளை என் ஆட்களிலேயே எவனாவது அதிருப்திபட்டு எனக்கு ஆபத்துத் தேடுகிறானோ? ஜெயாவைப் பற்றிப் பயப்பட வேண்டிய அவசியம் இல்லை. கொஞ்சம் சேரம் அவளுடன் சிரித்து விளையாடினால், 'செக்' புத்தகத்திலே ஒரு ஆயிரம் எழுதினால் அவளுடைய கோபம் இருந்த இடம் தெரியாமல்

போகும். ஆனால் அவளுக்கு உளவு கூறியவன், ஜெயாவை நான் சரிப்படுத்திக் கொண்டதும், வேறே யாருடைய உதவியைத் தேடுவானோ? புதிய ஆபத்து வருமோ என்று யோசித்தான். ஒரு சமயம், இந்தத் துஷ்ட சிறுக்கிகள் அவனைக் காண நேரிட்டால்... என்று நினைத்துப் பார்த்தான். அது மகா ஆபத்தாக முடியும். அந்தச் சந்திப்பு மட்டும் நடைபெறக் கூடாது. அதை எப்படியாவது தடுக்க வேண்டுமே? என்று எண்ணியபடி வேடர்களின் குரல் கேட்ட வேங்கை புதரருகே கோபத்துடன் உலவி வாலைக் கீழே அடித்து உறுமிக் கொண்டிருப்பது போல ஒன்றிரண்டு வார்த்தைகளை வாய்
விட்டும் கூறிக் கொண்டே உலவினான். கடைசியில் குருக்கள், குமரகுருபரருக்கு, "உடனே புறப்பட்டு வாருங்கள் என்று தந்தி கொடுத்துவிட்டு, ஊரிலே வேறு ஜோலிகளைக் கவனிக்கலானான்.

◈◈◈

17

லலிதகுமாரியும், பார்வதியும் வஞ்சகனை வீழ்த்தும் வகை என்னவென்பதற்காக நடத்திய மந்திராலோசனை. ஜெயாவை நேரிலே போய்க் காண்பது என்ற முடியவைத் தரவே, அதற்கான ஏற்பாடுகளைக் கவனிக்கலாயினர்.

பொது வாழ்க்கையிலே ஈடுபட்டு உலகைச் சீர்திருத்த வேண்டுமென்று எண்ணிய பார்வதிக்குச் சொந்த வாழ்க்கையிலேயே இவ்விதமான சுழல்கள் உண்டாகவே, தன்னிடம் பல நண்பர்கள், படித்துப் பட்டம் பெற்ற உடனே ஏதேனும் ஒரு வேலை தேடிக் கொள்ளும்படி புத்தி கூறிய சம்பவங்கள் நினைவுக்கு வரலாயின.

உலகம் எவ்வளவோ கெட்டிருக்கிறது. சமுதாயத்தைச் சீரழிக்கும் கேடுகளைக் களைவதைவிட படித்தவர்களுக்கு வேறு கடமை இல்லை என்பது பார்வதியின் கருத்து. சாம்ராஜ்யத்தின் சகல சௌகரியங்களும், சுகபோகங்களும் சித்தார்த்தரைத் தழுவிக் கொண்டிருந்தன. மணிமுடி தரித்து மன்னர்களின் மன்னனாக அரியாசனத்திலே அமர்ந்து ஆனந்த வாழ்வு நடத்த அவருக்கு அன்பழைப்புக் கிடைத்தது. அவரோ அடவியிலே அலைந்து, ஆனந்தம் அநித்யம் என்று அறிந்து, அவனியிலே அவதி அழிக்கப்பட்டு, அமைதி அரசளா வேண்டும். துன்பத் தோணியிலேறி பிணி, மூப்பு, பெருங்கவலை என்னும் பாறைகளிலே மோதுண்டு, சிதறும் நிலைமை மாறி, மக்கள் மனத்திலே மாச்சரியத்தை மாய்த்துவிட்டு அன்பு, அருளுடைமை எனும் குறிக்கோள் கொண்டு வாழவேண்டும். இதற்கு ஏற்றதோர் வழியை நாம் காணவேண்டும் என்பதற்காக இன்பத்தை மதிக்க மறுத்ததுடன், போகப் படுகுழியும் இலாபச் சுழலும் தாம் செல்லும் வழியிலே காணப்பட்டகாலை அவைகளிலே இடறி

விழாமல், இன்பம் - நிரந்தர இன்பம் - துன்பத்துடன் பிணைந்திருக்கும் இன்பமல்ல. இணையற்ற எல்லையற்ற இன்பம், எது, எங்கே இருக்கிறது; எங்ஙனம் பெற முடியும் என்று கண்டுபிடிப்பதிலே காலத்தைச் செலவிட்டார். அவருடைய சொந்த வாழ்க்கையைத் தத்தம் செய்து மக்கள் வாழ்க்கைக்கு ஒரு வழி காண முயன்றார். தமக்குக் கிடைத்த சுகத்தைத் துச்சமெனத் தள்ளிவிட்டு, மக்களுக்குச் சுகம் தேடித்தர முனைந்தார். சுகத்தைத் தியாகம் செய்த சித்தார்த்தர், புத்தரானார்! இன்பச் சேற்றையே வாழ்க்கையின் வசீகரத் தைலம் என்று பூசி மினுக்கிக் கொண்ட வாலிபர்கள், இளவரசர்கள், எத்தனை எத்தனை இலட்சம் இருந்தனர், இறந்தனர். உலகிலே அவரைப் பற்றிய நினைப்பேனும் இருக்கிறதோ? ஒரு புத்தரின் புகழ் மக்களின் மனத்திலே சிந்தனா சக்தி நிலைத்திருக்கும் வரையில் இருந்தே தீருமன்றோ! சொந்த வாழ்க்கையிலே அக்கறை காட்டுவது ஒரு சபலம்! அதனை நீக்காதவர்களால் பொது வாழ்க்கை என்னும் போர்க்களத்திலே உலவ முடியாது. சித்தார்த்தர்

போல, நான் என்ன சிங்கார மாளிகையையா துறந்தேன்? பட்டத்தையா விட்டுவிட்டுப் பாதசாரியானேன்? இல்லையே! நானோ ஓர் அபலை! படித்தேன். சமுதாயம் பாழ் பட்டுக் கிடப்பதைக் கண்டேன். இதனைச் சீர்திருத்த என்னாலான அளவு முயலுகிறேன். இது பெரிய தியாகமாகாது. சித்தார்த்தர் போன்றோரின் வரலாறுகளைப் படிக்கும்போது மெய் சிலிர்க்கிறது. அத்தகைய உத்தமர்களின் கால் தூசுக்கு நான் சமானமல்ல! நாம் ஏதோ பெரிய தொண்டு செய்வதாக எண்ணிக் கொள்வதே மமதை! என்று பலப்பல எண்ணியபடி பார்வதி படுத்துக் கொண்டிருந்தாள்.

துக்கமெனும் பெருங்காற்றால் தாக்கப்பட்ட பார்வதி எனும் இளந்தளிர், வாடி வதங்குவது தெரிந்த லேடி டாக்டருக்கு வருத்தமாக இருந்தது. நாகரிகத்திலே மிகுந்தவன் போலக் காணப்பட்ட அந்தப் பார்த்திபன், எவ்வளவு அநாகரிகமாகப் பெண்களிடம் நடந்து கொண்டான்? உல்லாசத்துக்கும் ஊராரை மயக்குவதற்கும், நாகரிகத்தை அவன்

பயன்படுத்தினானேயன்றி உண்மையான நாகரிகம், அதாவது இளைத்தோரை இம்சிக்கா மலிருப்பது அடுத்துக் கெடுக்காதிருப்பது போன்ற பண்புகள் துளியும் அவனிடம் இல்லை. அழகான தோற்றம், அலங்கார மான உடை, ஆளை மயக்கும் புன்சிரிப்பு. மேதாவி என்று பெயரெடுக்க வேண்டும் என்பதற்காக தயாரித்துக் கொண்ட பேச்சு, இவையா நாகரிகச் சின்னங்கள்? அல்லவே!! பளபளப்பு, வைரத்திலும் உண்டு, கத்தியிலும் உண்டு. ஆனால் விளைவு இரண்டுக்கும் ஒன்றாகுமா? அதுபோலத்தான் இருந்தது பார்த்தி பனுடைய நடை உடை பாவனை. மனமோ படுகுழி! அந்தப் படுகுழியிலிருந்து பேராசை எனும் புகை வெளிவந்து கொண்டிருந்தது. அதன் சுடு நாற்றத்தால் தாக்கப்பட்டே சுந்தரிகள் இருவரும் தத்தளித்தனர். படித்தான், பட்டம் பெற்றான். பாவையரை அவனுடைய பாததூளியாகவன்றோ கருதினான். இந்த மடமையைத்தானா அவன் இரவு பகல் படித்துத் தெரிந்து கொண்டான்? சமுதாயத்தைச் சீராக்குகிறானாம். தன்மனத்தைச் சேறாக்கிக் கொண்ட தூர்த்தன். அவன் கெட்ட

கேட்டுக்குப் பொது வாழ்க்கை வேறு வேண்டுமாம்! ஆடுகள் அயர்ந்து கிடக்கும் பட்டிக்கு நரியைக் காவலுக்கு ஏற்படுத்துவது போலிருக்கிறது. இவனை நம்பிக் கொண்டு சிலர் இருப்பது என்றெல்லாம் லலிதா சிந்தித்தாள்.

பூந்தோட்டத்திலே உலவிக் கொண்டு புது மணத்தைப் பெற்று மகிழ்ந்து, ஆடும் மயிலையும் பாடும் குயிலையும், தடாகத்திலே நடமாடும் அன்னத்தையும், கொஞ்சும் கிளியையும் கண்டுகளிக்கும் பூவையின் கால்களை மலைப்பாம்பு பின்னிக் கொண்டு இடையை வளைத்து இறுக்கி, அத்துடன் நில்லாமல், அவளுடைய முகத்தருகே தன் முகத்தை நிறுத்திச் சீறி, நாவை நீட்டினால் அந்த நாரீமணியின் மனம் எப்படி இருக்கும்? பார்த்திபன் எனும் பாம்பினிடம் சிக்கிக் கொண்டாள் தொண்டு எனும் மலர்த் தோட்டத்திலே மந்தகாசமாக உலவிக் கொண்டிருந்த பார்வதி எனும் மங்கை. அவளுடைய இன்பக் கவலைகள் என்னென்ன? வாழ்க்கையின் உண்மைக் காட்சிகள் எவ்வளவு

கோரமாகத் தென்பட்டன! இலட்சிய வாடை வீசிடும் என்று அவள் கருதி எந்த ஆடவனைத் தோழனாகக் கொண்டாளோ, அவனுடைய கருத்து, நாகம் கக்கும் விஷம் போன்று இருக்கக் கண்டாள். நடுங்கினாள். நாவுலர்ந்து தவித்திடும் நேரத்தில் மலைச்சுனையைக் கண்டு, மகிழ்ந்து விரைந்து சென்று, நீரை மொண்டு பருகக் போகும் சமயம் காட்டானை கோரக் கூச்சலுடன் அங்கே வரக் கண்ட காரிகையின் நிலைமை எப்படி இருக்கும்? பொது வாழ்வு எனும் தூய்மையான தடாகத்திலே பார்வதி, நீரைப் பருகினாள். அங்கே மலர்ந்து கிடந்த நீலோற்பலத்தைப் பறித்து, எடுத்து அதன் அழகைக் கண்டு அகமகிழும் வேளையிலே, குளத்தைக் கலக்கி, மலரைக் கசக்கினான், மமதை கொண்ட பார்த்திபன். பார்வதி பதைத்தாள் பொது வாழ்க்கையிலே புகப் பலர் பயப்படுவதன் காரணம் அவளுக்கு அப்போது நன்றாகப் புரிந்தது. அந்த வாழ்க்கை எவ்வளவு வசீகரமான கனவுகளை உண்டாக்குகிறது. ஆனால் எவ்வளவு வசீகரமான கனவுகளை உண்டாக்குகிறது. ஆனால் எவ்வளவு ஆபத்துச்

சூழ்ந்திருக்கிறது அப்பாதையிலே! என்பதை எண்ணியபோது தன்னுடன் படித்த பலரும் வேறு வேறு பாதைகள் வகுத்துக் கொண்டதன் காரணம் பார்வதிக்கு விளங்கிற்று.

"பார்வதி! உனக்குப் பைத்தியம்! உலகைச் சீர்திருத்துவது என்ன, உரித்து வைத்துள்ள பலாச்சுளையைத் தேனிலே தோய்த் தெடுத்துத் தின்பது என்றா எண்ணிக் கொண்டு, பொது விவகாரங்களிலே தலையிடுகிறாய்? நினைத்ததை முடிக்க முடியாமல் தலையணையை நனைத்துக் கொண்டவர்கள் எவ்வளவு? நல்லது செய்யப் போய் நிந்தனைக்கு ஆளானவர்கள் எவ்வளவு? பைத்தியக்காரி! உலகம் பொது வாழ்க்கையில் ஈடுபட்டவர்களைப் போற்றுகிறது என்றா கருதுகிறாய்? ஏளனத்தோடு பார்க்கிறது! வேறு ஏதும் செய்ய இயலாதவர்களின் வாழ்க்கை வழி இது என்று கூறுகிறது. கூண்டுக்கிளிக்குக் கொவ்வைக் கனி தருவர் மக்கள், கூண்டிலே அது இருக்க வேண்டுமென்று! விடுதலையை மறந்து விடுவர்! அதுபோலத் தானடி பொது வாழ்க்கை எனும்

கூண்டிலே உன்னை யாரோ தள்ளிவிட்டு வேடிக்கை பார்க்கிறார்கள். சிற்றரசர்களும் சீமான் களுக்கும் சாது சன்யாசிகளுக்கும், சர்வபண்டிதர்களுக்கும், உலகம் சீர்கேடாக இருப்பது தெரியாதா? நன்றாகத் தெரியும்! ஏன் அவர்கள் தமது சிறு விரலையும் அசைப்பதில்லை; இது கண்டு, அவர்களெல்லாம் சும்மா இருக்க நீ ஏதோ ஆடுகிறாய், மேடையிலே இருக்கும் பள்ளம் தெரியாமல், போதும் உன்னுடைய பொதுவாழ்க்கை, புறப்படு. எங்கேனும் போய் வேலை தேடு, கணவனை நாடு. உலகம் ஒரு புறம் இருக்கட்டுமடி, நீ உனக்கு ஒரு உலகத்தைத் தேடிக்கொள். பித்தம் பிடித்தவளே! ஊருக்கு உழைக்கச் சொல்லி யார் உன்னை அழைத்தார்கள்? பொது வாழ்க்கையிலேதான் பார்த்துவிட்டாயே. படாடோபத்தைப் பெற பரம சாதுவாக நடிப்பவனை, நயவஞ்சகத்தை மறைக்க நகை முகம் காட்டுபவனை! இன்னமும் உனக்குச் சலிப்பு உண்டாகவில்லையா? நீ கோட்டைகளைக் கட்டினாய். அவை சூறாவளியால் அழிந்தன! எலியால் முடியுமா

புலியை அடக்க? போ, போ! போய், உன் வேலையைப் பாரடி, உலகம் கிடக்கட்டும்!" என்று பார்வதியின் சோர்வு அவளுக்குச் சொல்லிற்று. மறு விநாடியே பொதுத் தொண்டிலே அவளுக்கு இருந்த பற்று வெற்றி கொண்டது!

"இதைவிட இடையூறு நேரிட்டபோது, பின்வாங்கி ஓடி விடாமல் ஒரு சிலராவது வேலை செய்வால்தான் பார்வதி! உலகம் இயங்குகிறது. எரிமலை நெருப்பைக் கக்கும். சுற்று வட்டாரத்தையே அழித்துவிடும். ஆனால், அதற்குப் பயந்து அதனருகே வாழாமலா இருக்கிறார்கள்? கவிழ்ந்தால் உயிர் போகும் என்பதைத் தெரிந்து கொள்ளாமலா கடலிலே பிரயாணம் செய்கிறார்கள்? பார்வதி, பயப்படாதே! பூகம்பங்கள் எவ்வளவோ ஏற்பட்ட பிறகுதானே பூமியிலே நாம் வாசம் செய்கிறோம்!! பொது வாழ்விலே, எரிமலை, அலைகடல், பூகம்பம், தீ, எல்லாம் உண்டு. அவைகளிலே வெந்தும் சாம்பலா காத சித்தம் இருக்க வேண்டும். அதற்கான சக்தியைப் பெற வழி தேடு. ஓடாதே! எதிர்த்துச் செல்! போராடி வெற்றி பெறு!!

மலரைப் பறிக்க வேண்டுமென்றாலும், சிரமம் இருக்கிறதே. மக்களைத் திருத்துவது சுலபத்திலா முடியும்? தேனீக்களைப் பாரடி, திகைத்துக் கிடக்கும் பெண்ணே! மற்றவர்களுக்கு ஏன் இந்தத் தேனீக்கள் இப்படி அலைகின்றன? என்ன சாதிக்க முடியும் இவைகளால்? என்றுதான் தோன்றும், அந்தத் தேனீக் களால் அலைந்து அலைந்துதான் தேனை திரட்ட முடிகிறது. அதைக் காண்போரால் இதனை உணர முடிவதில்லை. தேனைப் பருகும்போது தேனீக்களின் நினைப்பே கூட மக்களுக்கு இருப்ப தில்லை. நன்றி கெட்டவர்கள் நடமாடும் இடமாயிற்றே. இங்கே நாம் ஏன் அலைந்து கிடக்க வேண்டும் என்று தேனீக்கள் ஒத்துழையாமையை அனுஷ்டிப்பதில்லை. பிறருக்கு இன்பம் தேட, யார் அந்த இன்பத்தைப் பெற இருக்கிறார்களோ அவர்களே தூற்றியும் கேலி செய்து கொண்டும் இருக்கும் போதும் பணிபுரியும் பண்பினர் சிலராவது இருப்பதால்தானே, உலகிலே வாழ்க்கையின் வசதிகள் கிடைக்கின்றன. அப்படித்தான் என்ன, நீ அதிக சிரமப்பட்டு விட்டாயா? உன்னுடைய

கஷ்ட நஷ்டம் கண்ணீரோடு தீர்ந்து விடும். இரத்தம் இரத்தமாகக் கக்கிக் கஷ்டப்படுபவர்கள் இருக்கிறார்கள், இந்த உலகத்திலே! அதோ! உழவனைப் பார்! தைலம் தீர்ந்துபோன கட்டை போலிருக்கும் அவன் உடலைப் கவனித்தாயா? அவன் தானே உணவு தருகிறான், உல்லாசிகளுக்கு. காலிலே பார்த்தாயா, எவ்வளவு சேறு! கஞ்சிக் கலயத்தைக் பாரடி, புளித்த கூழ் இருக்கிறது உள்ளே. அவன் மனைவி அதோ புல் சுமக்கிறாள்! பிள்ளைகள் எருமை மேய்க்கின்றனர் கோயில் பூசாரி கூப்பிடு தூரத்தில் இருக்கிறார்! வாழ்வின் கோணலைப் பொருட்படுத்தாமல் அவன் ஏரைச் செலுத்துகிறான். நீர் பாய்ச்சுகிறான், களை எடுக்கிறான், அதை விடவா நீ பிரமாத கஷ்டப்பட்டு விட்டாய்? வெட்கமாக இல்லையா, சலித்துக் கொள்ள? பார்வதி! சுயநலத்துக்கு நீ அடிமைப்படவில்லை. அதுதான் உனக்கும் உனது தொண்டுக்காக எதிர்பார்த்துக் கொண்டிருப்பவர்களுக்கும் இடையே உள்ள ஒரு வித்தியாசம். இது பெரிதல்ல உனக்கா

கவது, சலிப்பும் சோகமும், கோபமும் துக்கமும் வருகிற சமயத்திலெல்லாம், 'சே! ஏன் நமக்கு இந்தத் தொல்லை? சௌகரியமாக வாழ நமக்கு வழியா இல்லை?' என்று நினைக்க முடிகிறது. அந்த நினைப்புக் கொள்ளும் பாக்கியம் கூடப் பாட்டாளிக்குக் கிடையாது பார்வதி! கலப்பையைக் கீழே போட்டுவிட்டு கைகளைக் கழுவிக் கொண்டு, வயலிலே இனி நாம் வேலை செய்து விலாவை முறித்துக் கொள்வானேன்? நமக்கு வேண்டாம் இந்தச் சங்கடம் என்று உழவனால் கூற முடியுமா? அதை எண்ணிப்பார். அப்படி உழைக்காவிட்டால் உலகத்திலே வாழ முடியாதே என்ற எண்ணம் அவனுக்குச் சவுக்காக இருக்கிறது. அந்தக் கசையடி உனக்கு இல்லை. கர்வப் படவும் உனக்கு உரிமையில்லை; கலைப் பட வேண்டிய அளவு நீ பாடுபடவுமில்லை. மோர் கடைகிறாய், வெண்ணெய் வேண்டுமென்று!" இதுபோல இடித்துக் கூறலாயிற்று, பார்வதியின் பொதுத் தொண்டின் ஆர்வம்.

இந்த இரு இடிகளுக்கும் இடையே, பார்வதி சிக்கிக் கொண்டு திமிறினாள். ஆனால், மத்தளத்துக்கு இருபுறம இடி கிடைத்தால் தானே மதுரமான இசை கிளம்புகிறது. அதுபோலத் தான் இந்த இதயத்திலே போர் நடைபெற்றதால் பார்வதிக்குப் புதிய உறுதியும் அறிவும் கிடைத்தன.

◈◈◈

18

திக்கற்றோர் திருச்சபை என்ற பெயரைக் கேட்டதுமே பார்வதிக்கு அங்கு போகவேண்டுமென்றே ஆவலர் பிறந்தது. எத்தனையே சபைகள், எது எதற்கோ சபைகள் உள்ளன. ஒவ்வொரு சபையும் ஒவ்வொரு உள்ளெண்ணத்தோடு நடத்தப் பட்டு வருவது பார்வதிக்குத் தெரியும். திக்கற்றோர் சார்பாக ஒரு சபை இருப்பது கேட்டு அவள் அடைந்த சந்தோஷத்திற்கு அளவில்லை.

வறுமை எனும் தேள்கொட்டி, விஷம் ஏறி உருமாறிப் போனவர்களும் வாழும் வழி இழந்து பாழுங்கிணறு தேடும் பாரரிகளும் இராத்திரி ஏதாகிலும் பிச்சை கிடைக்காதா என்று

ஏக்கத்தோடு பகல் பட்டினியாக இருப்பவர்களும், பெற்றோர் திடீரென்று இறந்து போனதால், வீதியிலே அலைய நேரிட்டவர் களும் விழி இழந்தோர் கரமில்லாதார், முடவர், ஊமை, பெருநோய் கொண்டோர் என்று திக்கற்றுக் கிடக்கும் பலருக்கு ஒரு திருச்சபை இருந்தாக வேண்டும் என்று பார்வதி பல சமயங்களிலே எண்ணியதுண்டு. அழகான செவ்வானம். அற்புதமான நிலவொளி, சிற்றாறு, சிங்கார மாளிகை, சிரித்திடும் முல்லை, கண்ணைப் பறித்திடும் ரோஜா. மாடமாளிகை, மணி மண்டபம், தவழும் குழந்தைகள், இளந்தளிர் எனும் பல்வேறு காட்சிகளைக் கண்டுகளித்த சமயங்களில் எல்லாம் இக்காட்சிகளைக் காண முடியாமல் எவ்வளவு பேர் குருடாகிக் கிடக்கின்றனர் என்பதை எண்ணிப் பார்வதி உள்ளம் குமுறுவது உண்டு. செல்வமும், சுகமும், அழகும் ஆனாந்தமும் நேர்த்தியும் நிம்மதியும் ததும்பிக் கிடக்கும் உலகிலே வறுமையும் வாட்டமும் சூழ்ந்துள்ள படுகுழியிலே வீழ்ந்து கிடக்கும் பராரி களைப் பற்றிய நினைப்புப் பார்வதிக்கு அடிக்கடி

வருவதுண்டு. இந்த நினைப்புப் பார்வதிக்கு அடிக்கடி வருவதுண்டு. இந்த நினைப்பு வளரவளர அவளுக்குச் சிங்கார மாளிகைகளைக் கண்பதைவிடச் சிறு குடிசைகளைக் காண வேண்டும் என்ற எண்ணம் வளர்ந்தது. அந்தக் குடிசைகளையும் அங்கே கூன் கொண்ட வாழ்க்கையைக் கொண்டுள்ளவர்களையும் காணக் காண உலகம் மிகமிகச் சீர் கேடாக இருக்கிறது என்ற கோபமும், இந்தக் கேட்டைக் களைய ஏதாவது செய்தாக வேண்டும் என்ற துடிப்பும் அதிகரித்தது. எனவேதான், பார்த்திபனின் பதட்டத் தால் உள்ளம் வேதனை அடைந்திருந்த அந்த நேரத்திலும் திக்கற்றோர் திருச்சபையிலே பேச வேண்டுமென்று அதன் செயலாளர் வந்தழைத்ததும், பார்வதி அங்குச் செல்ல இசைந்தாள்.

அந்தச் சமயத்திலே ஜெயாவைக் காண வேண்டுமென்ற ஏற்பாடு, குமார் விஷயமாகக் கொண்டிருந்த கவலை, முதலிய எதுவும் அவளுக்குப் பெரிதாகத் தோன்றவில்லை. இன்பமயமான இவ்வுலகிலே துன்பத்தின்

பிரதிநிதிகளாக வாழும் அந்தத் தோழர்களைக் காண வேண்டும். அவர்களுக்கு விடுதலை உணர்வை ஊட்ட வேண்டும். வாழ்க்கையின் கோட்பாடுகளை அவர்களுக்கு எடுத்துரைக்க வேண்டும். அவர்களைக் கண்டு பேசிய பிறகு அவர்களின் நிலைமை பற்றி நிம்மதியாக வாழுபவர்களிடம் எடுத்துக் கூறவேண்டும் என்ற இந்த எண்ணங்கள் பார்வதியை, லேடி டாக்டரின் வீட்ஏ விட்டு வேகமாக வெளியே இழுத்துச் சென்றன, ஊரின் கடைசிப் பாகத்துக்கு.

வண்டி இழுப்பவர்களும், வயற்காட்டாள்களும் குடியிருக்கும் பகுதி. குப்பைமேடுகளும் இடையிடையே வீடுகளும் இருந்த இடம். குடியர்களும், வெறியர்களும், கூவிக் கொண்டிருந்தனர். அங்கு பறை ஒலி ஒரு பக்கம், போதை கிளம்பும் கீதம் வேறோர் பக்கம், கட்டை கொண்டு மனைவியை அடிக்கும் கணவனும், கள்ளக் காதலுடன் கொல்லைச் சுவரேறிக் குதிக்கும் கள்ளியும் தகப்பனுக்கு அடங்காத தறுதலைகளும், தாயை வதைக்கும் தருக்கரும் அங்கு தர்பார் நடத்தினர்.

“டேய்! இது யாரு பாருடா?”

“ஒய்யாரக் குட்டிடா, ஓடி வந்த பட்டிடா.”

“குலுக்கி நடக்கிறா, கும்மாளம் போடுறா.”

இவையும் இவைகளைவிட ஆபாசமான “வரவேற்புரை” களும் பார்வதிக்கு வழங்கப்பட்டன.

திக்கற்றோர் திருச்சபையை நாடிச் செல்லும் வழியிலே நடைபெறும் இந்தச் சம்பவங்களைக் கண்டு சலித்துக் கொள்ள வேண்டாமென்று செயலாளர் பார்வதியை வேண்டிக் கொண்டார். பார்வதி, “எனக்கு என்ன சலிப்பு! அவர்களின் நிலை அப்படி இருக்கிறது. குற்றம் அவர்களுடையதல்ல” என்று கூறினாள்.

ஒரு சிறு கும்பல் கூடிவிட்டது. “டே! நம்மை எல்லாம் கிருஸ்தவராக்க இந்தப் பொம்பளையும் அந்த ஆம்பளையும் வாராங்க. அவர்களைச் சும்மா விடக்கூடாதுடா” என்று எவனோ

ஒருவன் குண்டு வீசினான். அது வெடித்துவிட்டது. பலருக்கும் ஆத்திரம் பொங்கலாயிற்று. "நம்ம காளி, சாமுண்டி, சடையாண்டி முதலிய குலதெய்வங்களைக் குறை கூற எவளோ வந்திருக்கா. அவ இங்கே பேசக்கூடாது. கூட்டம் போட்டா, கழுதையைத் துரத்துங்க, நாய்களை ஏவுங்க, மலைப்பிஞ்சுகளை வீசுங்க" என்று வெளிப்படையாகவே ஒருவன் தூண்டத் தொடங்கினான்.

பார்வதி, திக்கற்றோர் திருச்சபையின் செயலாளரைப் பார்த்து, "இவர்கள் நாம் கிருஸ்தவ மதப் பிரசாரம் செய்யப் போவதாக எண்ணிக் கொண்டு ஏசுகிறார்கள். பாவம்! வேறே எந்த ஆஸ்தியும் இல்லாவிட்டாலும் இவர்களுக்கு இந்து மதப் பைத்தியமாவது இருக்கிறது" என்று கூறிவிட்டு, "உங்கள் திருச்சபை இருப்பது இவர்களுக்குத் தெரியாதா?" என்று கேட்டாள். "தெரியாது! இது இருக்குமிடம் இன்னம் இரண்டு மைல் போக வேண்டும்!" என்றார்.

“அப்படியானால், அது அடுத்த கிராமத்திலே என்று சொல்லுங்கள்” என்றாள் பார்வதி. “ஆமாம்! அரை மணி நேரத்திலே போய்விடலாம். ஏன்? ஆயாசமாக இருந்தால் இங்கே கொஞ்ச நேரம் தங்கலாம்! சிரமபரிகாரம் செய்துக் கொண்டு புறப்படுவோம்” என்று செயலாளர் வாஞ்சையுடன் கூறினார். அவனுடைய வாஞ்சனையைக் கண்டுமகிழ்ந்த பார்வதி, “அப்படி ஒன்றும் சிரமமில்லை. திருச்சபைக்கே போய்விடலாம்” என்று கூறினாள். இருவரும் சற்று வேகமாக நடந்தனர்.

ஊருக்கு வெளியே, ஒரு வெளி, அங்கோர் கட்டிடம், நெல் அரைக்கும் இடம். அங்குதான் திக்கற்றோர் திருச்சபையின் விசேஷக் கூட்டம் ஏற்பாடாகி இருப்பதாகச் செயலாளர் கூறினார். அந்த இடத்துக்கே வருவதற்குள், பார்வதி, அங்கு பல திக்கற்றோர் கூடியிருப்பார்கள். அவர்கள் விஷயத்திலே அக்கறை கொண்டவர்கள் வந்திருக்கக் கூடும் என்றெல்லாம் எண்ணிக் கொண்டாள். ஆனால் செயலாளர் குறிப்பிட்ட

இடத்தருகே வரவரப் பார்வதிக்கு ஒரு கூட்டம் நடைபெறுவதற் குரிய அறிகுறி எதுவும் தென்படாதது ஆச்சரியத்தை முதலிலும் பிறகு சந்தேகத்தையும் தந்தது. "கூட்டம் எப்போது ஆரம்பமாகும்?" என்று கேட்டாள். "நாம் போன உடனே!" என்று தயக்கமின்றிச் செயலாளர் பதிலுரைத்தார். மேலும் கேள்விகளைக் கிளப்பித் தனது பயங்காளித்தனத்தைக் காட்டி கொள்ளக் கூடாது என்று பார்வதி கருதினாள்.

அந்த இடத்துக்கும் வந்தனர் இவர்களை வரவேற்க ஆட்களைக் காணோம். திக்கற்றோர் சபையிலே ஆடம்பர வரவேற்பு இருக்க முடியாது. பாவம் ஏழைகள்தானே என்று மனத்தைச் சமாதானப்படுத்திக் கொண்டாள். கட்டிட வாயிலிலே வந்ததும் பார்வதி திடுக்கிட்டுப் போனாள். உள்ளே நாலைந்து பேரே இருந்தனர். அவர்களும், பிரசங்கம் கேட்கக் கூடியவர்களாகத் தெரியவில்லை! கையில் கம்பும் அரிவாளும் வைத்துக் கொண்டிருந்தனர். பயம் திடீரென்று அதிகரித்து.ஜுர வேகத்தில் முகம் வெளுத்து விட்டது. செயலாரைப்

பார்த்தாள். அவன் குறும்புத்தனமாகச் சிரித்துக் கொண்டே, "ஏனு கிலி? புலியா உள்ளே? இல்லை, உள்ளே போவோமே" என்று கூறினான். "கிலியா! இல்லையே" என்று தைரிய பாவனையுடன் பார்வதி பேசினாள்.

"குமாரின் காதலி கிலி கொள்வாளா? கோபலா! கழுத்தைப் பிடித்து உள்ளே தள்ளு அந்தக் கள்ளியை!" என்று பார்த்திபன் உள்ளே இருந்து உரத்த குரலிலே கூவினான். "ஐயோ!" என்று பார்வதி அலறினாள். திகில் அளவு மீறிப் பிறந்தது. என் செய்வாள் பாவம்! வாதமிடத் தெரியும். விளக்க முரைத்திட அறிவாள்,மேற்கோள் தருவாள். அரிவாளும் கையுமாக முரடரும், அவர்களை ஆட்டிவைக்க ஆணவக்காரனும் இருந்த இடத்திலே, தேவை அவைகளல்லவே! அடிபடவும் அடி கொடுக்கவும் வெட்ட வரின் தடுக்கவும் கிட்டே வருவோரை விரட்டவும் வித்தையும் நெஞ்சுதியும் தேவை. புலி நுழைய வேண்டிய குகைக்குள்ளே புறா சென்று விட்டது!

பார்த்திபன் பிறப்பித்த கட்டளையின்படி கழுத்தைப் பிடித்து உள்ளே தள்ளப்படுமுன்னம் தானாகவே உள்ளே சென்று விடுவதே யுக்தம் என்று பார்வதிக்குத் தோன்றிற்று. சாகசப் பேச்சினால் இனிப் பார்த்திபனிடமிருந்து தப்பித்துக் கொள்ள முடியாது என்பது பார்வதிக்குத் தெரிந்து விட்டது. ஏனெனில், முன்பு அந்த வித்தையை அவன் பார்த்துவிட்டவன். எனவே, இம்முறை ஏமாறமாட்டான், அவன். துணிவுடன் சகல முன்னேற்பாடுகளுடன் நடந்து கொண்டிருப்பதைக் கண்ட போது பார்வதிக்குப் பயம் மிக அதிகமாயிற்று. திக்கற்றோர் திருச்சபை என்று சாக்குக் கூறி, வரவழைத்துத் தன்னைக் கொன்று போடவே, பார்த்திபன் தீர்மானித்திருக்கிறான் என்பது தெரிந்தது. கொலைக்கஞ்சாக் கொடியர்கள் குடிவெறியுடன் இருந்தனர். சுற்றிலும் வெட்டவெளியே. கூவினாலும் கோவெனக் கதறினாலும் உதவிக்கு வருபவர் எவரும் இல்லை. தப்பித்துச் கொள்ள முடியாத நிலைமையிலே பார்வதி சிக்கிக் கொண்டாள்.

“பார்வதி! உன்னுடைய அழகான சொற்பாழிவைக் கேட்க ஆவல் கொண்டுதான் உன்னை இங்கு வரவழைத்தேன்!”

“திக்கற்றோரின் நிலைமையைப் பற்றித் தேன்மொழியில் பேசுவாய், கேட்டு இன்பமுறலாம் என்றுதான் இங்கு அழைத்து வரச் சென்னேனன் . ஏன்? இப்படி மிரள மிரள விழிக்கிறாய்? ஓகோ! திக்கற்றவர்கள் படும் பாடு பற்றி நினைக்கும் போதே உன் நெஞ்சிலே துக்கம் வந்து அடைத்துக் கொள்கிறது போலும் இருக்கும். இருக்கும்! ஏழைகளைக் கண்டால்தான் உன் மனம் அனலிடு மெழுகாகுமே! சமதர்ம சுந்தரி அல்லவா நீ. மாஸ்கோவை மணம் செய்யும் மங்கையல்லவா?”

“அதோ பார் அவர்கள் சிரிக்கிறார்கள். என்னடா இது பிரசங்கம் செய்ய வந்த அம்மையாருக்கு, இவர் பிரசங்கம் செய்கிறாரே என்று.”

“க்ள்ளீ! ஏன் மரம்போல நிற்கிறாய்? உன்னைச் சூழ்ந்திருக்கும் ஆபத்துத் தெரியவில்லை?

உயிரை இழக்கப் போகிறதை உணரவில்லையா, அல்லது பயம், உன் உணர்ச்சியை போக்கி விட்டதா?"

"அடி பார்வதி! உனக்கு நான் எவ்வளவு சொகுசான வாழ்வு அளித்தேன்? என் பங்களாவிலே உனக்கு உணவு, என் பக்கத்திலே இருக்கும் உல்லாசம், மாலைகள், வரவேற்புகள், விருந்து, உபசாரம், இவ்வளவும் உனக்குத் தந்தேன். அரசனுக்கு அரசி மேல் ஆசை. அரசிக்கு ஆண்டி மேல் மோகம் என்பது போல், உன்னை நேசித்த என்னை வெறுத்துவிட்டு ஒரு உடுக்கையை விரும்பினாயே! என் பாதையிலே குறுக்கிடாதே. அழிவாய் என்று எச்சரித்தேன். கேட்டாயா?"

"எனக்கு அவமானத்தைத் தேடினாய். என் திட்டங்களைத் தகர்க்க ஏற்பாடு செய்தாய். ஊமையா நீ? பேச வாயில்லை? சாகசமாக நடந்து கொண்டால் நான் சாய்ந்துவிடுவேன் என எண்ணிக் கொண்டாயல்லவா? அந்த துஷ்டச் சிறுக்கி லேடி டாக்டரை விட்டு, என்னைக் கேவலப்படுத்தினாய். நீ எனக்குச் செய்திருக்கும்

கேடுகள் பல. என் கனவுகளைக் கலைத்தாய். என் வாழ்வைக் குலைத்திட வேலை செய்தாய். பார்வதி! பார்த்திபனை நீ யார் என்று தெரிந்துக் கொள்ளவில்லை. நீ பிணமாகுமுன் நான் யார் என்பதைத் தெரிந்து கொள்."

"அதோ தெரிகிறதே கோணிப்பைகள், அவைகளிலே உன் அங்கங்கள் வேறு வேறாகத் துண்டிக்கப்பட்டுப் போடப்படும்."

"என்னை மோக வலையிலே வீழ்த்திய முகம், அதற்கு ததும்பும் உன் அங்கங்கள், அழுகிப் புழுத்துப் போகப் போகின்றன. ஆம், உன்னை அணைத்துக் கொண்டு ஆனந்தமாக வாழத்தான் நினைத்தேன். நீ அழிய அச்சாரம் வாங்கிக் கொண்டாய்."

"சாகப் போகும் உன்னிடம் நான் ஏந் கோபத்தைக் காட்ட வேண்டும். ஒழிந்து போ. உனக்கும் - பரிபூரண ஓய்வு கிடைத்து விட்டது. எனக்கும் தொல்லை விட்டது என்று ஆகிவிடும்."

“உன் கண்களை கட்டிவிடுவார்கள் - அது என் உத்தரவு - வாயிலும் துணியை அடைத்து விடுவார்கள். பிறகு அவர்கள் தங்கள் கடமையைச் செய்வார்கள். பார்வதி! பேசித் தொலை. ஏன் இப்படிச் சிலைபோல நிற்கிறாய்? கண்களினின்றும் வழியும் நீரைத் துடைத்துக் கொள்.”

“ஏன், என்ன சங்கதி, ஏன் இப்படி ஆடுகிறாய். பூங்கொடி போல்? கண்ணை ஏன் மூடுகிறாய்? அடடா, சாய்கிறாளே, மயக்கமா? ஓகோ, மூர்ச்சையாகி விட்டாள்.”

பார்த்திபன் கோபவெறியால் பேசிடக் கேட்ட பார்வதி மூர்ச்சையாகிக் கீழே விழுந்தபிறகே, அவன் தன்னுடைய பேச்சை நிறுத்தினான். அவனுடைய கையாட்களிலே ஒருவன் கொஞ்சம் தண்ணீர் கொண்டு வந்து பார்வதியின் முகத்திலே தெளித்தான். ஒருவன் மேல் வேட்டியால் வீசினான், காற்று வருமென்று. மற்றவர்கள் “பீதி அடைந்துவிட்டாள்” என்று கேலி பேசினர்.

பார்த்திபன் இந்த நேரத்திலே தன் கைப்பெட்டியைத் திறந்து, பிராந்தி எடுத்து, மளமளவென்று இரண்டொரு முழுங்கு குடித்தான். பிறகே கொஞ்சம் உறுதி மீண்டும் வந்தது. பேச்சிலே பழைய மிடுக்குத் தோன்றிற்று. சிவந்த கண்களுடன் சீற்றமே உருவான பார்த்திபன். கீழே கிடந்த பார்வதி அருகே வந்தான். "இவள் மயங்கிக் கிடக்கும் இந்தச் சமயத்திலே இவள் கழுத்தின் மீது என் காலை வைத்து, என் ஆத்திரம் தீர மிதித்துத் துவைத்துச் சாகடிக்கலாமா என்றும் தோன்றுகிறது!"

"எழுப்புங்கள் கள்ளியை! ஒருவேளை பாசாங்குகூடச் செய்வாள்! முகத்திலே ஒரு செம்பு தண்ணீரைக் கொட்டு."

"இவ்வளவு இளவயதிலே எவ்வளவோ சுகமாக வாழ வேண்டியவள். தன்னுடைய வீண் பிடிவாதத்தால், மடியப் போகிறாள்! அழகியாயிற்றே. படித்திருக்கிறாளே. அபலையாக இருக்கிறாளே என்று ஏதோ இவளைக்

காப்பாற்றுவோம் என்று கருணைக் காட்டினால், இவள் நமக்கு உபதேசம் செய்வதும், நம்மிடமே வம்புக்கு வருவதும், நமக்கே ஆபத்துத் தேடுவதுமாக அல்லவா ஆகிவிட்டாள்."

"கண்ணைத் திறக்கிறாளா! பார்வதி! ஏன் பார்வதி, என்ன மிரளுகிறாய்? நினைவா, கனவா என்று பார்க்கிறாயா? கண்களை நன்றாகத் துடைத்துக் கொள். நினைவுதான், கனவல்ல."

"பேசுவது பார்த்திபன், குரல் தெரியவில்லையா, பார்த்திபன். ஆமாம்! உன்னிடம் மரண வாக்குமூலம் பெற வந்திருக்கிறேன். எழுந்திரடி, ஏமாற்றுச்சிறுக்கி! வேண்டாம், வேண்டாம், படுத்துக் கொண்டுதான் கிட, சில நிமிஷங்களிலே சாகப் போகிறவள்தானே, எப்படிக் கிடந்தால்தான் என்ன?"

பார்த்திபனுக்கு கோபம் குடிவெறியும் கூட்டாகி விட்டதால், மேலும் ஆபாசப் பேச்சு வழிந்து வரத் தொடங்கிற்று. பார்த்திபனால் கூலிக்கு அமர்த்தப்பட்ட அக்கொலை பாதகர்கள்

காரியத்தை சீக்கிரம் முடித்து விட்டு ஓடிவிட வேண்டும் என்று கூறினர். ஒரு முறை கண்களைத் திறந்த பார்வதிக்கு மறுபடியும் மயக்கம் மேலிட்டது. அதே சமயத்திலே அவளுடைய கைகால்களைக் கட்டி வாயில் துணி அடைத்து விட்டனர். அரிவாளால் வெட்டுமுன், உயிரைப் போக்கிவிடுவது நல்லது என்று ஒருவன் யோசனை கூறினான். வெட்டியே உயிரைப் போக்கலாமே என்றான் மற்றொருவன். விஷம் கொடுத்து விட்டிருக்க வேண்டும் என்றான் வேறொருவன். கல்லைக் காட்டிக் கிணற்றிலே போட்டுவிட வேண்டும் என்றான் இன்னொருவன்.

பார்த்திபனோ, குடித்துக் கொண்டே இருந்தான். திகிலைக் கிளப்பிவிட்டதால் அந்தத் திகிலை அடக்க குடிப்பதுதான் தக்க வழி என்று அவன் எண்ணினான். அதிகம் குடித்து வெறி ஏறிவிட்டால் நிலைமை தவறி ஏதேனும் தாறுமாறாகப் பேசியோ, செய்தோ, தங்களுக்கு ஆபத்து உண்டாக்கி விடுவானோ என்னவோ என்று அந்த முரடர்கள் பயந்தனர்.

இதற்கிடையில் பார்வதிக்கு மயக்கம் கொஞ்சம் தெளிந்து கண்களைத் திறந்தாள். எழுந்திருக்க முயன்றாள். முடியவில்லை. வாயிலே துணி அடைந்திருக்கக் கண்டாள். நிலைமை அவள் நினைவுக்கு வந்தது. என் செய்வாள்? தன்னைக் கொன்று விடப் போகிறார்கள் என்பது தெரிந்ததும் அவளுக்குண்டான திகைப்பு விவரிக்கத்தக்கதன்று. “ஆகட்டும், காரியத்தை முடித்து விடுங்கள், இதோ, ஆளுக்குக் கொஞ்சம் போட்டுக் கொள்ளுங்கள்” என்று கூறிப் பார்த்திபன் கொலைகாரர்களுக்குத் குடிவகை கொடுத்தான். அவர்களும் ஆனந்தமாகக் குடித்துக் கொண்டே பாவம் புண்யம், நரகம், மோட்சம் விதி முதலியன பற்றிக் குளறலாயினர்.

“நெருப்புக் குழியிலே தள்ளுவார்களாம். பத்துத் தலைப் பாம்புகள் அதிலிருந்து கிளம்புமாம்.”

“சுத்தக் கட்டுக்கதை, மிரட்டுவதற்காக எவனோ கட்டி விட்டான்.”

“அப்படித்தான் நரகத்திலே தள்ளினால்தான் நமக்கென்னடா? நாம் செத்துப் போன பிறகுதான் இது நடக்கும்; அப்போ பார்த்துக் கொள்வோம். இருக்கிற வரையில் சுகமா இருக்க வேண்டும்.”

“அவ்வளவேதாண்டா.”

கொலைகாரர்கள் தெளிவாக மேற்கொண்டு பேச முடியாதபடி, போதை ஏறிவிட்டது.

“பார்வதியைக் கழுத்தை முறித்துக் கொன்றுவிடுங்கள் முதலில். பிறகு துண்டுதுண்டாக வெட்டி அடையாளம் தெரியாதபடி செய்துவிடலாம்” என்றான் பார்த்திபன்.

“தொரே! ஆபத்து வரா÷ பார்த்துக்கோங்கோ. நாங்க இதுபோலப் பல வேலை செய்திருக்கிறோம். ஆனாலும் இந்தப் பொம்பளையைப் பார்த்தா, ரொம்ப அழகாகவும், பெரிய இடத்துக் குட்டியாகவும் தெரியுது. வம்பிலே மாட்டி விடடு விடாதீங்க” என்று ஒரு

போதைக்காரன் சொன்னான், பார்த்திபனைப் பார்த்து.

ஆளுக்கு ஐந்நூறு வீதம் ஆறு பேருக்குத் கொடுத்து அழைத்து வந்திருக்கிறான் பார்த்திபன். அரிவாளைத் தீட்டிக் கொண்டு அவர்களிலே ஒருவன் இதுபோலப் பேசவே பார்த்திபனுக்கு ஆத்திரம் அதிகமாயிற்று.

“வேலை ஆகட்டும். எனக்குத் தெரியும் நீங்கள் யார் என்று; ஆபத்து ராதபடி பார்த்துக் கொள்ள மாட்டேனா? சீக்கிரம் முடியுங்கள் நான் இதற்கெல்லாம் தகுதியாக முன்னேற்பாடுகள் செய்யாமலா இருப்பேன்” என்று பார்த்திபன் கூறிவிட்டு மனதிற்குள்ளாக அவர்களை திட்டினான்.

“எல்லாம் ஐயா, பார்த்துக் கொள்ளுவாரு ஆகட்டுண்டா” என்றான் மற்றொருவன். அவர்களிலே அதிக தைரியசாலியான ஒருவன், “அடே என்னப்பா, இந்தக் காரியத்துக்கு இவ்வளவு யோசனை? கோழிக்குஞ்சை முறிச்சுப் போடறதுபோல ஆக வேண்டிய காரியம். இதுக்கு

இவ்வளவு பிரமாதப்படுத்துறீங்க?" என்று கூறினான்ன.

கொலைகாரர்களுக்குத் தலைவனாகவிருந்தவன், அதாவது திக்கற்றோர் திருச்சபையின் செயலாளனாக நடித்துப் பார்வதியை அங்கே அழைத்து வந்தவனுக்கு திடீரென ஒரு யோசனை தோன்றிற்று. விபரீதமான ஆசை உண்டாயிற்று. பார்வதியை கொன்று போடுமுன்பு, அவளை ஒரு முறையாவது அனுபவிக்க வேண்டும் என்ற எண்ணம் உண்டாயிற்று. ஆசை தோன்றிய மறுவினாடி வெறியாகிவிட்டது. எப்படியாவது தன் இஷ்டத்தைப் பூர்த்தி செய்துவிட்டுத்தான் அவளைக் கொல்ல வேண்டும் என்று தீர்மானித்து விட்டான். தங்கள் தலைவன் தலையைச் சொறிவதும் மேலும் கீழும் பார்ப்பதும், உலாவுவதும் பார்வதி அருகே சென்று நிற்பதும், பெருமூச்சுவிடுவதுமாக இருக்கக் கண்ட மற்றவர்கள், இதேது இவருக்கே பயம் பிறந்து விட்டதா என்று யோசித்தனர். பார்த்திபனோ, சீக்கிரம் ்கரியத்தை முடித்தாக வேண்டும் என்று துரிதப்படுத்தினான். தன்

மனத்திலே எழுந்த எண்ணமோ, பிறரிடம சொல்லக் கூடிய தல்ல என்றாலும் எப்படியும் மனத்திலே தோன்றிய ஆசையை நிறைவேற்றிக் கொள்ளாமலிருக்க அவனுக்கு இஷ்டமில்லை. என்ன யுக்தி செய்து, தன் எண்ணத்தை முடித்துக் கொள்வது என்று யோசிக்கலானான்.

உயிரைப் போக்கத் தன்னைச் சுற்றி ஆட்கள் இருப்பதைப் பார்வதி உணர்ந்தாளே தவிர, கொலை செய்ய வந்தவர்களிலே ஒருவனுக்கு அவளைக் கூட வேண்டுமென்ற வெறிபிடித்துக் கொண்டட விஷயத்தை அவள் அறியாள். அவளுக்குத் பாதி உயிர் போய்விட்டது.

“நீங்கள் யாவரும் தோட்டத்துப்பக்கம் போயிருங்கள். நான் காரியத்தை முடித்துவிட்டுக் கூப்பிடுகிறேன்” என்று காமபெறி பிடித்தவன் கூறினான்.

“ஏன்?” என்று பார்த்திபன் கொஞ்சம் கோபத்தோடு கேட்டான்.

"ஏனா? அவளை நான் கொல்வதை நீங்கள் நேரிலே பார்த்தால், பயந்து கூவிவிடுவீர்கள். ஒருவேளை மயங்கிக் கீழே விழுந்து மண்டை உடைய நேரிட்டாலும் நேரிடலாம். சிலருக்கு இம்மாதிரிச் சம்பவத்தைக் கண்டால் பைத்தியம் ஏற்படுவது முண்டு" என்று அவன் கூறி, பார்த்திபனையும், கொலைகாரர் களையும் தோட்டத்துப் பக்கம் அனுப்பிவிட்டுக் கதவைத் தாளிட்டுக் கொண்டான். கொஞ்சம் "தாகசாந்தி"யும் செய்து கொண்டான். பார்வதி அருகே சென்றான். அவளுடைய அழகையும், இளமையையும் கண்டான். எப்படிப்பட்ட அருமையான பொருள். இதைப் பாழாக்கி விடுவதா என்று சிரித்தான். வாயிலிருந்து துணியை முதலிலே எடுத்தான். "ஆ!" என்று அலறினாள் பார்வதி.

"கூவாதே, கூவினால் கோபம் வரும் எனக்கு" என்று குரூரமாகக் கூறிவிட்டுக் கைகால்களில் இருந்த கட்டுகளையும் அவிழ்த்து விட்டான். பார்வதி மெள்ள எழுந்து நின்று அவனை வணங்கினாள்.

"ஐயா, என் மீது இரக்கம் கொண்டதற்காக என் வந்தனம் நான் இதனை எதிர்பார்க்கவே இல்லை" என்று பார்வதி பணிவாகக் கூறினாள்.

"ஆமாம், நாம் எதிர்பாராதது எத்தனையோ நடக்கிறது. விநாடிக்கு விநாடி நான் முதலிலே திக்கற்றோர் திருச்சபைக்கு வரவேண்டுமென்று கூப்பிட்டபோது நீ இதை எதிர்பார்த்தாயா? எங்கோ பிரசங்கத்துக்குப் போகிறோம் என்று நினைத்துக் கொண்டு இங்கே வந்தாய். என்ன கண்டாய்? உன்னைக் கொலை செய்ய நாங்கள் இருந்ததை. இதை நீ எதிர்பார்த்தாயா?"

"கொலை செய்யும் நோக்கம் உங்களுக்கு இல்லை. ஏதோ நீங்கள் அந்தப் பார்த்திபன் பேச்சைக் கேட்டுக் கொண்டு, இதை செய்ய ஒப்புக்ö காண்டீர்கள்."

"ஆமாம், எங்களுக்கு நீ என்ன குற்றம் செய்தாய்? உன்னை முன்பின் அறியமாட்டோம். உனக்கும் அந்த ஆளுக்கும் என்னமோ பகை. எங்களிடம் கூறி, அவன் தன் வஞ்சத்தைத் தீர்த்துக் கொள்ள வந்தான். இந்தக் காரியம் முடிந்த பிறகு அவனை "பைசல்" செய்யும்படி வேறு யாராவது

கூறி, அதற்கு ஏற்ற காணிக்கை கட்டினால் அவனையும் தீர்த்து விடுவோம்.

“மற்றவர்களைப் பற்றி எனக்குத் தெரியவில்லை. உங்கள் வரையிலே நான் உறுதியாகக் கூறுவேன். நீங்கள் கொலை செய்யவே மாட்டீர்கள்.”

“பைத்தியமே, நானா கொலை செய்யமாட்டேன்?’

“ஒருகாலும் செய்யவே மாட்டீர்கள். செய்தாயிருந்தால், தந்திரமாக ஏதோ பேசி, அவர்களை எல்லாம் அனுப்பிவிட்டு என் கட்டுக்களை அவிழ்த்திருப்பீரா? ஐயா உமக்கு நமஸ்காரம் உங்கள் பிள்ளைக் குட்டிகளுக்கெல்லாம் பெரும் புண்ணியம். என் தந்தைபோல் நீர் இனிமேல், என் உயிரைக் காப்பாற்றினீர்!”

“உன் தந்தையா? சேச்சே, நான் என்ன அவ்வளவு வயதான வனாகவா தெரிகிறேன். நான் உன் மாமன்.”

தன்னைக் காப்பாற்றிடவே கட்டுக்களை அவிழ்த்தான் என் எண்ணிய பார்வதிக்கு,

விஷயம் புரியும்படி வார்த்தையாட லானான். அம்முரடன். பச்சோடு விட்டானா? செயலிலும் இறங்கிவிட்டான். பார்வதியின் கையைப் பிடித்திழுத்துக் கட்டியணைத்துக் கொள்ள முயன்றான். பார்வதி, 'ஓ'வென அலறியபடி, அவன் பிடியிலிருந்து தப்பித்துக் கொண்டு இங்கு மங்கும் ஓடினாள். தெருப்பக்கம் போக விடாதபடி அவன் தடுத்து விட்டான். புறக்கடைப் பக்கம் போவதிலே பலன் இல்லை. அங்கே பார்த்திபனும் அந்தப் போக்கிரிகளும் இருந்தனர்.

இதைவிட மரணம் மேல் என்று பார்வதி எண்ணினாள். கூவினாள். அவனைக் கும்பிட்டாள். இங்குமங்கும் ஓடினாள்.

"வாடி முட்டாளே, நேரமாகுதுவா. ஆசையாக எனக்கொரு முத்தம் கொடு. அதிலே நான் சொக்கிப் போனால் ஒருவேளை நீ உயிர் தப்பினாலும் தப்பலாம்" என்று காமவெறியன் கூறினான்.

தோட்டத்திற்குச் சென்றிருந்தவர்கள் பார்வதியின் கூக்குரலைக் கேட்டு, "சரி, காரியம் நடக்கிறது" என்று கருதிக் கொண்டனர்.

“என்னைக் கொன்றுவிடு. உயிர் போகட்டும். என்னை வெட்டிப்போடு” என்று பார்வதி முரடனிடம் சொன்னாள். அவனோ சிரித்துக் கொண்டு, “சாவதற்குப் பயப்படாதவள் சும்மா என்னிடம் கொஞ்சநேரம் சரசமாட ஏன் பயப்படுகிறாய்? வா, நான் என்ன புலியா, சிங்கமா ஏண்டி? உனக்கு மேலே பாசாங்கு காட்டினவளை எல்லாம் நான் பார்த்திருக்கிற÷ன்” என்று கூவிக் கொண்டே பார்வதியைப் பிடித்து இழுத்தான். பார்வதி அவனிடமிருந்து திமிறிக் கொண்டு அவனைச் சுவர்ப் பக்கமாகத் தள்ளினாள். போதை மிகுதியால் அவன் கரகரவெனச் சுழன்று சென்று சுவரிலே பலமாக மோதிக் கொண்டான். அதே சமயம் தெருக் கதவை யாரோ தட்டும் சத்தம் கேட்டது. ஆவேசம் கொண்டவள் போலப் பார்வதி ஓடிச் சென்று, கதவின் தாøத் தள்ளிக் கதவைத் திறந்தாள். கீழே வீழ்ந்த குடியன், “ஓடிவிடவா பார்க்கிறாய்?” என்று கூவிக் கொண்டே எழுந்து, அவள் தலைமயிரைப் பிடித்து இழுத்தான். வெளிப்பகத்திலிருந்து கதவைத் திறந்து

விட்டனர் சிலர் பார்வதி, “ஐயோ” என்று அலறியபடி வெளியே பாய்ந்தாள்.

“பயப்படாதே குழந்தாய்!” என்று அன்பாகக் கூறிப் பார்வதியைத் தன் மார்பிலே சாய்த்துக் கொண்டு நின்றார் மார்க்கசகாய பாதிரியார்.

மார்க்கசகாய பாதிரியார், அந்த வட்டாரத்துக் கிருஸ்தவத் தொண்டர். தலைவர் என்று அழைக்கப்படுவதற்கு ஏற்ற பண்புகளுடன் விளங்கிய அவர், தம்மை எவரும் தொண்டர் என்று அழைப்பதே, பெருமையுடைத்து என்று பெருங்குணத் துடன் கூறுவார்.

பார்வதி சேரியின் பக்கம் சென்றபோது சிலர், கிருஸ்தவப் பிரசாரத்திற்காகத்தான் போவதாக எண்ணிக் கொண்டு ஏசினார்கள் என்று முன்னம் கூறினோம். ஏசினர் பலர் என்றாலும், இரண்டொருவர், முரடர்களால் அந்த அம்மைக்கு ஆபத்து ஏற்பட்டு விடுமோ என்று பயந்தனர். அவர்கள் தாம் மார்க்கசகாய பாதிரியாரிடம் யாரோ இளமங்கை கிருஸ்தவப் பிரசாரம் செய்யச் சேரிப்பக்கம் போகிறார்கள். கலகம்

விளையும் வாடை அடிக்கிறது என்று கூறினார்கள். ஓட்டமும் பெருநடையுமாகப் புறப்பட்டார் பாதிரியார், போலீசுக்கு. போலீஸ் புறப்படுவதற்கு முன்பு கிளம்பினார், சைக்கிளில். பாதி வழியிலே சைக்கிள் கெட்டுப் போக÷ அதை ஒரு மரத்தடியில் கிடத்திவிட்டு மேல்மூச்சு வாங்க ஓடினார், பார்வதி சென்ற பாதை வழியாக. சரியான சமத்திலே வந்து சேர்ந்தார். பார்வதியைக் காப்பாற்றினார்.

தங்கள் ஏற்பாடுகளைக் கெடுத்துவிட்ட பாதிரியைப் பார்த்திபனும் அவன் ஆட்களும் சூழ்ந்து கொண்டனர். பார்த்திபன் பாதிரியாரின் கன்னத்திலே ஓர் அறை கொடுத்து விட்டு உரத்த குரலிலே சிரித்துக் கொண்டு, “ஒரு கன்னத்திலே அடித்தால் மற்றொரு கன்னத்தைக் காட்டும்படி உங்கள் ஏசு சொன்னாரல்லவா?” என்று கேட்டான். பாதிரியார் பதில் ஏதும் கூறவில்லை. புன்சிரிப்புடன் பார்த்திபன் எதிரே நின்றார்.

◈◈◈

19

மார்க்கசகாய பாதிரியாரைக் கன்னத்திலடித்துக் கடுமொழி புகன்று நின்ற பார்த்திபனும் அவன் சகாக்களும் அடுத்த கணத்திலே திகைத்தனர். அதே நேரத்தில் போலீஸ் படை, அவர்களை நெருங்கி வந்து கொண்டிருக்கக் கண்டனர். எனவே, பழி வாங்கும் எண்ணத்தைவிடத் தப்பினால் போதும் என்ற பயம் அவர்களுக்கு அதிகரித்தது. குழப்பத்தோடு அவர்கள் ஓடலாயினர். ஓடுபவர்களைப் போலீசார் துரத்தினர். துப்பாக்கி பேசத் தொடங்கிற்ற. ஓரிருவர் தவிர மற்றவர்கள் பிடிபட்டனர். பிடிபட்டவர்களிலே பார்த்திபனும் ஒருவன்.

பார்வதியைச் சூதாக ஓரிடத்திற்கு வரவழைத்துக் கற்பழிக்கவும் கொலை செய்யவும், உதவிக்கு வந்த மார்க்கசகாய பாதிரியாரைக் கொல்லவும் முயன்றதாகப் பார்த்திபன் மீதும் அவனுக்கு உடந்தையாக இருந்ததற்காகக் கூலியாட்கள் மீதும் குற்றப்பத்திரிகை தயாராகிவிட்டது.

வழக்கு விசாரணை நடந்த சமயம், ஜெயாவின் வாக்குமூலம் வாங்கப்பட்டபோது, பார்த்திபனுடைய தூண்டுதலால், குமார் தொழிலாளர்களுக்கென்று சொல்லித் திரட்டிய பெரும் பொருளைக் கொண்டு எங்கோ ஓர் இரகசியமான இடத்திலே வெடிகுண்டுகள் தயாரித்துக் கொண்டிருப்பதாகவும், சரியா சமயம் பார்த்துப் புரட்சி நடத்த இரகசியத் திட்டம் இருப்பதாக வும், தனக்கு இந்த விஷயத்தைப் பார்த்திபனிடம் பகையை கொண்டதனால் ஒருவன் கூறியதாகவும் கூறினாள். ஆனால் ஜெயாவுக்கு இந்தத் தகவலைக் கூறிய ஆளும் கிடைக்கவில்லை. இரகசிய வெடி மருந்து இருக்குமிடத்தின் துப்பும் தெரியவில்லை பார்த்திபன், மூடிய வாயைத் திறக்கவுமில்லை.

பத்திரிகைகளுக்கு புதிய விருந்து கிடைத்துவிடவே பத்தி பத்தியாக இரகசிய வெடிமருந்துச் சாலையைப் பற்றிய பலவிதமான யூகங்களைக் கிளப்பி எழுதலாயின. அரசாங்கமும் விசேஷபரபரப்புடன், துப்பறிபவர்களையும் போலீசையும் நாடெங்கும் அனுப்பி வைத்தது.

இந்த எதிர்பாராத செய்தி கேட்டுப் பார்வதி திடுக்கிட்டுப் போனாள். குமார் இருக்குமிடம் தெரிந்து கொள்ள வேண்டும் என்ற ஆவலுக்குப் பதிலாக, எங்கே அந்த விஷயம் தெரிந்து விடுகிறதோ என்ற திகில் பிடித்துக் கொண்டது. ஆவேசமே உருவான குமாருக்கு அநீதியை ஒழிக்க, பலாத்காரமான முறை களையும் கையாள வேண்டுமென்று எண்ணம் இருந்ததை அவள் அறிவாள். அந்தப் போக்கையே தனக்கு சாதகமாக்கிக் கொண்டு பார்த்திபன், சூழ்ச்சி செய்ததை எண்ணும்போது பார்வதியின் மனம் பதறிற்று. குமார் பிடிபட்டால் பணம் எடுத்துக் கொண்டான் என்ற குற்றத்தோடு, சர்க்காரைக் கவிழ்க்க இரகசியமாக ஆயுதங்களைச் சேகரித்த

பெருங்குற்றமன்றோ சாட்டப்படும். தண்டனை? ஆம்; தூக்குமேடையன்றோ! அந்தோ ஏழைகளின் தோழனாக எண்ணற்ற மேடைகளிலே ஏறி, அவர்கள் உய்யும் வழிகளைக் கூறுவான். நாட்டின் நலிவு தீரும் என்று எண்ணினோம். ஆனால் தூக்குமேடையன்றோ அவனைக் கூவி அழைக்கின்றது? காண வேண்டும் காண வேண்டும் என்ற நினைப்புக் கூடாது இனி. குமார் இனி யார் கண்களிலும் படக்கூடாது. உலகிலே அவன் நடமாட முடியாது. சர்க்கார் சுழல் விழியிலே அவன் சிக்கிவிட்டால் சாவு அவனுக்கு நிச்சயம்.

“குமார்! யார் உன்னை இந்தத் தவறான பாதையிலே புகுத்தியது? பார்த்திபன் ஒரு பாசாங்குக்காரன் என்பதை நீ தெரிந்துக் கொள்ளவில்லையா? அவன் சட்டம், சமாதானம், சாந்தி, கட்டுப்பாடு, ஒழுங்கு, அமைதி என்றெல்லாம் அரண் அமைத்துக் கொண்டு பேசி வருகிறானே. அவன் உன்னை வெடிகுண்டுகள் தயாரிக்கும் விபரீதச் செயலிலே புக வைத்ததன் கருத்து என்னவென்பதை ஏன் நீ யோசித்துப்

பார்க்கக் கூடாது? உன்னைச் சிக்கவைக்க. சாகடிக் அவன் செய்த சதியல்லவா இது? தனக்கு எது சரியான சந்தர்ப்பம் என்று தோன்றுகிறதோ அந்த நேரமாகப் பார்த்து, உன்னைக் காட்டிக் கொடுத்துச் சர்க்காரின் தோழனாகிச் சன்மானம் பெறுவதற்குத்தானே பார்த்திபன் இதுபோலச் செய்திருப்பான். கள்ளங்கபடமில்லாத நீ அவனுடைய வலையிலே வீழ்ந்தாய். என்ன செய்வது?" என்று பார்வதி, எண்ணி ஏங்கினாள்.

இதற்கு இடையில் உத்தமிக்குக் குழந்தை பிறந்தது. குழந்தையை பராமரிக்கும் பொறுப்பையும், உத்தமியைப் பாதுகாக்கும் கடமையையும் லேடி டாக்டர் லலிதகுமாரியே ஏற்றுக் கொண்டார். உத்தமியும் அவருக்கு உதவியாக அவருடனேயே இருந்தே விட்டாள். ஆகவே பார்வதிக்கு அந்தக் கவலை தீர்ந்தது. இப்பொழுது அவளது கவலையெல்லாம் குமாரைப்பற்றித்தான்.

குமாரின் இருப்பிடத்தைக் கண்டு பிடிக்கும் முயற்சியிலே வெற்றி சுலபத்தில் கிடைக்கவில்லை. வெற்றி கிடைக்கவே முடியாது என்று சில அதிகாரிகளும், பெரும்பாலான மக்களும் எண்ணத் தொடங்கினர். சந்தேகித்தவர்களைப் போலீசார் விசாரித்து, தமது வேலை வீணாவதைக் கண்டு சலித்துக் கொண்டனர்.

“அதெல்லாம் ஒரு யட்சணியின் உதவியப்பா” என்று மாந்திரீகப் பிரியர் கூற, “யட்சணியாவது, பட்சணியாவது. அந்தத் திருட்டுப் பயல் எங்கேயாவது சாமியார் வேடத்திலே உலவிக் கொண்டிருப்பான். பண்டாரப் பயல்களை எல்லாம் பிடித்து வந்து சவுக்கடி கொடுத்தால் உண்மை வெளிவந்துவிடும்” என்று வேறொருவர் கூற. “யார் கண்டார்கள்? அவனிடம் ஏதோ ஒரு பச்சிலை இருக்கிறதாம். அதனால்தான் யார் கண்ணிலும் படாமல் இருக்க முடிகிறதாம்” என்று இன்னொருவர் கூற, இப்படி ஊரார் பலவிதமாகப் பேசிக் கொண்டனர், உண்மை இருக்குமிடத்திற்கு வெகு தொலைவிலே நின்று

கொண்டு. நயத்தாலும் பயத்தாலும் பார்த்திபனிட மிருந்து இரகசியததைத் தெரிந்து கொள்ள முடியவில்லை. போலீஸ் என்ன செய்கிறது? என்று எழுதினார் ஒரு பத்திரிகாரியர். துப்புத் துலக்காததற்குக் காரணம் துருப்பிடித்த மனப் போக்குள்ளவர்கள் துரைத்தனத்தை நடத்துவதுதான் என்ற பொது விவகாரத்திலே புகுந்தார் வேறோர் ஆசிரியர், மேனாட்டுத் துப்பறிபவரை வரவழைத்தால் விஷயம் விளக்கப் பட்டு விடும் என்று சிலர் கூறினர். அது தேசிய கௌரவத்திற்கு ஊறு விளைவிக்கும் என்று தீப்பொறி தீட்டினர். தேசிய எழுத்தாளர்.

ஊர் இவ்விதமிருக்கச் சிறையிலே பார்த்திபன் உறக்கமிழந்து கிடந்தான். குமாருக்குக் சுருக்குக் கயிறு விழும், அவன் கிடைத்து விட்டால். அவன் கிடைக்க வழி காட்டுவதற்குத் தனக்கே தெரியும். புரட்சிக்காரர்களைப் பிடித்து தருவதற்கு இசைந்தால் தன் மீது தொடரப்பட்ட வழக்கு வாபசாகி விடுமா என்ற யோசனை அவனுக்கு. குமார் பிடிபட்டாலும் தப்பினாலும் பார்த்திபனுடைய வழக்குத் தனியாக

நடைபெற்று, அதற்கான தண்டனை தரப்பட வேண்டும் என்று சட்ட நிபுணர்கள் கூறினர்.

“மந்திரி சபையின் மந்த புத்தியினாலேயே சதிச் செயல் புரியும் ஒரு கும்பலைக் கண்டுபிடிப்பது அசாத்தியமாகி விட்டது. இந்தக் கட்சியைத் தொலைத்துவிட்டு எங்கள் கட்சிக்கு ஆட்சி உரிமையை மக்கள் தந்தால் வெடிகுண்டு வீரர்களை அவர்கள் எங்கே ஒளிந்து கொண்டிருந்தாலும் சரி, நாங்கள் கண்டபிடித்துத் தக்க தண்டனை தந்து நிர்மூலமாக்குவோம். எங்களால் முடியும். இந்த ஏமாளிகளால் முடியாது” என்று ஆட்சியை இழந்த அசியல் கட்சிப் பிரசாரகர் ஆளும் கட்சியைத் தாக்கிப் பேச இந்தச் சந்தர்ப்பத்தைப் பயன்படுத்திக் கொண்டனர்.

“சதி செய்பவர்களை எங்களால் கண்டுபிடிக்க முடிய வில்லை. தங்களால் முடியும் என்று மக்களால் மட்டந்தட்டப் பட்ட கும்பல கூறுகிறது. இப்படிக் கூறுவதால் தங்கள் மேதாவித் தனத்தை நிரூபிப்பதாக அந்தக் கும்பல் எண்ணுகிறது.

இந்தக் கும்பலின் சவடால் பேச்சினால் ஏதாவது நிரூபிக்க முடியுமானால் அது இதுதான். சதிகாரருக்கும் இந்தக் கும்பலுக்கும் ஏதோ சம்பந்தம் இருக்கிறது. ஆகையினால் தான் நாங்கள் கண்டுபிடிப்போம் என்று அந்தக் கூட்டம் மார்தட்டு கிறது" என்று ஆளும் கட்சியைச் சார்ந்த பிரசாரகர் பேசினார். அதிகாரிகளுக்குள் போட்டியும், துவேஷமும் கூத்தாடலாயிற்று. வெடிகுண்டு வீசாமுன்பே விபரீதங்கள் விளையலாயின. புலியைக் காணா முன்பே கிலி பிடித்துக் கொள்வது போல.

குமாரின் மறைவிடத்தைக் கண்டுபிடித்தேன் தீருவது என்று கங்கணம் கட்டிக் கொண்டு வேலை செய்த பிரபல துப்பறியும் நிபுணர் பிரமநாயகம் ஒரு நாள் நடுநிசியிலே, முதலமைச்சரைத் தனியாகச் சந்தித்துப் பேசினர், இது விஷயமாக.

"தங்களுடைய நித்திரையைக் கெடுத்துவிட்டேன்."

“குமார் கெடுத்துவிட்டான் என்று கூறுங்கள். அந்த விஷயம் விளக்கப்பட்டாலொழிய எனக்குத் தூக்கம் ஏது?.”

“எனக்குத் தெரிந்த வழிகளை எல்லாம் உபயோகித்துப் பார்த்தாகி விட்டது. பயனில்லை.”

“மிஸ்டர் பிரம்மா! நீங்கள் கைவிரித்துவிட்டால், நான் ராஜினாமா செய்துவிட்டு ராமா கிருஷ்ணா கோவிந்தா என்று ஜெபம் செய்யப் போகவேண்டியதுதான். வேறு மார்க்கம் கிடையாது. கட்சியும் கடைகட்ட வேண்டிவரும்.”

“குமார் பிடிபடாவிட்டால் நேரிடக்கூடிய விளைவுகளை நான் யோசித்துப் பார்த்தேன். என் செய்யலாம்? இருள் நீங்க வில்லையே!”

“வெட்கக்கேடு மிஸ்டர் பிரம்மா! ஒரு சர்க்கார் சாதாரண சதிகாரன் ஒருவனைக் கண்டுபிடிக்க முடியாமல் திண்டாடுகிற தென்பதும், சர்க்காரைக் கவிழ்ப்பதற்காகவே ஒருவனால் இரகசிய வெடிகுண்டுகள் தயாரிக்கப்படும் இடம்

ஒன்று இந்நாட்டில் இருக்கிறதென்பதும் எவ்வளவு அவமானம் என்பதை உணராமல் “என்ன செய்யலாம்” என்ற கையாலாகாதவன் பேச்சா என்முன் பேசுவது?”

“எனக்கு அந்த வெடிகுண்டு சாலையைக் கண்டுபிடித்துப் புகழ்பெற வேண்டுமென்ற எண்ணம் இல்லை என்றோ நினைக் கிறீர்கள்? யாருக்கும் கீர்த்தி பெறுவதிலே ஆவலிருக்கத்தான் செய்யும்? ஆசை இருக்கிறது. ஆனால் என்ன செய்வது? முடிய வில்லை” என்றார் பிரமநாயகம்.

“அதெல்லாம எனக்குத் தெரியாது. இவை விஷயமாக வெற்றி பெறக்கூடிய ஆள் எனக்குத் தேவை. உம்மால் முடியா விட்டால் வேறு ஒருவர் உமது இடத்திலே வரவேண்டியதுதான் வேறு வழியில்லை” என்று முதல் அமைச்சர் சற்றுக் கடினமாகப் பேசினார். துப்பறியும் பிரமநாயகம் கோபம் கொள்ளவில்லை. மாறாகப் புன்சிரிப்புடன் சிகரெட்டைப் பற்ற வைத்துக் கொண்டே, “நான் ராஜினாமா செய்து

விடுவதாகத் தீர்மானித்துக் கொண்டுதான் வந்திருக்கிறேன். அதற்குத் தங்கள் அனுமதி தேவை" என்று கூறினார். முதலமைச்சர் பதில் ஏதும் கூறாதிருந்தார். துப்பறியும் பிரமநாயகம் சில வினாடிக்குப் பிறகு ஒரு வெடிகுண்டு வீசினார்.

"பார்த்திபன் சிறையிலிருந்து விடுதலையடைய உத்தரவிடுவீர்களா? அவனை விடுதலை செய்யவாவது உத்தரவளியுங்கள். அல்லது என்னை ராஜினாமா செய்வதற்காவது அனுமதி தாருங்கள். இரண்டும் தங்களுக்கு இஷ்டமில்லாவிடில் பிறகு தங்களுக்குத் தோன்றும் புத்தியின்படி நடக்கும் உரிமை தங்களுக்கு உண்டு" என்றார் அ பிரமநாயகம். முதலமைச்சருக்குத் தூக்கிவாரிப்போட்டது போலாகிவிட்டது.

"பார்த்திபனை விடுதலை செய்வதா? உமக்கென்ன மூளைக் கோளாறாகிவிட்டதா? மிஸ்டர் பிரம்மா! இது என்ன பேச்சு? எனக்கு ஒன்றும் புரியவில்லையே, பார்த்திபனை

விடுதலை செய்தால், மறுவிநாடி என் வீடு, தீக்கிரையாகும். மக்களின் மனக் கொதிப்பு என்னைச் சும்மாவிடுமா, மேலும் அந்த அயோக்கியனை, நம்மை இவ்வளவு பெரிய நெருக்கடியிலே சிக்க வைத்த காதகனை, ஏழைத் தொழிலாளரை ஏய்த்தவனை, ஒரு பெண்ணைக் கொலை செய்யத் துணிந்த பேயனை விடுதலை செய்வதா? சட்டம், சட்டம் என்று பேசுவார்களே, அது என் ஆட்சியிலே செத்துவிட்டது என்று பிரகடனம் செய்யவா? புத்திக்கம் நியாயத்துக்கும் என் ஆட்சியிலே இடமில்லை என்று உலகுக்கு அறிவிக்கச் சொல்கிறீரா? மிஸ்டர் பிரம்மா! உம்மைத் தவிர வேறு யாரிடமிருந்தாவது இந்தப் பேச்சு வந்திருப்பின் அவர்களை நான் பித்தர் விடுதிக்கு அனுப்பியிருப்பேன்." என்று முதலமைச்சர் ஆத்திரத்துடன் பேசினார். பிரமநாயகம், முதலமைச்சரின் கோபப் பேச்சுக்குக் குறுக்கே நிற்கவில்லை. ஆத்திரம் அந்தப் பேச்சினால் அடங்கிவிடட்டும் என்று இருந்து விட்டார். முதலமைச்சர் கூண்டிலிட்ட புலிபோல் தமது அறையிலே உலவிக் கொண்டு, "பார்த்திபனை விடுதலை செய்வதாம்! விடுதலை!

பார்த்திபனை! மகாபெரிய மேதாவி. அவனை விடுதலை செய்யச் சொல்கிறார்" என்று கூறி, உரத்த குரலிலே சிரிக்கத் தொடங்கினார்.

"நீங்கள், யானை வேட்டையைப் பற்றிய கதை படித்த துண்டா?" என்று கேட்டார் துப்பறிபவர். தணலைப் கிளறி விட்டது போலிருந்தது அந்தக் கேள்வி. "என்ன மிஸ்டர் பிரமநாயகம்! இன்று என்ன உமது மூளை இவ்வளவு சுறுசுறுப்பாக இருக்கிறது! யானை வேட்டைக்கும் நாம் பேசிக் கொண்டிப்பதற்கும் என்ன சம்பந்தம்? நாம் ஏதோ உயிர்ப் பிரச்சனையைப் பேசிக் கொண்டிருக்கிறோம். நான் என் மந்திரி சபையின் எதிர்காலமே இந்தப் பிரச்சினையைப் பொறுத்திருக் கிறது என்று தலைப்பாடாக அடித்துக் கொள்கிறேன். இந்த நேரத்திலே நீர் சிறு பிள்ளைபோல விளாயடுகிறீர். விகடம் செய்கிறீர். யானை வேட்டை பற்றியும், பூனை விளையாட்டுப் பற்றியும் பேச உமக்கு வேறு சந்தர்ப்பமோ, ஆளோ கிடைக்க வில்லையா? சரி, சரி, நீர் நாளைய தினம் இங்கே வாரும், ராஜினாமாவுடன்" என்று கூறிப் பேட்டி

முடிந்துவிட்டது என்பதைத் தெரிவித்துவிட்டார். துப்பறிபவர் சாவதானமாக எழுந்தார். சட்டையைச் சரிப்படுத்திக் கொண்டார். அறையை விட்டுப் கிளம்பி, வாயிற்படி அருகே வந்து நின்றார். முதலமைச்சரைப் பார்த்து, "பழகின யானையைக் கொண்டுதான் காட்டு யானைகளை வேட்டைக்காரர், பிடிப்பது வழக்கம்" என்று கூறிவிட்டு வெளியே சென்றார்.

◈◈◈

20

பார்த்திபன் மீது பலமான குற்றச்சாடடு இருந்தபோதிலும், சிறையிலே அவனுக்கு மரியாதை காட்டினர். பணத்தின் செல்வாக்கு அங்கும் தலை காட்டிற்று. பஞ்சத்திலடிபட்டுப் பசி தாங்கமாட்டாமல் திருட்டுத் தொழிலிலே ஈடுபட்டவர்கள் அங் மிருகங்கள் போல் கிடந்தனர். ஏழைகளை வஞ்சித்து, ஒரு மங்கையின் உயிரைப் போக்கும் மகா பாதக எண்ணங் கொண்ட பார்த்திபன், சீமான் ஆலாலசுந்தரரின் வாரிசு, செல்வக் குடியில் பிறந்தவன் என்ற காரணத்துக்காக அவனைச் சிறையிலே மரியாதையுடன் நடத்தினர். பார்த்திபனுக்குப் பண பலம் இருக்கிறது. சீமையிலிருந்து நிபுணத்துவம் வாய்ந்த ஒரு

வக்கீல் வருகிறார். அவர் எப்படியும் வழக்கைப் பார்த்திபன் பக்கம் வெற்றயாகும் படி நடத்துவார் என்று ஊரார் பேசிக் கொண்டனர். ஆலாலசுந்தரர் தமது சொத்து முழுவதையும் செலவழித்தாகிலும் பார்த்திபனைக் காப்பாற்றுவார் என்றுபேசிக் கொள்ளப்பட்டது. சிறைச்சாலை காவலாளிகள் (வார்டர்கள்) பார்த்திபனின் பணிவாகவே நடந்து கொண்டனர்.

"அடித்தாலும் ஒரு பத்து ஆயிரம், இலட்சம் அடிக்க வேண்டும் இப்படி அரையே அரைக்கால் ரூபாயைத் திருடி விட்டு, ஆறுமாதம் அவதிப்படுகிறோம். நாம் இதிலும் முட்டாளாகத்தான் இருக்கிறோம். முடிச்சவிழ்க்கும் நேரத்திலே போலீசாரிடம் சிக்கினால், முதுகுத்தோல் உரிந்து விடுகிறது. சிறையிலே 'சீ' வகுப்பு, களி உருண்டை, கம்பளித் துணி, கட்டாந் தரையிலே படுக்கை, காவலாளியிடம் தொல்லை, நமக்கு. சீமான் போல உலாவுகிறார்கள். ஆயிரமாயிரமாக, இலட்ச இலட்சமாகக் கொள்ளையடித்த பேர்வழிகள். அமாவாசையைப் பார்த்து, அர்த்த

ராத்திரியிலே சிறு தூறல் இருக்கும்போது, புறக்கடையிலே புகுந்து, கன்னம் வைக்கிறோம். மை இருட்டிலே பாம்பு கடித்தாலும், தேள் கொட்டினாலும் 'ஆ'வென்று அழமுடியாது. வீட்டுக்காரன் விழித்துக் கொண்டு பிடித்து விட்டானோ; பாதி உயிர் போய்விடும், அங்கே நடக்கும் பூஜையால். இவ்வளவு ஆபத்தும் இருக்கிறது தெரிந்து துணிந்து திருடுகிறோம். சிக்கி கொண்டால் சிரழிவுபடுகிறோம். இந்த 'ஏ' வகுப்பிலே பெரிய ஆபீசர்கள் உலவுகிறார்கள், ஒரு சிரமமுமின்றி. சூட்சமமாக 'செக்' புத்தகத்திலே சேட்டை செய்தவனும், இமிடேஷனை வைரமாகக் காட்டியவனும், முலாமிட்டதைத் தங்கமென்று கூறி ஏமாற்றியவனும்! அவன் வெளியேயும் மோட்டாரிலே உலவினான். பங்களாவிலே வசித்தான். மின் விசிறியின் கீழ் உட்கார்ந்து கொண்டு சிகரெட் பிடித்துக் கொண்டே ஊர்க்குடியைக் கெடுத்து வந்தான். இங்கேயும் அவனுக்குப் பால், பழம், படுக்கக் கட்டில், குளிக்கக் தனி அறை கிடைக்கிறது. நாம் சிறையிலே கிடக்கும் நேரத்திலே நமது பெண்டு

பிள்ளைகள் பிச்சை எடுக்கின்றனவோ, எங்கேனும் கூலி வேலை செய்து வயிற்றைக கழுவிக் கொண்டிருக்கின்றனவோ, யார் கண்டார்கள்? இந்த 'ஏ' வகுப்பு பெண்டு பிள்ளைகள் அதே பங்களாவிலே குஷாலாகத்தான் இருக்கின்றனர்" என்று 'சீ' வகுப்பிலே சிக்கிக் கிடக்கும் கைதிகள் மனத்திலே தோன்றாமலிருக்க முடியுமா? எவ்வளவுக் கொள்ளவு கொள்ளயடித்த தொகை அதிகமாக இருக்கிறதோ, அவ்வளவுக்கவ்வளவு நிலைமை உயருகிறது தண்டனைச் சாலையிலே. இது என்ன விதமான நீதியைச் சார்ந்ததோ தெரியவில்லை. சிறையிலும் சரி, வெளியிலும் சரி, செல்வவான் இந்த மரியாதையைப் பெறுகின்றான். மூட்டைப் பூச்சியை நசுக்கும் மக்கள், பாம்புக்குப் பயந்து பால் ஊற்றுகிறார்களே அதுபோலத்தான் சிறை நீதியும் இருக்கிறது என்று அந்த 'சீ' வகுப்புக் கைதிகள் சிந்திக்காமலிருக்க முடியுமா? பார்த்திபனை அவர்கள் காண நேரிட்ட போதெல்லாம் இது போன்ற எண்ணங்கள்

தோன்றின. ஒருவருக் கொருவர் இரகசியமாகப் பேசிக் கொண்டனர்.

“எவளோ ஒரு குட்டியைக் கொலை செய்ய இருந்தானாம். மாட்டிக் கொண்டான். தூக்குக் கிடைத்துவிடும்” என்று கூறினான், ஒரு கைதி.

“அவள் இவனை விட்டுவிட்டு எவனையாவது இழுத்துக் கொண்டு போயிருப்பாள். மனுஷனுக்கு ரோஷம் இருக்காதா? அதனால்தான் அவளைக் கொலை செய்ய நிலைத்திருப்பான்” என்று வேறொர் கைதி கூறினான்.

“ரோஷம் இருந்ததே தவிர, அந்த முட்டாள் ஒரு கையலா காதவன் போலிருக்கே. வெட்டு ஒன்று துண்டு இரண்டாகி இருக்க வேண்டாமா? அவளைக் கொல்ல முடியாமல் கூண்டிலே வந்து சிக்கிக் கொண்டான்” என்று ஒரு சிவப்புத் தொப்பி சீற்றத்தோடு கூறினான். அவன் பக்கத்து வீட்டுக்காரனோடு தன் மனைவி பேசினது கண்டு சந்தேகப்பட்டு அரிவாளால் அவள் தலையை வெட்டிய அசகாயசூரன்.

இப்படித் தன்னைப் பற்றிக் கைதிகள் பலவிதமாகப் பேசிக் கொள்வது பற்றிப் பார்த்திபன் கவலைப்படவில்லை. அந்தக் கைதிகளை அவன் அலட்சியமாகவே பார்த்தான். சமூகத்தின் கூளங்கள் இவர்கள் என்று கருதினான்.

'என் மனைவி எவ்வளவோ இதமாகத்தான் சொன்னாள். வேண்டாம். வம்புக்குப் போகாதீர்கள். நான் ஏழைகள் அநியாயமாக யாராவது நம்மை நடத்தினால் கூட நாம் பொறுத்துக் கொள்ள வேண்டியவர்கள். பணம் பாதாளம் வரை பாயும். போலீசிலே நாம் சிக்கிக் கொண்டால் தப்ப முடியாத என்று புத்தி கூறினாள். ஆனால் ரோஷம் எனக்கு. எங்கள் வீட்டுச் சுவரை வேண்டுமென்றே இடித்த பக்கத்து வீட்டுக்காரன் கன்னத்திலே ஒரு அறை கொடுத்தேன். அந்தப் பாவிப் பயலுக்குப் பல் சொத்தை. பொல பொலவென்று உதிர்ந்தது. குபுகுபுவென்று இரத்தம் ஒழுகிற்று. டாக்டர் சர்டிபிகேட் வாங்கினான். எவனோ ஒரு வாயாடி

வக்கீலை வைத்து வழக்காடினான். நானோ வரட்டுப்பயல். வந்து சேரவேண்டி நேரிட்டது இந்த இடத்திற்கு” என்று ஏழ்மையால் இடர்ப்பாடு, சிறைப்பட்டவன் கூறிட அதைக் கேட்டு அவனுக்கு ஆறுதல் கூறவேண்டி மற்றோர் கைதி, “ஆமாம்! ஒரு பெரிய சந்தேகம் எனக்கு. நாம் குற்றம் செய்தோம். அதற்காகத் தண்டிக்கப் படுகிறோம். சிறையிலே இருக்கிறோம். இது நம்மைத் திருத்துமாம்! திருந்தாவிட்டாலும் மற்றவர்களுக்கு பயமூட்டுவதன் மூலம் எச்சரிக்கையாவது செய்யும். குற்றம் செய்த நமக்கு இந்தத் தொல்லை தருவது ஒரு விதத்திலே முறை என்றே கூறலாம். ஆனால் நமது மனைவி மக்கள் ஒரு குற்றமும் செய்யவில்லை. நாம் சிறைப்பட்டதால் அவர்கள் கஷ்டப் படுகிறார்கள். நம்மை இங்கே கொண்டு வந்ததினால் சர்க்கார் தெரியாமல் நிரபராதிகளைத் தண்டிக்கிறார்கள். இது நியாயமா? நமக்காவது, வீட்டை விட்டு இங்கே அடைபட்டுக் கிடக்கிறோமே. அது ஒன்றுதான் கஷ்டம். அப்படியொன்றும் நாம் வெளியே வாழ்கிறபோது மாடமாளிகையிலே

இல்லை. இங்கே இருப்பதும் குடிசையல்ல! பெரிய கோட்டை!! வேளைக்கு வேளை, வேலை அதிகமின்றி, கவலையின்றிச் சோறு; தணி மணிக்கும் குறைவில்லல். இந்த அளவு உணவும் பெற, ஆலைகளிலேவேலை செய்யும் ஆட்கள் படுகிற கஷ்டம் கொஞ்சமல்ல. ஆகவே நம்மைத் தண்டிப்பதாகக் கூறிக் கொண்டு சர்க்கார் நமக்கு ஒரு விதத்திலே நன்மையே செய்கிறார்கள். குற்றம் செய்த நமக்க ஒரு விதத்திலே நன்மையே செய்கிறார்கள். குற்றம் செய்த நமக்கு இந்த நன்மை புரியும் சர்க்கார், தங்களையும் அறியாமல் குற்றமே செய்யாத நமது குழந்தை குட்டிகளை மனைவி மக்களையும் வாடும்படி செய்து விடுகிறார்கள் தண்டனை அவர்களுக்கல்லவா கிடைக்கிறது. நாம் ஜெயிலிலே இருப்பதால், நமது குடும்பம் பட்டினி கிடக்க நேரிடுகிறது மனைவி மாடென உழைக்கவும் குழந்தைகள் கேட்பாரற்றுக் கெட்டுவிடவும், ஊரார் குடும்பத்தைப் பழிக்கவும் நேரிடுகிறதே. இந்த விசித்திரமான விளைவு, விவேகிகள் வகுத்த சட்டத்தினாலே ஏற்படுகிறதே, இதை எண்ணும்போதுதான்

எனக்கு ஏக்கம் பிறக்கிறது. இரவிலே தூக்கம் வருவதிலலை" என்று கூறுவான்.

சிறைச்சாலையிலே பேசப்படும் விஷயங்களே தனிரகம்! பல விஷயங்களைப் பேசுவர். கைதிகள், கைதிகளிலே பக்திமான்கள் உண்டு. பால்மணம் மாறாத குழந்தையை அரைச்சவரன் கையணிக்காகக் கொன்றவன் என்ற குற்றத்துக்காகத் தண்டிக்கப்பட்ட கைதி, அதிகாலையிலே அளிக்கப்படும் அரிசிக் கஞ்சியை சூரியநாராயணனுக்கு நிவேதனம் செய்யா முன்பு சாப்பிடமாட்டான். அவ்விதமான பக்திமான்களாகவும், சிறையிலே இருப்பர். பல்வேறு வகை அவர்கள், பல்வேறு போக்கு, பேச்சு பலரகம். ஆனால் பார்த்திபனிடம் அவர்கள் யாவரும் கொஞ்சம் மரியாதையை காட்டுவது வாடிக்கை. "அவனுக்கு என்னப்பா குறை? பணம் இருக்கிறது!" என்று கூறுவர் மெல்லி குரலிலே. சிறையிலே அடைப்பட்ட நேரத்திலுங்கூடச் செல்வந்தனிடம் ஏழை சற்று அடங்கியே நடக்க வேண்டியிருந்தது. கூண்டிலே இருப்பினும் சிங்கத்திடம் பயந்து மனிதர் இருப்பது போல!

நீதியின் போல் தவறாது என்ற நம்பிக்கையற்ற உள்ளம் பெரும்பாலான மக்களுக்கு இருக்கிறது. காரணம் பணத்தின் ஆதிக்கம் பலப்பல அதிசயங்களைச் செய்து முடிப்பதைப் பார்த்துப் பார்த்து மக்கள் திகைப்படைந்து விட்டிருக்கின்றனர். இந்தத் திகைப்புதான் சிறையிலே பார்த்திபனைக் கண்டதும், மற்றவர்கள் மதிக்கும்படி செய்தது.

துப்பறியும் பிரமநாயகம் தமது பதவியை ராஜினாமா செய்துவிட்டார். முதலமைச்சர், வேறு ஒருவரை நியமித்து விட்டார். இந்தச் செய்தி பத்திரிகையிலே வெளிவந்தபோது ஊரிலே பரபரப்பு ஏற்பட்டது. கீர்த்தி வாய்ந்த பிரமநாயகத்தாலேயே முடியாத காரியத்தை வேறு யார் சாதிக்க முடியும் என்று ஜனங்கள் பேசிக் கொண்டனர். பிரமநாயகத்தின் ராஜினாமாவால் உண்டான பரபரப்பு அடங்குவதற்குள் வேறோர் செய்தி வெளிவந்தது. மக்களைத் தூக்கிவாரிப் போடும் படியான செய்தி.

பாத்திபன் கம்பி நீட்டினான்!

சிறையிலிருந்து ஓடிவிட்டான்!

புரட்சிக்காரரின் வேலையா? என்ற கொட்டை எழுத்துத் தலைப்புகளுடன் பார்த்திபன் சிறையிலிருந்து தப்பி ஓடிவிட்ட செய்தி வெளிவந்தது. மந்திரிசபை மருண்டது! மக்கள் கொதித்தனர்! "பார்த்திபன் ஓடி விட்டான்! ஓடிவிட்டான்!" என்ற காட்டுதீ பரவி ஊரைக் கலக்கி விட்டது.

"எப்படியோ தப்பித்துக் கொண்டு ஓடிவிட்டானாம்."

"அவன் ஜாலக்காரனாச்சே. இரும்புக் கம்பிகள் கேவலம் தும்புதான்!"

"பணம் பாருங்களய்யா! சிறையிலே போட்டுப் பூட்டினால்கூட, வெளியே வந்துவிடுகிறது."

"குபேரனிடம், எமன்கூடப் பயப்படுவானாம். இந்த லோகத்திலும் சரி, வேறெந்த லோகத்திலும் சரி.

அந்தச் சக்தியின் முன்பு வேறெதுவும் தலைகாட்டாது சார்."

"ப்படிப் பலர் பலவிதமாகப் பேசிக் கொண்டனர் பார்த்திபன் சிறையிலிருந்து தப்பித்துக் கொண்ட செய்தியைக் குறித்து.

"இது ஒரு பிரமாதமில்லை சார்! 1900ம் வருஷமோ, பதினோராம் வருஷமோ சரியாகக் கவனமில்லை. அப்போது ஒரு அற்புதம் நடந்தது சார், இதற்கு அப்பனாக கைதியைக் கோர்ட்டிலே கொண்டு வந்து நிறுத்தினார்கள். நின்ற உடனே, பூகம்பம் போல ஒரு மாதிரியாக இருந்தது. கோர்ட்டிலே இருந்தவர்கள் ஜட்ஜ் உட்பட, பயந்து ஓட்டமாக வெளியே ஓடினர். கைதி, புன்சிரிப்புடன் கூண்டைவிட்டு வெளியேறினான். ஜட்ஜின் மோட்டாரிலே உட்கார்ந்து கொண்டு தானே ஓட்டிக் கொண்டு போய்விட்டான். இன்று வரையிலே ஆள் அகப்பட வில்லை. மோட்டாரும் கிடைக்கவில்லை" என்ற ஒருவர் கூறினார். "உங்களுக்கு எப்படித் தெரியும்?" என்று கேட்டார் மற்றொருவர். "நம்ம

நரசிம்மாச்சாரியின் மருமகப்பிள்ளை தெரியுமோ, நாராயணமூர்த்தி, அவருக்குக் குப்புசாமி ஜோதிடர் சொன்னாராம் சார்!! குப்புசாமி ஜோதிடர் நேரிலே இதைப் பார்த்தாராம்" என்று அற்புதத்தை உரைத்தவர் கூற, சந்தேகி, "பேப்பரிலே இதுபோல வெளிவரவில்லையே" என்று சொல்ல "வெளியே சொன்னால் வெட்கக் கேடு என்று, ஜட்ஜும் மற்றவர்களும் பேப்பர்காரர்களைக் கெஞ்சிக் கேட்டுக் கொண்டார்களாம். விஷயத்தை வெளிப்படுத்த வேண்டாம் என்று" என பதில் கூறிச் சமாளித்தார். கற்பனையைச் செய்தியாக வழங்கிய பேர்வழி.

இவ்வண்ணமாக பலருடைய மூளைக்குத் தொல்லை கொடுத்த பார்த்திபன், "போலிசாம் போலீஸ்!" என்று போலீஸ் இலாகாவை கேலி செய்தபடி போக்கு வண்டிகளிலே சென்று கொண்டிருந்தான், பட்டிக்காட்டான் போல மாறுவேடம் தரித்து! தன்னை நள்ளிரவிலே தப்பிச் செல்வதற்கு உதவி செய்த காவலாளியின் குணாதிசயத்தைப் புகழ்ந்தான்!

பணம் கிடைக்குமா, கிடைக்காதா என்பதைக் கூட அவன் யோசிக்கவில்லையே, எவ்வளவு யோக்கியன் என்று பாராட்டினான். அவனுக்கு எத்தனை யோக்கியன் என்று பாராட்டினான். அவனுக்கு எத்தனை ஆயிரம் கொடுத்தாலும் தகும் என்று நினைத்தான். மாறுவேடம் போட்டுக் கொள்வதிலும், துப்பறி பவர்களை ஏய்ப்பதிலும் தனக்கு இருக்கும் சாமர்த்தியத்தால், கடைசிவரை ஆபத்தின்றிக் காலந்தள்ளிவிட முடியும் என்று நம்பினான். சிறையிலிருந்து எதிர்பாராத விதமாக ஒரு காவற்காரனின் கருணையினால் வெளியே வரும் அதிருஷ்டம் தனக்கு இருக்கும்போது யார்தான் என்ன செய்ய முடியும் என்று எண்ணிக் களித்தான்.

அவனுக்கு விடுதலையின் மூலம் மகிழ்ச்சி அளித்த துப்பறியும் பிரமநாயகம், அவனைப் பின் தொடர்ந்து பல மாறு வேடங்களிலே வருவது பார்த்திபனுக்குத் தெரியாது.

மாறு வேடமணிந்து, காடு மேடு சிற்றூர், கிராமம் பல கடந்து சென்று கொண்டிருந்த பார்த்திபனைப் பின் தொடர்ந்து சென்றால், குமார்

ஒளிந்திருக்கும் இடமும், அங்கு நடக்கும் செயலும் தெரிந்துவிடும் என்ற நோக்கத்துடனேயே துப்பறியும் பிரமநாயகம், அவனைப் பின்தொடர்ந்தார். அவருடைய இரகசிய ஏற்பாட்டின்படியேதான், அவருடைய ஆள் ஒருவன் சிறைக்காவலனாக நடித்துச் சிறை சென்று, பார்த்திபனின் நண்பனாக நடித்து வெளியே அனுப்பி விட்டான். விடுதலை கிடைத்து விட்டது, என்று மகிழ்ந்த பார்த்திபனுக்கு தெரியாது, தனக்குக் கிடைத்த விடுதலையே பிறகு கெடுதலாக முடியும் என்பது.

பார்த்திபனின் மாறுவேடங்கள், அத்தகைய வேடங்கள் அணிவதிலே பயிற்சி பெற்ற பிரமநாயகத்திற்குத் தெரியாமற் போகவில்லை. பிரமநாயகத்தின் மாறுவேடங்களை அறியும் அளவு அறிவு அந்தத் துறையிலே பார்த்திபனுக்குக் கிடையாது. எனவே ஒரு நாள் ஆண்டிவேடம் போட்டிருந்த பார்த்திபனை, அதேபோல வேடமிட்டுப் பிரமநாயகம் சந்தித்தபோது, பார்த்திபன் ஏமாற்றமடைந்தான்.

“சதாசிவம்... சாது எங்கே போவது?” என்று ஆண்டி மொழி பேசினார் பிரமநாயகம்.

“எங்கே போனால் உனக்கென்ன?” என்று பார்த்திபன் பழைய முடுக்குடன் பதில் சொன்னான்.

“போகுமிடம் பாழே! புறப்படுமிடமும் பாழே! எவ்விடமும் பாழேகாண் ஏகம்பநாதனே!” என்று பிரமநாயகம் ஆண்டி கோலத்திற்கேற்ற தத்துவம் பேசிவிட்டு, “சாமி கோவிக்கப்படாது. இந்தக் கட்டை இந்தப் பக்கத்துக்குப் புதுசு. இருப்பிடம் யாழ்ப்பாணம். போகுமிடம் என்று ஒன்றுமில்லை. துணை தேடிடும் இக்கட்டைக்குக் கொஞ்சம் வழிகாட்ட வேண்டும்” என்று கெஞ்சினார்.

உண்மை ஆண்டியாக இருந்தால்தானே, பார்த்திபனுக்கு உடன் வர விரும்பு ஆண்டிக்கு ஏற்றவிதமாகப் பேசவும் முடியும். அவன் உள்ளத்திலே எவ்வளவோ வேதனை. இந்த நேரத்திலே இவன் யாரோ ஒரு சபளைக்காரன் என்ற சலிப்பு. அதனால், “ஆண்டியாம், ஆண்டி!

தடித் தாண்டவராயன் போலிருந்து கொண்டு, காவி என்ன உனக்கு? கட்டை வண்டி இழுத்தாலும் கால் வயிறு நிரம்புமே" என்று ஏசினான்.

"சாமி பேசும் பாஷையிலே பல ஆசாமிகள், பேசுவதை இந்தக் கட்டை கேட்டதுண்டு. ஆனால் ஆண்டிக்கு ஏன் இந்த அதிகாரப் பேச்சு? ஆண்டிக்கு ஆண்டி ஆதரவு. ஆண்டுகளுக்கு ஆண்டவன் ஆதரவு என்று இந்தக் கட்டை சொல்லித்தானா சாமிக்குத் தெரிய வேண்டும்?" என்று கேட்டுவிட்டு, அருகே நெருங்கி, "சாமிக்குக் காலையிலே புகை கிடைக்கவில்லையோ? இந்தக் கட்டையிடம் கால்பலம் இருக்கிறது. சாமிக்குத் தேவையோ?" என்று கேட்டார் கொஞ்சம் கஞ்சாவைக் காட்டியபடி.

பார்த்திபன் பரங்கிகள் தயாரித்த பக்குவமான போதைகளைச் சாப்பிட்டுப் பழக்கமானவனே தவிர, பண்டாரங்களின் பண்டமான கஞ்சா அபின் பழக்கம் கொண்டவனல்ல. ஆகவே கால் பலத்தைக் கண்ணால் பார்த்ததும் கடுங்கோபம்

அவனுக்கு அந்தக் கள்ளி பார்வதி மட்டும் இப்படி அவதி ஏற்படும்படி செய்யாதிருந்தால், இதே நேரத்திலே பீரோவைத் திறந்தால் பூ போட்ட கிளாசும், புதுலேபில் ஒட்டிய பாட்டில்களும், எப்படிக் காட்சியளித்திருக்கும்? அந்த ரசம் பருகிய நமக்கு இந்த ஆண்டி கஞ்சா தருகிறானே என்று எண்ணி ஏங்கினான். அந்த ஏக்கத்தைப் போக்கிக் கொள்ள, "அடி, பார்வதி! உன்னை நான் என்ன பாடு படுத்துகிறேன் பார்!" என்று உரக்க கூவினான். சற்று தொலைவிலே பார்வதி நிற்பது போல!

துப்பறியும் ஆண்டி தொடங்கினான் ஆண்டிப் பேச்சை, "ஆமாம் சாமி! அந்தப் பார்வதியால் வந்த வினைதான் இவ்வளவும்" என்றான்.

பார்த்திபனுக்குத் தூக்கிவாரிப் போட்டது போலாகி விட்டது. "எந்தப் பார்வதி? என்ன செய்தாள்? என்ன உளறுகிறாய்?" என்று கேட்டான்.

"சாமி, இப்போது அலைவதும் பார்வதியால்தான். இந்தக் கட்டையின் வாழ்க்கை கெட்டதும் பார்வதியினாலேதான்" என்று பிரம்மநாயகம்

சொன்னார். பார்த்திபனுக்குக் கொஞ்சம் பயம் பிறந்தது. பயத்தை மறைக்கக் கோபத்தைத் துணை கொண்டு, "ஆண்டிப் பயலே! அர்த்தமற்ற பேச்சுப் பேசாதே. நீ எந்தப் பார்வதியைப் பற்றி இப்படி பேசுகிறாய்?" என்று கேட்டான்.

"சாமி, இந்தக் கட்டையைச் சோதிக்குது. இந்தக் கட்டையும் ஞானவெட்டியான் முதற்கொண்டு தவதீபம் வரை படித்த கட்டைதான்" என்று கூறிப் பதிலளித்தார். அவ்வளவு பற்களையும் இரண்டே அறைகளில் உதிர்த்துவிட எண்ணினான் பார்த்திபன். கோபம் அவ்வளவாகிவிட்டது. அவனுக்கு ஆண்டியின் கரத்தை பிடித்து, "என்னடா பேசுகிறாய்? சொல்வதைச் சரியாகச் சொல்! இல்லாவிட்டால் தோலை உரித்து விடுவேன்" என்று மிரட்டினான் பார்த்திபன்.
பிரமநாயகம் கோபங் கொள்ளவில்லை. "சாமி நிச்சயமாக என்னைச் சோதிக்குது. சாமி இப்போது இவ்வளவு தொலைவு அலைவது எதற்காக? சிவானுக்கிரகம் பெற. அந்தச் சிவானுக் கிரகம் ஏன் இன்னமும் கிடைக்கவில்லை? சிவனுக்கு வேறே இடத்திலே

மனம் லயித்திருக்கிறது. எங்கே லயித்திருக்கிறது? பார்வதி தேவியாரிடம்! ஆகவே, பார்வதி தேவியாரின் பாசத்தால் பரமசிவன் பக்தர்களாகிய நம்மைப் பற்றிப் பாராமுக மாக இருக்கிறார். இதனைத்தான் சாமி நினைத்துக் கொண்டு, 'அடி பார்வதி உன்னை என்ன பாடுபடுத்துகிறேன் பார்' என்று பேசினது. இது இந்தக் கட்டைக்குத் தெரியவில்லையா? இந்தக் கட்டை, மரக்கட்டையில்லை. மகாதேவன் அருளால் பிறந்த மனிதக் கட்டை!" என்று பிரமநாயகம் பேசினார். பரம்பரை ஆண்டிபோல.

கோபம் போய்விட்டது பார்த்திபனுக்கு, சிரிப்புப் பொங்கிற்று. இப்படிப்பட்ட பேர்வழிகளுடன் சேர வேண்டி நேரிட்டதே என்று. மறு விநாடி மனக் கஷ்டம் ஏற்பட்டது. ஆண்டியை நோக்கிப் பார்த்திபன் சாந்தமாகவே பேசலானான்.
"எத்தனை வருஷமாக ஆண்டியாக இருக்கிறாய்?"

"வருஷக் கணக்கை சாமி கேட்குது? நல்ல கேள்வி! தலைமுறைக் கணக்கைக்

கேட்கவேண்டும் சாமி. நாலு தலைமுறையாக ஆண்டிகள் நமது குடும்பம்."

"நல்லது. உன் பெயர் என்ன?"

"இந்தக் கட்டைக்கு அன்னாபிஷேக ஆண்டி என்று பெயர்."

"சீ! உன் பழைய பெயர்?"

"சாமி அதைக் கேட்குதா! இந்தக் கட்டைக்கு அப்பன் வைத்த பெயர் சுப்பன்."

"என்னென்ன வேலை தெரியும்?"

"ஆண்டி வேலைகளா? பழைய வேலைகளைக் கேக்குதா சாமி."

"பழைய வேலைகளைத்தான் கேட்கிறேன்."

"பழைய வேலைகளை இந்தக் கட்டை இப்போது செய்வ தில்லை. இருந்தால் என்ன? சாமி கேட்கும் போது சொல்லத் தான் வேண்டும். சந்தடி செய்யாமல் அடித்த பந்து மேலே தாவுவது போலச் சுவரைத் தாண்டிக் குதிக்க முடியும். சாவி இல்லாமல் பூட்டைத் திறக்க

முடியும். கொஞ்சம் கூர் இருக்கிற கத்த கிடைத்தால், இழுப்பும போடத் தெரியும். இப்படிப் பல வேலைகள் தெரியும் சுமாராக."

"திருட்டுப் பயல்தானா? சரி, கிடக்கட்டும், உனக்குச் சோறு கிடைக்க நான் வழி செய்கிறேன். நான் சொல்லுகிறபடி கேட்க வேண்டும்."

"கேட்கிறேன். பழைய வேலையா, புதிசா இருக்கா சாமி?"

"பழைய அனுபவத்தை கொண்டு புதிய வேலை ஒன்று செய்யணும். இதோ பார். நான் உன்னைப் போலப் பண்டாரப் பயல் இல்லை. இப்படி ஆண்டி போல வேஷம் போட்டிருக் கிறேன். நான் பெரிய போலீஸ் ஆபீசர்."

"ஐயையோ! போலீசு சாமியா நீங்க. புண்ணியம் உங்க பிள்ளை குட்டிகளுக்கு. என்னை மாட்டி விட்டுவிடாதீங்க."

“மடையா! சும்மா கிட. மிரளாதே. ஆண்டி வேடம் போட்டிருக்கிறேன் என்பதை மறந்துவிடு. ஆண்டி என்றே நினைத்துக் கொள்.”

“நெஞ்சிலே பயம் புகுந்து குடையுதே சாமி.”

“பயத்தோடு வேலை செய். உனக்கு ஒரு ஆபத்தும் ஏற்படாதபடி நான் பார்த்துக் கொள்கிறேன்.”

“ஆண்டிக்கு ஆண்டி உதவி செய்யாமலிருக்க முடியுமா சாமி? எனக்கு என்ன வேலை கொடுக்கிறீர்களோ அதனை நான் செய்து முடிக்கிறேன். ஆனால், எனக்குக் கொஞ்சம் மட்டமான புத்தி. ஆகவே எந்தக் காரியத்தை நான் செய்ய வேண்டுமானாலும், கொஞ்சம் நிதானமாக நடக்கும்” என்று பண்டாரக் கோலத்திலிருந்து பிரமநாயகம் கூறிடக் கேட்ட பார்த்திபன். மகிழ்ந்து, “அன்னாபிஷேகம்! நான் சொல்லப்போகும் விஷயம் வெளியே தெரிந்தால், காரியம் கெட்டுவிடும். நீ இரகசியத்தைக் காப்பாற்றக்கூடியவனா என்பது

எனக்குத் தெரிய வேண்டும். முதலில், உளறுவாயனாக இருந்தால் உன்னால் எனக்கு உதவிக்குப் பதில் உபத்திரவம் தானே வரும். ஜாக்கிரதையாக இருக்க வேண்டும் இந்த விஷயத்திலே" என்று பீடிகையைப் பலமானதாக்கினான்.

பிரமநாயம், "சாமி! என்னால் எது முடிவதானாலும் முடியாமற் போவதானாலும் சரி, ஒன்று மட்டும் நிச்சயமாக என்னால் முடியும். வாய்க்குப் பூட்டுப் போட்டுவிட்டால், பிறகு பூட்டினவர்களாகத் திறந்தால்தான் திறக்கும். இரகசியத்தைக் காப்பாற்றத் தெரியாவிட்டால், இந்தக் காவி உடை எங்கள் குடும்பத்திலே நாலு தலைமுறையாக இருந்திருக்க முடியுமா? சாயம் அதிக சீக்கிரத்திலே வெளுத்து விட்டிருக்குமே" என்று கூறிப் பார்த்திபனுக்கு தைரிய மூட்டினார். நெடுநேரம் யோசித்து விட்டு,"ஆண்டி! அதிக சிரமம் ஒன்றுமில்லை. அடுத்த பௌர்ணமிக்கு அதாவது இன்னும் ஆறு நாட்களில், ஆயிரம்

ஆண்டிகளைத் திரட்டித் தர உன்னால் முடியுமா?" என்று பார்த்திபன் கேட்டான்.

பிரமநாயகம், "இதுதானா பிரமாதம்? ஒரு ஆயிரம் என்ன, ஒன்பது ஆயிரம் வேண்டுமானாலும் திரட்டலாம். ஆண்டி களுக்குப் பஞ்சம் இல்லை. ஆனால், ஆயிரம் ஆண்டிகள் ஏன்? எதற்காக என்று சொல்லி அவர்களைத் திரட்டுவது? கேட்பார்களே!" என்று கேட்டார்.

"பௌர்ணமி அன்று பண்டாரங்களுக்குப் பழம் பாயசத்துடன் சாப்பாடு."

"சாப்பாடா! ஆயிரம் ஆண்டிகள் போதுமா? ஐம்பதாயிரம் போதுமா? என்ன சாமி! இதை ஒர பெரிய வேலையாகச் சொல்கிறீர். சோறு என்ற சொல் கேட்டாலே நூறு காதம் ஓடி வருமே, பண்டாரக் கூட்டம். இதற்கு நான் வேண்டுமா வேலை செய்ய? அரை நாளிலே முடித்துவிடக் கூடிய அற்பக் காரியம். இதற்கு ஆறு நாட்கள் ஏன்?"

"அதிகம் பேர் வேண்டாம். ஆயிரம் போதும், ஆயிரம் ஆண்டிப் பயல்களைச் சாமளிப்பதே கஷ்டம்."

"அது உண்மைதான். ஆள் ஒன்றுக்கு ஒரு வேளைக்கு அரைப்படி அரிசி கேட்பார்கள். நாள் ஒன்றுக்கு நாலு வேளை போடுவதானாலும் சலிக்க மாட்டார்கள். ஆமாம் சாமி! ஆயிரம் ஆண்டிகள் வேண்டுமென்றீரே, ஆண்கள் மட்டுமா, பெண்களும் வேண்டுமா?"

"பெண்கள் வேண்டாம்."

"சரி, ஒரு பெரிய தொல்லை விட்டது. பெண்களையும் கொண்டு வருவதென்றால், பெரிய சிரமம் இருக்கிறது. இந்தப் பயல்களிலே நாலுக்கு ஒண்ணு, ஆறுக்க ஒண்ணு என்று இருக்கும். அதுகளை அழைத்து வந்தால் அந்தப் பஞ்சாயத்துத் தீர்த்து வைக்கவே நமக்கு நேரம் இராது. சாமி! சாப்பாடு எந்த இடத்திலே?"

"இங்குதான். இரகசியம் வேண்டும். சாப்பாடு நடை பெறப் போகிற இடத்தை முன்கூட்டிச்

சொல்ல முடியாது. பௌர்ணமியன்று, அந்த ஆயிரம் ஆண்டிகளும் இரவு 8 மணிக்குள் நான் குறிப்பிடும் இடம் வந்து சேர வேண்டும். அங்÷ பூஜைக்குப் பிறகு போஜனம். அந்தப் போஜனம் நடைபெறுகிற இடத்திற்குப் பண்டாரங்களை நான் அழைத்துச் செல்வேன் இடத்தை மட்டும் இப்போது சொல்ல முடியாது. இதற்குச் சம்மதிப்பார்களா பண்டாரங்கள்?"

"இதற்கு மட்டுமா? இன்னும் ஏதாவது ஏழெட்டு கண்டிஷன்கள் சொன்னாலும் சம்மதிக்க ஆண்டிகள் உண்டு. சாமி! ஆயிரம் ஆண்டிகளுடன் ஆறுநாட்களிலே, அதாவது பௌர்ணமி இரவு 8 மணிக்கு நான் தங்களைச் சந்திக்கிறேன். ஆனால், சிரமத்திற்கு என்ன தருவீர்? எதையும் முன் கூட்டிப் பேசி முடித்துக் கொண்டால் பிறகு தகராறு வராமலிருக்கும். அதற்காகத்தான், ஆயிரம் ஆண்டிகளை அன்னம் அளிப்பதாகச் சொல்லி அழைத்தாலும், அதற்காக நீர் குறிப்பிடும் நிபந்தனையைக் கேட்டுச் சில காவிகள் கிலி கொள்ளும் அதுகளைத் தட்டிக் கொடுத்துக் கொண்டு வர வேண்டும். மேலும்

அந்த ஆறு நாட்களிலே என்னென்ன க்ஷேத்திரத்திலே என்னென்ன திரு விழாவோ! திருவிழா பலமாக இருந்தால் ஆண்டிகள் அங்குதான் போய்விடுவார்கள். போனால் சாப்பாடும் சுகமாகக் கிடைக்கும், காசும் நேரும், கத்திரியும் சுமாராக நடக்கும் என்று அந்தப் பயல்கள் திருவிழா நடக்கும் ஊருக்குப் போய்விடுவார்கள். அப்படிப் போகிறவர்களை மடக்கி அழைத்து வர வேண்டும். ஆகச் செய்யவேண்டிய வேலை கொஞ்சம் இருக்கிறது. இதற்காக இந்தக் கட்டைக்கு என்ன தருவதாக சாமி தீர்மானித்திருக்கிறது என்பது தெரிந்தால் வேலை செய்யக் கொஞ்சம் நிம்மதியாக இருக்கும்.

"சோறு கிடைத்தால் போதும் என்று சொன்னது போய் இப்போது பேரம் பேசுகிறாயா? சரி, சரி, உனக்கு உன் ஆயுட்காலம் வரையிலும் சோறு துணி தருவேன், போதுமா?"

"சாமி! கோபிக்கக் கூடாது. என் ஆயுட்காலம் வரையிலே என்று சொல்கிறீர், யார் கண்டார்கள்?

இன்றோ நாளையோ இன்னும் கொஞ்ச நேரத்திலே, இரவோ, பகலோ எந்த நேரத்திலோ கைலாயபதி தனது திருவடியிலே என்னைச் சேர்த்துக் கொள்கிறாரோ, எப்படிச் சொல்ல முடியும்? என் ஆயுள் வரையில் காப்பாற்றுவதாகச் சொல்லும் பேச்சு வேண்டாம் சாமி! குறிப்பாக ஒரு தொகை சொல்லிவிடும்."

"பணமா? சரி நீயே கேள்! என்னதான் வேண்டும்?"

"ஆண்டிக்கு அரை ரூபா வீதம், ஆயிரம் ஆண்டிக்கு 500 ரூபாய் தந்தால்போதும்."

"பிச்சைக்காரப்பயல்! சரி, ஐந்நூறுதானே வேண்டும்? சரி, தருகிறேன்."

என்றால்! தேன் என்ற உடனே தித்திக்குமா சாமி?"

"தடியா! என் வார்த்தையிலே நம்பிக்கையில்லையா?"

"யார் சாமி சொன்னது அப்படி! ஆனால், பண விஷயம் பாருங்கோ, கண்ணாலே பார்த்துக் கையாலே தொட்டுத் தட்டிப் பார்த்துக் காதாலே

கேட்டாத்தானே ஒரு சந்தோஷம் பிறக்கும். நீங்க தவறாக எண்ணிவிடக் கூடாது. என் சுபாவம் அது. பணத்தை வாங்கிக் கொண்டால் எனக்கு வேலையில் சுறுசுறுப்பு ஏற்படும். பெட்ரோல் போட்டால்தானே மோட்டார் ஓடுது. அதுபோல."

"சரி! நான் சீட்டு தருகிறேன் பணத்துக்கு உனக்கும், நான் ஏற்பாடு செய்கிற சாப்பாட்டுச் செலவுக்கும் சேர்த்துப் பணம் தருவார். அதை வாங்கிக் கொண்டு நாளைக்கு இதே இடத்திலே என்னை வந்து சந்திக்க வேண்டும். பிறகு, ஆறாம் நாள் பௌர்ணமியன்று நடக்க வேண்டிய ஏற்பாட்டைக் குறித்து நான் சொல்லுகிறேன்."

"இந்தப் போச்சு முடிந்ததும், பார்திபன் உடனே 500 ரூபாய் தந்துதவும்படி ஆலாலசுந்தரருக்குச் சீட்டு எழுதி ஆண்டிக் கோலத்திலிருந்த பிரமநாகயத்துக்குத் தந்தான். பிரமநாயகம் சீட்டு எடுத்துக் கொண்டு, புறப்பட்டார் மிக்க சந்தோஷத்துடன். பார்த்திபன் துளியும் சந்தேகித்த முடியாதபடி நடந்து கொண்ட பிரமநாயகம், அவனுடைய எதிர்கால வேலைத் திட்டத்தை அறிந்து கொள்ளும் அரிய சந்தர்ப்பம்

தனக்குக் கிடைக்கும்படி செய்வித்த ஆண்டிக் கோலத்தைப் பாராட்டிக் கொண்டே, தனது மாளிகை சென்று, மாறுவேடத்தைக் கலைத்து விட்டு, முதலமைச்சரைக் காணச் சென்றார். முதலமைச்சர் பிரமநாயகத்தைக் காணவும் இஷ்டப்படவில்லை என்ற போதிலும் வெறுப்புடன் சில நிமிஷ நேரம் பேட்டிதர முடியும் என்று தெரிவித்தார். பிரம நாயகம் முதலமைச்சரின் கோபத்துக்கும் வெறுப்புக்கும் காரணம் இருப்பது அறிந்தவராதலால் அதற்காக வருந்தவில்லை. மரியாதையுடன் முதலமைச்சருடன் பேசலானார்.

“மிஸ்டர் பிரமநாயகம்! என்ன விசேஷம்?" என்று முதலமைச்சர் கொஞ்சம் அதிகாரத் தோரணையிலே பேச்சைத் துவக்கினார்.

“பார்த்திபன் விஷயமாகத்தான் பேச வந்தேன்” என்று நிதானமாகப் பதிலளித்தார் பிரமநாயகம்.

“பார்த்திபனைப் பிடித்துவிட்டீர் போலிருக்கிறது” என்று கேலியாகக் கேட்டார் முதலமைச்சர்.

"பார்த்திபனைத் தப்பிப் போகச் சொன்னவனுக்கு அவனை மீண்டும் பிடிப்பது கஷ்டமா? பார்த்திபன், என் உள்ளங்கையிலே இருக்கிறான் முதலமைச்சரே! பார்த்திபனை விடுதலை செய்தால், அவனுடைய நடமாட்டத்தைக் கவனித்துக் கொண்டிருந்து தலைமறைவாக இருக்கும் குமார் என்பவனையும், வெடிகுண்டு மர்மத்தையும் கண்டுபிடிக்க வழி ஏற்படும் என்று நான் தெரிவித்தேன். தாங்கள் என் யோசனையை முட்டாள்தனம் என்று கருதினீர்கள். என் பதவியை ராஜினமா செய்தேன். ஆனால் துப்பறியும் வேலையை நான் நிறுத்திக் கொள்ள வில்லை; பார்த்திபன் சிறைச்சாலையிலிருந்து தப்பித்துக் கொண்டு போனது, என் உதவியினால்தான். அது அவனுக்கு தெரியாது" என்று பிரமநாயகம் கூறிக் கொண்டே - ஆலாலசுந்தரருக்குப் பார்த்திபன் தந்த சீட்டைக் காட்டினார்.

அதைப் படித்ததும், முதலலமைச்சர் சந்தோஷத்தால் துள்ளி எழுந்தார்! "அன்னாபிஷேக ஆண்டி யார்?" என்று கேட்டார். பிரமநாயகத்தின் புன்னைகையைக் கண்டார்.

“ஓகோ! நீங்கள் அப்போது பண்டார சன்னதியாகி விட்டீரா?” என்று கூறிக் கொண்டே ஆனந்தமடைந்து, பிரமநாயகத்தின் கரங்களைப் பிடித்துக் குலுக்கியபடி, “மிஸ்டர் பிரமநாயகம்! உம்முடைய மூளையே மூளை. நான் வீணாகக் கோபித்து கொண்டேன்.” என்று கூறினார்; டெலிபோனை எடுத்தார்.

பிரமநாயகம் சரேலென, டெலிபோனை முதலமைச்சர் கரத்திலிருந்து பிடுங்கிக் கீழே வைத்துவிட்டு, “ஆலாலசுந்தரரைக் கைது செய்ய உத்தரவு பிறப்பிக்க உத்தேசமா? வேண்டாமா; இப்போது இந்தக் காரியம் செய்தால், என் திட்டம் பாழாகிவிடும். இன்னமும் பார்த்திபனை என் பார்வையிலேயே வைத்திருக்கிறேனே யொழிய குமாரின் இருப்பிடமும் வெடிகுண்டு விஷயமும் தெரிந்து கொள்ள முடியாத நிலையிலே தான் இருக்கிறேன் அந்த இரகசியத்தை விரைவிலே அறிந்து கொள்ளச் சந்தர்ப்பம் கிடைத்திருக்கிறது. உமது உதவி தேவை” என்று கூறினார்.

“என்ன வேண்டும்? சொல்லும். மிஸ்டர் பிரமநாயகம். என் கையெழுத்திட்ட கடிதம் வேண்டுமானால் கொடுத்து விடுகிறேன். உமக்கு இஷ்டமான உத்தரவை எழுதிக் கொள்ளும். எனக்கு இப்போது உம்மிடம் பூரண நம்பிக்கை பிறந்து விட்டது” என்று முதமைச்சர் சிரிப்புடன் பேசினார்.

பிரமநாயகம், “அவ்வளவு பாக்கியசாலியாக நான் ஆக நேரிட்டது கண்டு மகிழ்ச்சியடைகிறேன். ஆனால் எனக்கு இப்போது அவசரமாகத் தாங்கள் செய்ய வேண்டிய காரியம் அது அல்ல. ஒரு ஆயிரம் ரிசர்வ் போலீசாரை என்னுடன் அனுப்பி வைக்க வேண்டும்” என்று கேட்க, முதலமைச்சர் வியப்புற்று, “மிஸ்டர் பிரமநாயகம், எந்த ராஜ்யத்தின் மீது படையெடுக்கப் போகிறீர்? என்ன வேடிக்கை! ஒரு ஆயிரம் ரிசர்வ் போலீசா! எதற்கு? பார்த்திபனிடம் பெரிய பட்டாளம் இருக்கிறதா? குமாரிடம் கம்பெனி இருக்கிறதா? எனக்கொன்றும் விளங்கவில்லையே” என்று கேட்டார்.

பிரமநாயகம், "எனக்கும் தெரியத்தான் இல்லை. ஆனால், பண்டாரக் கோலத்திலே இருக்கும் பார்த்திபன், ஆண்டிப்பயல் அன்னாபிஷேகத்துக்குப் பிறப்பித்திருக்கும் உத்தரவின்படி நான் நடந்தாக வேண்டுமல்லவா? ஆகவேதான் ஆயிரம் ரிசர்வ் போலீசாரை ஆண்டி வேடத்திலே சித்தமாக இருக்கச் சொல்லும். நான் இரண்டு நாளிலே வருகிறேன். அவர்களை அழைத்துச் செல்ல" என்று கூறினார்.

◈◈◈

21

"ஆயிரம் ஆண்டிகளைக் கொண்டு என்ன அற்புதம் செய்யப் போகிறான்?" என்று துப்பறியும் பிரமநாயகம் யோசிக்க முடியவில்லை. ஆண்டிகள் வேடத்திலே போலீசாரையே அழைத்துச் செல்ல ஏற்பாடு செய்து விட்டால். பார்த்திபன் எந்த விதமான காரியம் செய்வதானாலும் கடைசி விநாடியில் கூடத் தன்னால் அவனை தடுத்துவிட முடியும் என்ற நம்பிக்கை இருந்தது. ஆகவே வீணாக, மூளைக்கு வேலை கொடுக்கவில்லை.

பார்த்திபனுடைய கடிதத்தை மதித்து ஆலாலசுந்தரம் பணம கொடுத்தார். பணத்தைப் பெற்றுக் கொண்டு பிரமநாயகம், பழையபடி

பண்டாரக் கோலம் தாங்கிக் கொண்டு, பார்த்திபனைச் சென்று கண்டு, "ஆயிரம் தயார்! உத்தரவை எதிர்பார்க்கிறேன்" என்று கூறினார்.

"மிக்க சந்தோஷம். ஆனால் நீ செய்ய வேண்டிய காரியத்திலே, ஆரம்ப வேலைதான் முடிந்திருக்கிறது. முக்கியமான காரியத்தை இனிச் செய்ய வேண்டும். அதிலேதான் உன் முழுச் சமத்தும் தெரிய வேண்டும் என்று பார்த்திபன் கூறினான்.

"என் சாமர்த்தியத்தைப் பற்றி நீங்கள் சந்தேகிப்பதுதான் எனக்குச் சங்கடமாக இருக்கிறது. இருக்கட்டும், தூங்கிக் கொண்டிருக்கும் புலி போன்று இருக்கிறேன். எழுப்பிவிட்டுப் பார்த்தால்தானே தெரியும், என் விஷயம்? வீணாகப் பிரதாபத்தைக் கூறுவானேன். நீங்கள் எவ்விதமான காரியம் வேண்டுமானாலும் செய்யச் சொல்லுங்கள். என்னால் முடியவில்லை என்றால், காரித் துப்புங்கள்"என்று பிரமநாயகம் ரோஷம் கொண்ட பாவனையிலே பேசினார்.

பார்த்திபன் கொஞ்ச நேரமட்டும் ஆழ்ந்த சிந்தனையில் இருந்தான் அவனுடைய நெற்றியிலே சுருக்கங்கள் தோன்றின. தலைகுனிந்து அங்குமிங்கும் உலவுவதும், பிறகு வெறி கொண்டவன் போல வானத்தை அண்ணாந்து பார்ப்பதும், பெருமூச்சு விடுவதுமாக இருந்தான். "இந்தப் பண்டாத்தை முழுவதும் நம்பிவிடுவது சரியாகுமா?" என்று சிந்தனை. அதனால் ஒருவிதமான சஞ்சலம்.

பார்த்திபனுடைய நிலைமையைப் பிரமநாயகம் உணர்ந்து கொண்டார். நெருக்கடியான இந்த நேரத்திலே, எவ்வளவு சந்தேகம் பிறந்தாலும் கடைசியில் தன்னைத்தான் துணை கொள்வான் என்பது தெரியும் பிரமநாயகத்துக்கு. எனவே பார்த்திபனிடம் சற்று முக்காக நடந்து கொள்ள வேண்டும் என்று தீர்மானித்தார்.

பார்த்திபன் ஒரு தீர்மானத்துக்கு வந்துவிட்டான். என்ன நேரிட்டாலும் சரி. இனி இந்தப் பண்டாரத்தைக் கொண்டு தான் காரியத்தை முடித்துக் கொள்ள வேண்டும் என்று முடிவு செய்து கொண்டு, "சரி! நாளை இரவு பத்துமணி

சுமாருக்குப் பண்டாரக் கூட்டத்தை அழைத்துக் கொண்டு, இதே இடம் வந்து சேர். ஒரே கும்பலாகக் கொண்ட வராதே. பத்து இருபது பேர் கொண்ட சிறு சிறு பிரிவுகளாக வந்து சேரட்டும். போ, உடனே அந்த ஏற்பாட்டை முடித்துக் கொண்டு வந்து சேர், தாமதியாதே” என்று கூறினான்.

பிரமநாயகம், “இரவு பத்துமணிக்கு அவர்களை அழைத்து வந்துவிடுகிறேன். ஆனால், சாப்பாடு ஏற்பாடு ஒன்றும் செய்யக் காணோமே! அந்தப் பயல்கள் பசியோ பசி என்று கூச்சலிட ஆரம்பித்தால் பரமசிவன் கூடப் பயப்பட வேண்டியிருக்கும். நீங்கள் செய்கிற ஏற்பாடு எனக்குக் கொஞ்சமும் பிடிக்கவில்லை. ஆயிரம் பண்டாரங்களை அழைத்து வருவதென்றால் அதற்கு முன்ஏற்பாடாக இங்கே எத்தனை மூட்டை அரிசி இருக்க வேண்டும்? காய்கறி ஒரு பக்கத்திலே குவியலாக இருக்க வேண்டும். பருப்பும் பலகாரச் சாமானும் இருக்க வேண்டாமா? கட்டை காணோம், மூட்டை காணோம். இந்த நிலையிலே, அதுகளை

அழைத்துக் கொண்டு வந்தால், யார் அதுகளுடன் மல்லிட முடியும்?" என்று கோபங் கொண்ட பாவனையிலே கேட்டார்.

பார்த்திபன் சிரித்துக் கொண்டே, "பாழாய்போனவனே, சோறோசோறு என்று அலையாதே. அதற்கு வேற ஏற்பாடு செய்து விட்டேன். கவலைப்படாதே. அதோ, காட்டுக்குள்ளே இருக்கும் கோயில் இருக்கிறதே. பார்த்தாயல்லவா! அதுதான் சமையல் இடம். கோயிலிலே இருக்கும் தேவனே தவசிப்பிள்ளை. என் தபோ பலமே, அரிசி இன்றிச் சோறு. பருப்பின்றிக் குழம்பு கொண்டு வந்து சேர்க்கும், பஞ்சைப் பயலே, என்னைப் பார்த்தாலே உனக்குத் தெரியவில்லையா? நான் பஞ்சேந்திரியச் செட்டைகளையும் அடக்கிப் பிரமனையே பணி செய்பவனாகக் கொண்ட பார்த்திபன் என்பது; மூடா நாளை இரவு வந்து சேர். நடக்க வேண்டியதை நான் கவனித்துக் கொள்வேன். போ" என்று உத்தரவிட்டான்.

உள்ளே பொங்கிய சிரிப்பை அடக்கிக் கொண்டு பிரமநாயகம், பார்த்திபனுடைய தபோ பலத்தைத் தெரிந்து தாசனாகிவிடட்து போல நடித்துவிட்டு, “தெரியாத் தனத்தால் ஏதேதோ பேசிவிட்டேன். தெய்வத்தையே ஏவலனாகக் கொண்டுள்ள திவ்ய புருஷராகிய நீங்கள் என்னை மன்னிக்க வேண்டும்” என்று பயபக்தியுடன் கேட்டுக் கொண்டு பாதத்தைப் பணிந்துவிட்டுச் சென்றார்.

குறிப்பிட்டபடி, மறு இரவு பண்டாரக் கூட்டம் வந்து சேர்ந்து விட்டது. வந்தவர்களுக்குச் சோற்று வாசனையே கிடைக்காததால், ஒரு பரபரப்பு உண்டாயிற்று. பார்த்திபன், “ஆயிரத்தொரு அன்பர்களே, அரை விநாடி வேறு எதைப் பற்றியும் மனத்திலே நினைக்காமல் அமலனைத் தியானம் செய்யுங்கள்” என்று உபதேச உத்தரவு பிறப்பித்தான். பிரமநாயகன் ஆச்சரியங்கூட அடைந்தார். ‘இந்தக் கள்ளன் எவ்வளவு நேர்த்தியாக நடிக்கிறான்? பாமரர் அவனிடம் மயங்கியதிலே என்ன ஆச்சரியம் இருக்க முடியும்?” என்று எண்ணிக் கொண்டு.

தியானம் முடிந்த பிறகு பார்த்திபன் மீண்டும் பேசலானான் "பக்தர்களே, உங்களிலே, நூற்றிலே ஒருவராவது, உண்மையைத் தேடிக் கண்டுபிடிக்க வேண்டுமம் என்று உத்தமமான நோக்கத் தோடு, இந்தத் தவக்கோலம் கொண்டிருப்பீர்கள். பெரும் பாலானவர்கள், கபட வேடதாரிகள் என்பது எனக்குத் தெரியும். அதனால் அதற்காக நான் உங்களைக் கோபித்துக் கொள்ள வில்லை. எக்காரணம் கொண்டு நீங்கள் காவி அணிந்திருந்தாலும் சரியே. காவி அணிந்தவர்களைக் கடவுள் சன்னிதானத்துக்கு அழைத்துச் செல்லும் தத்துவம் என்னுடையது. கபடம் நிறைந்தவர்களைக் கடவுள் ஏற்றுக் கொள்ள மாட்டாரே என்று யோசிக்க வேண்டாம். என்னுடைய தபோபலத்தால், உங்களுடைய கபடத்தைக் கருக்கித் தூளாக்கிக் காற்றோடு காற்றாகும்படி செய்து விடுகிறேன். பயப்படாதீர்கள்.

பார்த்திபன் ஆவேசம் கொண்டவன் போலப் பேசினான். பண்டாராக் கூட்டத்திடம் பேசி, மனதை மயக்கி அவர்களைத் தன் இச்சைப்படி

நடக்கச் செய்ய வேண்டும் என்ற நோக்கத்தோடு இந்த நாடகத்தைப் பார்த்திபன் நடத்துகிறான் என்பது பிரமநாயகத்துக்கு விளங்கிற்று. அந்த ஆயிரவர் உண்மையிலேயே பண்டாரங்களாக இருந்திருப்பின், அடிபணிவர், அரகரா கூறுவர். இப்படிப்பட்ட சிறந்த தலைவர் வெகு சீக்கிரத்திலே ஒரு மடம் கட்டிவிடுவார். அந்த மடத்திலே தங்களுக்கெல்லாம் இடம் கிடைத்துவிடும் என்று எண்ணிச் சந்தோஷித்திருப்பது. வந்தவர்களோ, கே.டி.கள் பண்டாரங்களாக உலவுவதையும், கள்ளர்கள் காவி உடையிலே இருப்பதையுங் கண்டு பண்டாரக் கூட்டத்தின் புரட்டுகளை அடக்கிப் பழக்கப்பட்ட போலீசார். எனவே அவர்களுக்குப் பார்த்திபனுடைய ஆவேசச் சொற் பொழிவு கேட்கக் கொஞ்சம் ஆத்திரம் உண்டாயிற்று. ஆனால் கமிஷனரின் உத்தரவு கடுமையானது. பண்டாரக் கோலத்தில் இருக்கும் பிரமநாயகம், எதை எந்த நேரத்தில் எப்படிச் செய்யச் சொல்கிறாரோ அதுபோல் செய்ய வேண்டும்; அவசரப்பட்டு நீங்களாக எதுவும் செய்துவிடக் கூடாது என்று கமிஷனர் உத்தர விட்டிருந்தார்.

ஆகையினால் அவர்கள் ஆத்திரத்தை அடக்கிக் கொண்டிருந்தனர். "ஆண்டிப் பயல்கள் நமது பேச்சினால் மயக்கம் கொண்டவர்களாகி விட்டனர்" என்று எண்ணிக் கொண்டு பார்த்திபன் மேலும் பேசலானான்.

"ஆண்டிகளே! உங்களை நான் இன்று அழைத்தது விருந்தளிக்க, விருந்து காணோம். ஏதோ வீண்பேச்சு நடக்கிறதே என்று நீங்கள் வியாகூலப்படுகிறீர்கள்! கவலை வேண்டாம் இன்று மட்டுமல்ல. இனி என்னோடு எவ்வளவு காலம் இருந்தாலும் உங்களுக்கு விருந்து உண்டு. விளையாட்டு அல்ல! உங்களுக்கு என்னுடைய தபோவனத்திலே, அருமையான விருந்தளிக்கிறேன். அந்தத் தபோவனம் எங்கே இருக்கிறது என்று என்னைக் கேட்கிறீர்களா? நீங்கள் அந்த வனத்தைக் காணத்தான் போகிறீர்கள்! வழி தெரியக் காணோமே என்று வாடுகிறீர்களா? பாபம்! நான் காட்டுகிறேன் வழி, வாருங்கள்" என்று கூறிக் கொண்டு அவர்களை ஆரண்யத்திலே இருந்த ஆலயத்துக்கு அழைத்துச் சென்று, முன்பக்கத்திலே இருந்த

பிரமாண்டமான நந்தியருகே அவர்களை இருக்கச் செய்து, "இங்கே தங்கி இறைவனைத் தொழுதபடி இருங்கள். நான் உள்ளே சென்று தேவனிடம் முறையிடுவேன். அவர் உள்ளம் கனிந்து, வழிவிடுமாறு நந்திக்கு உத்தரவிடுவார். நந்தி விலகி நின்று நாம் போய்ச் சேர வேண்டிய தபோவனத்திற்கான வழி தெரியச் செய்யும்."

ஆண்டிக் கோலத்திலே இருந்த போலீசாருக்கு, "இவன் யாரோ தெரியவில்லை. புரட்டுக்காரன் என்று நாம் நினைத்தோம். இவன் பேசுவதைப் பார்த்தால், இவன் புரட்டனல்ல. யாரோ ஒரு பைத்தியக்காரன் என்று தோன்றுகிறது. தபோவனமாம். அதற்கு நந்தி வழிகாட்டுமாம். சுத்தப் பைத்தியக்காரப் பயல்! இவனைப் பிடிக்கவா கமிஷனரும், பிரபல பிரமநாயகமும் ஆயிரம் பேர்களை அழைத்துக் கொண்டு வரவேண்டும்? காதைத் திருகிக் கன்னத்தில் ஒரு அறை கொடுத்தால் பயல் சுருண்டு விழுவான் கீழே. இவனுக்காக இவ்வளவு பேரின் வேலை வீணாவதா?" என்று நினைத்தனர். பண்டார வேட மணிந்திருந்த பிரமநாயகமே, பணிவுடன்

பார்த்திபனிடம் சென்று, "தேவன் அருள் பெற்ற குருநாதா, நந்தி விலகி வழிவிடும் என்று தாங்கள் கூறிய மொழியை இந்த ஆண்டிகள் நம்பவில்லை. நீங்கள் விளையாடுகிறீர்கள் என்று நினைக் கிறார்கள். ஆனால், நான் அறிவேன், தங்கள் தபோபலத்தை" என்று கூறினார்.

பார்த்திபன், நந்திக்கருகே கூட்டத்தை இருக்கச் சொல்லி விட்டு, கோயிலுக்குள்ளே, மூலஸ்தானம் சென்றான், தேவனைத் தொழ. போகுமுன், அனைவரும் அரகர, சிவசிவ என்று பஜித்துக் கொண்டே இருக்க வேண்டும் என்று கட்டளை யிட்டான். ஆண்டிகளின் அரகர சிவசிவ சத்தம் அரனையும் செவிடனாக்கிவிடும் போலிருந்தது. உள்ளே ஓடினான் பார்த்திபன். ஐந்து நிமிடங்களாயின. அரகர சிவசிவா என்று பஜிதத்படி அனைவரும் நந்தியையே உற்றுப் பார்த்துக் கொண்டிருந்தனர். அடுத்த நிமிஷத்திலே ஆச்சரிய சம்பவம் நடைபெற்றது. பார்த்திபன் கூறியபடியே நந்தி விலகிற்று.

நந்தி விலகக் கண்டதும், ஆண்டி வேடம் பூண்டிருந்த போலீசார் கொஞ்சம் ஆச்சரியமடைந்தனர். 'இந்தக் கள்ளன் சாமானியனல்ல. பெரிய ஜாலவித்தைக்காரன். இவன் மனிதனை மிருகமாக்குவான்! மிருகத்தை மனிதனாக்குவான்! இவனைப் பிடிக்க இவ்வளவு ஆட்கள் தேவைப்படும் என்று துப்பறியும் பிரமநாயகம் எண்ணியதிலே தவறு இல்லை. இந்தப் பாவி நம்மை என்னென்ன செய்வானோ?" என்று பயந்தனர்.

நந்தி விலகியதும் பண்டாரக் கோலத்தில் இருந்த பிரமநாயகம் பயப்படவில்லை. ஆனால், மிக்க ஆவலோடு, நந்தி விலகிய இடத்திலே தெரிந்த சுரங்க வாயிலைக் கூர்ந்து கவனித்தார். உள்ளே ஒரே இருள். கோயிலின் உள்ளே ஓடோடிச் சென்றார். பார்த்திபன் விக்கிரகத்தின் கால்களைப் பிடித்துக் கொண்டிருப்பதைக் கண்டு, அடியற்ற நெடும் பனைபோல் அவன் முன் வீழ்ந்து கும்பிட்டு,"அற்புத புருஷரே! ஆண்டவனின் அருமைத் தூதரே! இது கலிகாலம். இக்காலத்திலே கடவுள் ஏது, இருள் ஏது என்று

கசடர்கள் கூறுகிறார்கள். அவர்கள் கண்டால் தெரியும், உமது மகத்துவம், நான் முதலிலே, என்னைப் போல ஒரு சோற்றுச் சாமியார் என்றே தங்களை நினைத்தேன் இப்போது நந்தி விலகிடக் கண்டேன். என் தவறை உணர்ந்தேன். அபசாரம் செய்த என்னைப் பொறுத்தருள வேண்டுகிறேன். உமது பொன்னடி போற்றினேன்" என்று கூறினார். கூறிவிட்டு அ விக்கிரகத்தின் தாளை வணங்கும் பாவனையாகத் தொட முயல்கையில் பார்த்திபன், அவரை ஆசீர்வதிப்பவன் போலத் தலையைத் தடவி தூக்கி நிறுத்தி, விக்கிரகத்தின் பாதங்களை அவர் தொட ஒட்டாமல் தடுத்துவிட்டான். இந்தச் சூட்சுமத்தைத் துப்பறிபவர் தெரிந்து கொண்டார், என்றாலும் அதை வெளிக்குக் காட்டாமல், பார்த்திபனுடைய மகிமையைக் கண்டு பரவசமானதாகவே பாசாங்கு செய்தார்.

"சரி, என்னுடைய சீடர்களுடன் இனிப் பூலோக கைலாயம் என்ற புனிதபுரிக்குப் போக வேண்டும். இங்கே கிடைக்கும் பழைய கந்தைகளை எண்ணெயில் தோய்த்துத் தீவர்த்தியாக்கிக்

கொள், சுரங்கமொன்று தெரியும், நந்தி விலகிய இடத்திலே, அச்சுரங்கத்தினுள்ளே போனால், சாலோக சாமீப சாரூகப பலஜப் தரக்கூடிய, பூலோக கைலாயம் போய்ச் சேரலாம். அங்குச் சென்ற பிறகு, என்னுடைய மற்ற அற்புதங்களைக் காட்டுகிறேன்" என்று பார்த்திபன் கூறிட, பண்டாரங்களுக்கு ஆண்டி வேடத் துப்பறிவோன், குருவின் கட்டளையைக் கூறினான். சிலர், தீவர்த்திகள் பிடித்துக் கொண்டனர். ஒவ்வொருவராக, உள்ளே இறங்கினர். எல்லோரும் இறங்கிக் கொஞ்ச தூரம் சென்ற வாயிலில், நந்தி பழையபடி வந்து நின்றுவிட்டது.

தீவர்த்திகளின் ஒளியினால், சுரங்கம் ஒருவாறு தெரிந்தது. சிவ நாம பஜனையுடன் ஊர்வலம் போல ஓராயிரம் ஆண்டிகளும் சென்றனர். வளைந்தும், சில இடங்களிலே அகன்றும், வேறு சில இடங்களிலே குழிகள் நிரம்பியும் மற்றும் சில இடங்களிலே சற்றுச் செங்குத்தாயும் இருந்தது, சுரங்க வழி. எவனோ ஒரு சிற்றரசன் காலத்திலோ, அல்லது காடட்ரசன் காலத்திலே

அச்சுரங்கம் அமைக்கப்பட்டிருக்க வேண்டும்; இதை எப்படியோ பார்த்திபன் தெரிந்து, தன்னுடைய காரியத்துக்குப் பயன்படுத்திக் கொண்டான் என்பதைப் பிரமநாயகம் யூகித்துக் கொண்டான்.

ஆண்டி வேடப் போலீசாருக்குக் கிலியும் தைரியமும் மாறி மாறி வந்தன. என்ன ஆகுமோ, யாது நேருமோ என்ற கிலி! என்ன ஆவது? நாம் ஆயிரம் பேர் இருக்கிறோமே, இவன் என்ன செய்ய முடியும்? பிரமநாயகம் ஆழம் தெரியாமலா காலை நுழைப்பார்! அவனுடைய மாயாஜாலங்களெல்லாம் பிரமநாயகத்திடமா பலிக்கும் என்ற நம்பிக்கை.

சுரங்க வழியாக நெடுந்தூரம் சென்றதும், கொஞ்ச தூரத்தி லிருந்து ஏதோ சத்தம், இரும்பு அடிப்பது போல, உரத்த குரலில் யாரோ பேசுவது போலக் கேட்டது. மேலும் கொஞ்சம் தொலைவு சென்றதும், தீ நாற்றம்! போலீசாருக்கு நரகலோக நினைவு வரலாயிற்று. இந்தப் பாவி, ஏதாவதொரு பயங்கரமான நரகலோகத்தைத்

தயாரித்து வைத்திருக்கிறானோ? பிரமநாயகம், பண்டாரக் கோலத்திலே இருந்தாலும், நாமும் ஆண்டிகளல்ல என்பதையும் அறிந்துக் கொண்டு, எல்லோரையும் ஏக காலத்திலே அழித்துவிட இந்தப் பயங்கரமான பாதையிலே புக வைத்தானோ? சுரங்கத்திலே சுடுநாற்றமடிக்கிறது. விதவிதமான சத்தம் கேட்கிறது. என்ன காரணமோ தெரியவில்லை. நெருப்புக் குழிகளிலே தள்ளி விடுவானோ? நீர்நாய்களை ஏவிக் கடிக்கச் செய்வானோ? என்னென்ன இம்சைகள் நடக்குமோ? தெரிய வில்லை. முடிச்சவிழ்ப்பவனையும், கள்ளச் சாவிக் காரனையும் கன்னத்திலே இரண்டு அறை கொடுத்து அடக்கி விடுவது நமது வழக்கம். கன்னம் வைக்கிற கள்ளனை, முதுகுத்தோல் உரிய அடி கொடுத்து அடக்கிவிட்டிருக்கிறோம். ஊர்ப் போக்கிரிகளின் முட்டிகளைத் தட்டி அவர்களை மூலையில் உட்கார வைத்து விடுவது நமக்குத் தெரியும். இவன் அப்படிப்பட்டவனாக இல்லையே என்று பயந்தனர்.

இவ்வண்ணம் பயத்தோடு நடந்து சென்றவர்களை மேலும் கிளி கொள்ளச் செய்வதுபோல, ஒரு சம்பவம் நேரிட்டது. பலவிதமான சத்தங்கள் ÷ட்டுக் கொண்டிருந்தன. திடீரென்று நின்று விட்டன. ஒரே அமைதி, அந்த அமைதியைக் கண்டு ஆச்சரியமடைந்து ஆண்டிக் கூட்டம் அச்சங் கொள்ளும் படி, சுரங்க வழியிலே, திடீர் திடீர் என்று பல உருவங்கள் தோன்றலாயின. ஒவ்வொரு உருவத்தின் கையிலும் ஈட்டியும் வேலும் மின்னிக் கொண்டிருந்தன. பாதையின் அடியிலே படுத்துக் கொண்டிருந்த உருவங்கள் காலடிச் சத்தம் கேட்டதும், மின்சார வேகத்தில், எழுந்து நின்ற காட்சி, தைரியசாலியைக், கூடக் கோழையாக்க கூடியதாக இருந்தது. பாதையை அந்த உருவங்கள் அடைத்துக் கொண்டு வரக்கூடாது. அனுமதி இல்லை என்று கூறுவதுபோல் இருந்ததது, அக்காட்சி உருவங்கள் வாய் திறந்து ஏதும் பேசவில்லை. இதுகண்ட ஆண்டிக்கூட்டம் அலறிற்று.

பார்த்திபன் பெருங்குரலிலே சிரித்துவிட்டு, அக்கூட்டத் துக்கு முன்னால் சென்றான். ஊர்வலத்திற்குத் தலைமை தாங்கி நடத்திச் செல்பவன் போல நின்று கொண்டு, "பயப்படாதீர்கள். இவை பதுமைகள்!! பாவிகளை மட்டுமே இவை பாதையிலே வழி மறிக்கும்!!" என்று கூறிவிட்டு ஒரு சிறு குழலெடுத்து ஊதினான். அந்தச் சத்தம் கேட்டதும், எவ்வளவு வேகமாகப் பதுமைகள் தோன்றினவோ, அதே வேகத்திலே மறைந்தன. பாதை பழையபடி காணப்பட்டது. பதுமைகள் மறைந்தும், பண்டாரக் கூட்டத்துக்குப் பயம் மறையவில்லை. அச்சத்தோடு தான் நடக்கலாயினர். நடக்கும் போதுதான் தெரிந்தது. எந்தப் பதுமைகள் திடீரென எழுந்து நின்று மறைந்தனவோ, அதே பதுமைகளே பாதையிலே பத்துக் கிடந்தன. படிக்கட்டுகள் போல! அவைகளின் மீது கால் வைத்து நடக்கும்போது திடீரென மீண்டும் அவை எழுந்து நின்றால் தங்கள் கதியாதாகும் என்பதை நினைக்கும்போது, ஊர்வலக்காரரின் உள்ளம் குலுங்கிற்று, பயத்தால்.

பார்த்திபன் கைதேர்ந்த கபடன் என்பது தெரிந்தது. ஜாக்கிர தையாகவே நடந்துவந்த பிரமநாயகம், பதுமைக் காட்சியைக் கண்ட பிறகு பார்த்திபன், சகல தந்திரங்களையும், தெரிந்து நடந்திருக்கிறான். பலமான முன்னேற்பாடுகளோடு திட்டத்தை வைத்திருக்கிறான். ஆகவே மேலும் ஜாக்கிரதையாக இவன் விஷயத்தில் நடந்து கொள்ள வேண்டும். தவிர ஆயிரம் பேரிருக்க அச்சம் ஏன் என்று அசட்டையாக இருக்கக் கூடாது. நாம் சிறிதளவு தவறினால் பார்த்திபன் தப்பித்துக் கொள்வது மட்டுமல்ல். சதியாலோசன மர்மம் கண்டுபிடிக்க முடியாது தாகிவிடும என்பது மட்டுமல்ல. ஆயிரம் போலீஸ் வீரர்கள் அநியாயமாகச் சாக நேரிடும் என்பதை உணர்ந்தார்.

பாதையிலே கிளம்பிய காலடிச் சத்தத்தைக் கேட்டு சுரங்கத்திலே இருப்பவன் குமாரோ, வேறு யாரோ, ஏதோ ஓர் விசையைத் திருக, அந்த விசையினால் இயங்கும்படி அமைக்கப் பட்ட பதுமைகள் பாதையிலே அதுவரை

படிக்கற்களாக இருந்தவைகள் எழுந்து நின்றன. இதுதான் சூட்சுமமேயொழிய, மந்திர சக்தியுமில்லை. மகத்துவமும் இல்லை என்பது பிரம நாயகத்துக்குத் தெரிந்தது. என்றாலும் எப்படிப்பட்ட தந்திரக்காரனுடைய மூளை போட்டியிட வேண்டியிருக்கிறது என்பதையும் இச்சம்பவம் உணர்த்திற்று. முன்பிருந்ததைவிட, அதிக ஜாக்கிரதையுள்ளவரானார் பிரமநாயகம்.

ஒரு பெரிய கதவு தானாகத் திறந்தது. உள்ளே ஊர்வலம் நுழைந்தது. சில நூறுபேர் அங்கு பலவிதமான வேலைகளைச் செய்து கொண்டிருந்தனர். ஒருபுறத்திலே பட்டரை, மற்றோர் புறத்திலே உலைக்கூடம்! வேறோர் இடத்திலே மரச்சாமான்கள். இன்னுமோர் பக்கத்திலே விதவிதமான ஆயுதக் குவியல்கள்! ஒரு தொழிற்சாலையைக் கண்டனர். நந்திதேவன் காட்டிய சுரங்கத்துள், ஆச்சரியமடைந்தனர். ஆயிரம் ஆட்களும், உள்ளே வந்து சேர்ந்து பிறகு, கதவு தானாகவே மூடிக் கொண்டது.

“பூலோக கைலாயம் இதுதான். நான் சிருஷ்டித்த பூலோக கைலாயம்” என்று கூவினான் பார்த்திபன், பெருங்குரலிலே. “இந்தக் கைலாயத்திலே மான் இல்லை. ஆனால் மழு இருக்கிறது. முப்புறமும் மட்டுமல்ல, எதிர்ப்புறமும் எரிக்கவல்ல, சிவனார் கூட்டம் இங்குண்டு. இனி நீங்கள் அந்தச் சிவனார் கூட்டத்தவராகி விட்டீர்கள்” என்று கூறினான்.

“எங்கே குமார்?” என்று கேட்டான், வேலை செய்துக் கொண்டிருந்த ஒருவனை நோக்கி, அவன் ஓடினான் குமாரை அழைத்துவர. ஆயிரம் ஆட்களையும் சிறுசிறு பிரிவுகளாக்கி, அமரச் செய்தான். பிரமநாயகம் பார்த்திபன் பக்கத்திலே, கைகட்டு வாய் பொத்தி நின்றிருந்தார். பார்த்திபன், சுறுசுறுப்புடன், இங்குமங்கும் வேலை செய்பவர்களிடம் பேசுவதும், உத்தரவுகள் பிறப்பிப்பதுமாக இருந்தான். சில நிமிஷங்களிலே இராணுவ உடையிலே ஒரு வாலிபன் வந்து நின்றான், பார்த்திபன் எதிரில், ஆண்டவன் எதிரிலே பக்தன் நிற்பது

போலிருந்தது, வாலிபன் பார்த்திபனிடம் நின்ற தன்மை.

“குமார்” என்று கூறிக் கொண்டே அந்த வாலிபனைத் தழுவிக் கொண்டான் பார்த்திபன். குமாரின் கண்களிலே நீர் தளும்பிற்று.

“இவ்வளவு காலம்... இந்த இருட்டு உலகில்...” என்று விம்மினான்.

“வீரக் கோட்டத்திலே நின்று விம்முபவன் கோழை! குமார்! நான் உன்னை அடிக்கடி வந்து பார்க்க முடியவில்லை. வெளியே உள்ள வெறி உலகிலே வேலை அதிகமாக இருந்தது. இருந்தாலும் என் அம்புகள்...” என்றான்.

“ஆம். அம்புகள் கிடைத்தன. அவைகளிலே கண்டபடியே இங்கு காரியத்தை என்னால் கூடுமான வரையிலே செய்து வைத்திருக்கிறேன்” என்று குமார் கூறிட, பார்த்திபன் அவன் முதுகைத் தட்டிக் கொடுத்து, “உணர்ச்சியே உருவாக வந்தவனல்லவா நீ. உன்

இலட்சிய உலகு, தோன்றப் போகிறது. நீ பட்டபாடு வீணாகாது. என் திட்டமும் பாழாகாது. முட்டாள்கள் சிலர் என்னை முறியடிக்க முயன்றனர். தெரியுமா உனக்கு? சிறையிலே கூடத் தள்ளினர். உனக்குத்தான் வெளி உலகத் தொடர்பே இல்லையே. உனக்கெப்படித் தெரியும்...?" என்று கூறிவிட்டு, ஆயிரம் பேரைக் காட்டி, "இவர்களுக்கு உணவும் உடையும் அளிக்க ஏற்பாடு செய்!" என்று உத்தரவு பிறப்பித்தான்.

"உணவுக்குக் குறைவில்லை. நீங்கள் போன மாதம் கோயிலிலே குவித்த மூட்டைகள், இன்ன ஓர் ஆயிரம் பேருக்கும் உணவாகும்" என்று களிப்புடன் கூறினான். குமார்.

"ஒரு பெரிய பாசறைஅ போர்க்கழகமல்லவா. இங்கே நிறுவியிருக்கிறார்கள்!" என்று பிரமநாயகம் ஆச்சரியப்பட்டார். பார்த்திபன் குமாரை நோக்கி, "சரி போய் அவரை அழைத்து வா, இந்த வீரர்களைக் காணட்டும்" என்று கூறினான். குமார் விரைந்து சென்றான்.

அவன் திரும்புவதற்குள் பார்த்திபன், பிரமநாயகத்தை நோக்கி, “ஆண்டி! என் கைலாயத்துக்குள் பிரவேசித்து விட்டாய். இனி உண்மையை உரைக்கலாம் என்று எண்ணுகிறேன். இங்கே நீங்கள் காண்பது, சாதாரணமான சந்நியாசி மடமல்ல. இது வீரர்கள் கோயில், போர்தான் இங்கு பூஜை! துப்பாக்கியும் வெடிகுண்டும் இங்கு தேவனுக்கு நைவேத்தியச் சாமான்கள். இந்தக் கோயிலின் நிர்மாணகர்த்தா, மூல புருஷனை இனித்தரிசிக்கப் போகிறீர்கள். நான் இதற்கு உற்சவ மூர்த்தி, குமார் இக்கோயிலின் பிரதம பூசாரி. நீங்கள் இனி இக்கோயிலுக்குத் திருப்பணி செய்து கொண்டிருக்க வேண்டும். இது என் உபதேசம். உபதேசம் இங்கு, உத்தரவாக இருக்கும்” என்று கூறிச் சிரித்தான்.

பயத்தால் பாதி உயிர் போய்விட்டது. ஆண்டிக் கோலங் கொண்டிருந்த போலீசாருக்கு. பிரமநாயகத்தாலும் தலையை அசைக்க முடிந்ததே தவிரப் பேச முடியவில்லை.

அச்சத்தைவிட அவருக்கு ஆச்சரியம் அதிகமாக இருந்தது. அது நாவை அடக்கி விட்டது.

குமாரும் மற்றொருவனும் - கொஞ்சங் குள்ளமாக ஒருவன் - வந்து சேர்ந்தனர். அவனைக் கண்டதும் பார்த்திபன் சற்று மரியாதையாக நடக்கலானான்.

வந்தவனைக் கண்டதும் பிரமநாயகத்துக்கு அவருடைய வாழ்க்கையிலே என்றுமே ஏற்பட்டிராத ஆச்சரியம் உண்டாயிற்று.

வந்தவன் ஒரு ஜப்பானியன்!

எவ்வளவோ ஆச்சரியகரமான சம்பவங்களைக் கண்டு, பழக்கப்பட்டிருந்த பிரமநாயகம் பிரமித்துப் போனார். பார்த்திபன் ஒரு கொள்ளைக் கூட்டத்தைத் தயாரித்திருக்கிறான். கள்ள நோட்டுகள் வெளியிடுகிறான். காமக்கூத்துக் கழகம் வைத்திருக்கிறான் என்றெல்லாம் கேள்விப்பட்டிருந்தால், அவர் அதிசயப்படமாட்டார். சுரங்கத்திலே சுறுசுறுப்புடம் ஆயுதங்கள் செய்து குவிக்கப்படுவது கண்டபோது

கொஞ்சம் ஆச்சரியமடைந்தனர் என்ற போதிலும், இந்த ஆயுதச சாலையில் மூலவராக ஒரு ஜப்பானியன் இருப்பான் என்று பிரமநாயகம் எதிர்பார்க்கவே இல்லை.

ஜப்பானியன் மிகவும் மரியாதையுடன் நடந்து கொண்டான். தமிழகத்திலே பிறந்து வளர்ந்தவன் போல வணக்கம் செலுத்தினான். பார்த்திபன் பற்களெல்லாம் வெளிய தெரியும்படி சிரித்தான். ஆயிரவரை, ஜப்பானியனுக்குக் காட்டி, "நமது புனித படைக்குப் புது ஆட்கள்!" என்று பெருமையுடன் கூறினான்.

"பார்த்திபா! உன் அறிவும் ஆற்றலும் ஆயிரம் என்ன? ஆயிரம் ஆயிரம் பேரைக் கூட நமது புனிதப் படைக்குக் கொண்டு வரக் கூடியதுதான். திறமைக்கும் புத்திக் கூர்மைக்கும், ஏற்றபடியான நிலைமை விரைவிலே கிடைக்கும். இது ஆண்டவன் தீர்ப்பு. நான் கேவலம், அந்தத் தீர்ப்பைத் தெரிவிக்கும் தேவதூதன்" என்று கூறிவிட்டு, ஆயிரவரை அன்புடன் பார்த்து, "அன்பர்களே! புதனிப் படை வீரர்களே! உங்களை

நான் வரவேற்கிறேன். உங்களைப் போல இன்னும் பலரும் வரவேண்டும் என்று ஆசைப்படுகிறேன். உங்களுக்கு நான் தலைவனல்ல. தாசன், புனிதப் படைக்குத் தலைவன் தேவன். மானிடர் எவருமல்லர்! இதை முதலிலே தெரிந்துக் கொள்ளுங்கள். நான் தேவனால் இங்கு அனுப்பப்பட்டவன். எதற்கு? இந்தப் பரத கண்டத்தைப் பரங்கிகளிடமிருந்து விடுவித்து, பரிபாலனத்தை உமது தேச மக்களிடம் கொடுக்க, ஆசியாக் கண்டத்திலே அனாதி காலந்தொட்டு, ஆண்டவனுடைய ஆசீர்வாத பலத்தால், ஜொலித்துக் கொண்டிருந்த பரத கண்டம் இன்று சீரழிந்து விட்டது. இந்தத் தேசத்துச் செல்வம், சீமைக்குப் போய் விட்டது. இது உங்கள் காந்தி சொன்னதுதான். இப்படி இம்சையை அனுபவித்துக் கொண்டிருக்கும் இந்தியாவை விடுதலை பெறச் செய்யும் நோக்கமே இப்புனிதப் படைக்கு. இதிலே சேர்ந்துள்ள நீங்கள் நவபாரத வீரர்கள். இந்துஸ்தான தீரர்கள்!! உங்களை நான் பாராட்டுகிறேன்" என்று வாழ்த்தினான்.

பார்த்திபனுடைய சதியாலோசனையைக் கண்டறிய வந்த இடத்திலே ஜப்பானியச் சதியே வெளியாவது கண்ட பிரமநாயகத்தின் மனம் படபடவென அடித்துக் கொண்டது. பார்த்திபன் ஊரை ஏய்த்து வைத்திருக்கிறான். என்று யூகித்த பிரமநாயகம், ஜப்பானியனின் நோக்கம் என்ன என்பதைத் தெரிந்து கொள்ள ஒரு தந்திரம் செய்தார்.

"ஐயா! என் சந்தேகம் போக்க வேண்டும். எங்கள் நாடு விடுதலை பெற வேண்டும். அதற்காக நாங்கள் எவ்விதத் தியாகம் செய்யவும் தயார். ஆனால் அது எப்படி நடக்கும்? பீரங்கியும் வெடிகுண்டும் வைத்துக் கொண்டிருக்கும் வெள்ளைக்காரனை வெறுங்கையுடைய நாங்கள் என்ன செய்ய முடியும்? இங்கே கொஞ்சம் ஆயுதம் இருக்கிறது. ஆயிரம் பேர் இருக்கிறோம். என்றாலும் இது பிரிட்டிஷ் சாம்ராஜ்ஜிய பலத்தைத் தாக்கப் போதுமா? எனக்குத் தைரியம் இல்லை" என்று கூறினார்.

இந்த பேச்சைக் கேட்டுக் கொண்டு நின்ற குமாருக்கு கொஞ்சம் திகைப்பு உண்டாயிற்று. அவனுடைய முகத்திலே சீற்றமும் தோன்றிற்று. பார்த்திபனை நோக்கி, "முதலாளித் தனத்தை முறியடிக்கவே முகாம் அமைக்கிறோம் என்று ஆரம் பத்திலிருந்து இன்றுவரை சொல்லி வந்தீரே. இப்போது பரத கண்ட விடுதலை என்று வேறு பாஷையிலே பேசுகிறீரே, இது என்ன?" என்று கேட்டான்.

"தம்பியின் தீட்சணியம், கொஞ்சம் மட்டுப்பட வேண்டும். பார்த்திபா! நமது வேலையின் மிக முக்கியமன கட்டம் இப்போது. இந்தச் சமயத்திலே, இப்படிப்பட்ட இலட்சிய வாதிகளைக் கொஞ்சம் கட்டுக் காவலிலே வைத்திருக்க வேண்டும்" என்றான் ஜப்பானியன்.

"விபரீதமான வாத் செய்கிறீரே! இலட்சியவாதியை அடக்க வேண்டும்! பேஷ்! இந்த இருட்டு உலகிலே இவ்வளவு காலம் அடைபட்டு மாடு போல் உழைத்து மக்கள் சுற்றத்தை மறந்து, குற்றவாளி போல வெளி

உலகிலே தலைகாட்டாது நான் பாடுபடுவது எதற்கு? இலட்சியவாதியை அடக்கி வைக்க வேண்டும் என்ற இறுமாப்பான பேச்சைக் காதிலே கேட்பதற்காக? இலட்சியவாதியிடம் நடந்து கொள்ள வேண்டிய முறையே தெரியாதா, உமக்கு?" என்று ஜப்பானியனை நோக்கி ஆச்சரியத்துடன் கேட்டான் குமார்.

அவன் புன்சிரிப்புடன், கண்களைச் சிமிட்டிக் கொண்டே, "இலட்சியவாதியைத் தட்டிக் கொடுத்து, வேலையிலே ஈடுபட வைக்க வேண்டும். வேலை ஆரம்பமானதும், இலட்சியவாதியைக் காரியவாதி கட்டுப்படுத்துவான். இதுதான் வேலை முறை. போகப் போகத் தெரியும்" என்று கூறிவிட்டுப் பார்த்திபனை அழைத்துக் கொண்டு தன் விடுதிக்குப் போனான்.

பிரமநாயகம், குமாரின் உதவியை எந்தச் சமயத்திலும் பெற முடியும் என்ற தைரியம் அடைந்தார். நிலைமையையும் தெரிந்து கொண்டார். குமார், சமதர்ம ஆட்சியை

எப்படியாவது நிறுவ வேண்டும் என்று ஆவல் கொண்டான். புரட்சிப்படை தயாரித்து, அந்தப் புதுமுறையைக் கொண்டு வரலாமென்று குமாருக்குப் பார்த்திபன் ஆசையூட்டினான். இலட்சிய வெறி பிடித்த குமார், பார்த்திபனுடைய உள் எண்ணம் என்னவென்பதைத் தெரிந்து கொள்ள முடியவில்லை. பார்த்திபன் சிலம்புக்கு ஏற்ற விதத்திலே ஆடினான். பார்த்திபன் இலட்சியவாதியாகிய குமாரை, இருட்டு உலகிலே ஒரு பாசறை அமைக்கச் செய்தான். இடையே ஜப்பானியனுடன் ரகசிய ஏற்பாடு நடைபெற்றது. புரட்சிப்படை புனிதப்படையாக மாறிற்று. சமதர்ம ஆட்சியை உண்டாக்கும் போக்குக்கு மாறாக ஜப்பானியனுடைய கையாளாக வேண்டிய போக்கு வளரலாயிற்று. இது குமாருக்குக் கொஞ்சமும் விருப்பமில்லை. இந்த நிலைமையை எந்த நேரத்திலும் தனக்குச் சாதகமாக்கிக் கொள்ளலாம் என்ற நம்பிக்கை பிரமநாயகத்துக்கு ஏற்பட்டதும், முதலிலே தோன்றிய திகைப்பும் திகிலும் போய்விட்டன. தெளிவாக விஷயத்தைத் தெரிந்து கொண்டால், காரியத்தை வெற்றியாக முடித்து விடலாம்

என்று தீர்மானித்து, குமாரின் வாயைக் கிளறத் தொடங்கினர்.

"ஆகா! நமது நாட்டுக்கு நல்லகாலம் தொடங்கிவிட்டது. விடுதலை வரப் போகிறது. அடிமைத்தனம் ஒழியப் போகிறது" எ"னறு பிரமநாயகம், பரவசமாகிவிட்டவர் போலக் கூவினார்.

அவருடைய தோளைப் பிடித்துக் குலுக்கிக் குமார், "முட்டாளே! அந்தக் குள்ளனும் கள்ளனும் கூறினது கேட்டு ஏமாந்த சோணகிரியாகிவிட்டாயா? அந்தப் பாவிகள் என்னை நம்ப வைத்து மோசம் செய்கிறார்கள். உனக்குத் தெரியாது. அவர்கள் சூது. நீ இங்கே இன்றுதானே வந்தாய் இளித்த வாயனே! இங்கே அவர்கள் ஏற்பாடு செய்யும் அக்கிரமம் உனக்குத் தெரியவில்லையா?" என்று பதைபதைத்துக் கேட்டான்.

"நீ யார்? புனிதப் படையின் தளபதி போல நடிக்கிறாய். ஆனால் உன் போக்கும் பேச்சும், உன்னை ஒரு பிரிட்டிஷ் ஏஜெண்டு என்று

காட்டுகிறது" என்று பிரமநாயகம் கேட்டார். கோபப்பாவனையில்.

"நானா பிரிட்டிஷ் ஏஜெண்டு? பைத்தியக்காரா? நான் யாருக்கம் கையாளல்ல. கயவர் பேச்சைக் கேட்டுக் கொண்டு புத்தியைக் கெடுத்துக் கொள்ளாதே. என் பேச்சைக் கேள். நான் விரும்புவது சமதர்மம்! அதற்காகவே இந்த இருட்டு உலகிலே, எவ்வளவோ கஷ்டங்களைப் பொறுத்துக் கொண்டு வாழ்ந்து வருகிறேன். சமதர்ம ஆட்சிக்குப் புரட்சி நடத்துவதாகக் கூறின பார்த்திபன் இப்போது ஜப்பானியனுடன் கூடிக் கொண்டு ஏதோ ஓர் சதியாலோசனை செய்கிறான். எனக்குக் கொஞ்சங் கூடப் பிடிக்கவில்லை. வெறுப்பாகவும், பயமாகவும் இருக்கிறது. நீ இந்த இடத்துக்குப்ப புதியவன். நி யோசனை செய்து பார்" என்று கூறினான்.

"யோசனை ஏன்? நாட்டு விடுதலைக்கு வழி கிடைக்கும் என்று தெரிகிறது. இந்த நேரத்தில் மேனம் மிதுனம் பார்க்கலாமோ! காற்றுள்ள போதே தூற்றிக் கொள்ள வேண்டாமா?

வெள்ளைக்காரர்களை விரட்ட வழி கிடைக்கிறது என்ற உடனே எனக்கு ஆனந்தம் அளவு கடந்து உண்டாகிறது" என்று மிக்க ஆர்வத்தோடு பிரமநாயகம் பேசினார்.

"அடடா! அந்தப் பாவிகள் எந்த உணர்ச்சியைக் கிளப்பி விட வேண்டும் என்று கருதினார்களோ, அதுதானே நடக்கிறது. ஐயா! தேசபக்தி கொண்டவரே! இந்தத் தேசத்தை விடுவிக்க வேண்டும் என்ற ஆசை எனக்கும் உண்டு. உனக்கு மட்டும்தான் என்று எண்ணிவிடாதே. ஆனால் அந்த விடுதலையை ஜப்பானியன் ஏன் வாங்கித் தருகிறேன் என்று கூறினான். அவனை நம்பலாமா? அவன் தேச விடுதலை வாங்கித் தருகிறேன் என்று ஆசை மொழி கூறி நம்மைத் தூண்டி விட்டுக் கலகத்தை நடத்திப் பிறகு, இங்கு ஜப்பானிய சாம்ராஜ்ஜியத்தை ஏற்படுத்தவேதந்திரமாக வேலை செய்கிறான். இது தெரியவில்லை?" என்று குமார் கூறிவிட்டு ஜப்பானியரின் நாடு பிடிக்கும் வெறி பற்றி விளக்கினான்.

பிரமநாயகம் கடைசிவரையில் குமாரின் வாதத்தை ஏற்க மறுத்துவிட்டார். ஜப்பானியரின் நல்லெண்ணத்தைப் பற்றிச் சந்தேகிக்க முடியாது என்று தீர்மானமாகக் கூறிவிட்டார்.

கோபங்கொண்ட குமார் வாதிட்டான், வற்புறுத்தினான். உபமான உபமேயங்களோடு பேசிப் பார்த்தான். உலக நிலைமை பற்றி உருக்கமாக உரைத்தான். எதற்கும் பிரமநாயகம் ஏதாவது மறுப்புரைத்துக் கொண்டடே இருக்கக் கண்டு, குமார் மேலுங் கோபங்கொண்டு, "மரமண்டைக்காரனான உன்னிடம் பேசுவதில் பயனில்லை! நீ கூலி! ஜப்பானின் எலும்புத் துண்டு போட்டால் வாலைக் குழைக்கும் வர்க்கந்தான். உன்னிடம் பேசிக் காலத்தை வீணாக்குவானேன்! நான் இந்தப் பாசறை அமைக்கப் பாடுபட்டவன். பல ஆயிரம் ரூபாய் தொழிலாளர் நிதியாகக் கிடைத்ததை இதிலே கொடியிருக்கிறேன். எனக்கில்லாத உரிமை இந்தப் பார்த்திபனுக்கு ஏது? ஜப்பானியனுடன் கூடிச் சதி செய்வதை நான் நேரிலேயே கண்டித்துவிடப் போகிறேன். தலை

போவதானாலும் சரி" என்று கூறிவிட்டு, ஆவேசம் கொண்டவன் போல் ஜப்பானியன் தங்கியிருந்த இடத்துக்குச் சென்றான்.

அதே சமயத்தில் ஜப்பானியனின், பார்த்திபனுக்கு இந்தியா, பர்மா, மலாய் பகுதிகள் பொறிக்கப்பட்டிருந்த பூகோளப் படத்தைக் காட்டி, ஜப்பானியருடைய போர்த் திட்டங்களை விளக்கிக் கொண்டிருந்தான். "பார்த்திபா! யுத்தம் ஆரம்பமானதும் பசிபிக் கடலை, எங்கள் கடற்படை கலக்கிவிடும். சிங்கப்பூர் சிதறும், ரங்கூன் நாசமாகும். பர்மா பிடிபடும் பிறகு..."என்று கூறிவிட்டுப் புன்சிரிப்புடன் பார்த்திபனைப் பார்த்தான்.

"பிறகு..?" என்று பார்த்திபன் கேட்டான். "பிறகா? ஒரே பாய்ச்சல்! அரக்கானிலிருந்து கிளம்பினால் கல்கத்தா! கல்கத்தா விலிருந்து ஒரு படை டெல்லி! மற்றொரு படை சென்னை! இன்னொரு படை பம்பாய்! பார்த்திபா! அமெரிக்கா, பிரிட்டன் இரண்டும் மதயானைகள்! அவைகளை அடக்கும் அங்குசம் டோக்கியோவிலே தயாராக

இருக்கிறது" என்று ஜப்பானியன் கூறினான் களிப்புடன்.

"ஜப்பானிய சாம்ராஜ்ஜியத்தின் வீரதீரம் இருக்கட்டும். நமது ஒப்பந்தம் ஜப்பானிய சர்க்காரால் ஒப்புக் கொள்ளப்படுமா என்பது தெரிய வேண்டுமே! மலேசியாவை வீழ்த்துவோம். பசிபிக் கடலைக் குடிப்போம், பர்மாவைப் பிடிப்போம் என்று கூறிக் கொண்டே போனால் போதுமா? நமது ஒப்பந்தம் என்ன ஆகும்? அதைக் கூறும்!" என்று கேட்டான் பார்த்திபன்.

"இதிலே என்ன சந்தேகம்? பர்மாவிலே ஜப்பானியர் பிரவேசித்ததும் இந்தியா விடுதலை அடையும்" என்றான் ஜப்பானியன்.

"விடுதலை கிடக்கட்டும்! என் நிலை! அதுபற்றி மௌனம் சாதிக்கிறீரே!" என்று கேட்டான் பார்த்திபன். ஜப்பானியன் சிரித்து விட்டு, "ஓ! மறந்து விடவில்லையே! ஜப்பானிய சாம்ராஜ்ஜியத்தின் நேசரான உமக்குத்தான்

தமிழ்நாட்டு ஆட்சி உரிமை!! நீரே இங்கு கவர்னர்! இதுதான் உம்மிடம் செய்து கொண்ட ஒப்பந்தம். டோக்கியோ இதனை ஏற்றுக் கொண்டு விட்டது" என்று கூறினான்.

"டோக்கியோ, நமது ஒப்பந்தத்தை அங்கீகரித்து விட்ட தல்லவா! பேஷ்! இனி உமது திட்டத்தைக் கூறும். இம்மியளவும் கெடாதபடி நான் பார்த்துக் கொள்கிறேன்." என்றான் பார்த்திபன்.

ஜப்பானியன் பார்த்திபனை நோக்கி, "நமது திட்டம் மிகச் சுலபமானது. ஜப்பானியப் படைகள் பர்மாவிலே புகுந்ததும், இங்கே நமது திட்டம் ஆரம்பிக்கப்பட வேண்டும். காங்கிரஸ் இயக்கதின் மூலம் வெள்ளையர்கள் மீது நாட்டிலே மூட்டப் பட்டிருக்கும் அதிருப்தியை ஜப்பான் சாதகமாக்கிக் கொள்ளும். பர்மா வேலை முடிந்ததும் இங்கு நாம் வெள்ளைக்காரருக்கு விரோதமான ஒரு இயக்கத்தை ஆரம்பிக்க வேண்டும். நாமாக அவசரப்பட்டு ஆரம்பிக்கக் கூட வேண்டியதில்லை. காங்கிரஸ் இயக்கத்தார் ஏதாவது திட்டம் எதுவாக இருப்பினும் அதனை

டோக்கியோ பயன்படுத்திக் கொள்ளும். காந்தியார் கூட எதிர்பார்க்க முடியாதபடி டோக்கியோ அவருடைய திட்டத்தை உபயோகிக்கும். அதே சமயத்திலே, நாமும் செயலில் ஈடுபடுவோம்" என்று ஜப்பானியன் கூறிவிட்டுக் கொஞ்சம் மெல்லிய குரலிலே, "பார்த்திபா! உடலுக்கு இரத்தக் குழாய்கள் போல, நாட்டுக்குப் போக்குவரத்துச் சாதனங்களைக் கெடுத்தால் போதும், பிரிட்டிஷாரின் யுத்த முயற்சி கெடும்" என்று கூறிக் கொண்டிருக்கையில் ஜப்பானியன் துள்ளி எழுந்தான்.

தன் காலிலே இருந்த பூட்சைக் கழற்றினான். காதருகே வைத்துக் கொண்டான். முகம் மலர்ந்தது. தலையை அசைத்தான். பார்த்திபன் முதுகைத் தட்டிக் கொடுத்துவிட்டு, "பேஷ்! முகூர்த்தவேளை நெருங்கி விட்டது. பார்த்திபா! பெரிய துறை முகத்தை எங்கள் படை பிடித்துவிட்டது!" என்று கூறிவிட்டு பூட்சை மறுபடியும் காலில் அணிந்தபடி, "இதிலே உள்ள இரகசிய ரேடியோ மூலம் செய்தி

கிடைத்துவிட்டது. இனித் தாமதிக்கக் கூடாது. நம்மிடம் இருப்பர்களிலே தைரியசாலிகளா

கவும், நம்பிக்கைக்குப் பாத்திரமானவர்களாகவும் உள்ளவர்களுக்கு நான் கொஞ்சம் பயிற்சியளிக்க வேண்டும்" அது முடிந்ததும் நமது வேலைத் திட்டம் ஆரம்பமாகும்" என்று கூறினான்.

"என்ன பயிற்சி?" என்று பார்த்திபன கேட்க, ஜப்பானியன், "பிரமாதமாக ஒன்றுமில்லை. தண்டவாளங்களை அகற்றுவது எப்படி? ரயில்களைக் கவிழ்ப்பது எவ்விதம்? தபாலாபீசுகளை எந்த நேரத்திலே கொளுத்துவது என்பன போன்ற சில்லறை விஷயங்கள்தான்" என்று சிரித்தபடி கூறிக் கொண்டே பார்த்திபனை கட்டி அணைத்துக் கொண்டு, 'பார்த்திபா! ரயில்கள் கவிழ வேண்டும்! தபாலாபீசுகள் எரிய வேண்டும்! கட்டிடங்கள் தூளாக வேண்டும்! இந்தக் காரியம் நடந்து கொண்டிருக்கும் நேரத்திலே ஜப்பானியப்படை இந்தியாவிலே நுழையும்" என்று ஆனந்தமாகக் கூறினான்.

ஜப்பானியன், ரயில்கள் கவிழ்க்கப்பட வேண்டும், தபாலாபீசுகள் தீப்பற்றி எரிய வேண்டும் என்று பேசுகையிலே, அவனுடைய கண்களிலே தீப்பொறி பறந்தது. ஆவேசம் வந்தவன் போல ஆடினான்.

அவன் உரையைக் கேட்டுவிட்டான் குமார்! திடுக்கிட்டுப் போனான். பார்த்திபனைக் கூவி அழைத்தான்.

“இந்தக் குள்ளன் என்னவெல்லாமோ குளறுகிறானே! என்ன விஷயம்?” என்று கோபமாகக் கேட்டான்.

ஜப்பானியன் கோபமாகச் சிரித்துவிட்டு, “இருபது ஆண்டுகளாக இந்தியாவிலே இருந்து வந்தேன். என் தாய் நாட்டை விட்டு எத்தனையோ வேடங்களிலே உலவி வந்தேன். உங்கள் தமிழைக் கற்றுக் கொண்டேன். எதற்காகத் தெரியுமா?” என்று கேட்டான்.

"எங்கள் நாட்டிலே இடர் விளைவிக்க!" என்று பதிலளித்தான் குமார். பிரமநாயகத்தின் மனம் மகிழ்ச்சியுற்றது.

"அல்லடா முட்டாள்களே! உங்கள் நாட்டை ஆங்கிலேய ரிடமிருந்து விடுவிக்க" என்றான் ஜப்பானியன். அந்தப் பல்ல வியைத் துணையாகக் கொண்டு பார்த்திபன், சுதந்திரத்தின் மேன்மை பற்றிப் பாடலானான். குமார் கொதிப்புடன் இருந்ததால் பார்த்திபனும் ஜப்பானியனும் கூடிக்கொண்டு ஏவிய சொல்லம்புகளுக்குத் தக்க பதில் கூறமுடியாது இருந்தான். இந்தக் காட்சியை கவனித்து இருந்த பிரமநாயகம், தெளிவான குரலிலே ஆனால் கோபமின்றி, "சுதந்திரத்தின் மேன்மையை மறுப்பவர் மடையர்கள்!" என்று கூறினார்.

உடனே பார்த்திபன் சந்தோஷமடைந்து, குமாரை நோக்கி, "கேள் குமார்! ஒரு ஆண்டிக்கு இருக்கும் அரசியல் அறிவுகூட உனக்கு இல்லையே! சுதந்திரத்தின் சூட்சுமத்தை மறக்கும் பேர் வழி உண்மையிலே மடையன்" என்று கூறினான்.

பிரமநாயகம், "சுதந்திரம் மேன்மையானது. அதைப் பெறுவது நமது பிறப்புரிமை. அதைத் தர மறுப்பது கொடுமை" என்று பேசினார். "பேஷ்! சபாஷ்! குமாரின் காதிலே இந்தச் சிந்து ஒலிக்கட்டும். இன்னொரு தடவை கூறு. அவன் மூளையிலே இருக்கும் அழுக்குப் போகுமட்டும் கூறு" என்று பார்த்திபன் கூறினான்.

அவனுடைய பாராட்டுதலுக்காகக் காத்துக் கொண்டிராமல், பிரமநாயகம் பேசலானார். "சுதந்திரத்தைப் பெற முயலாத மக்கள் மனித உணர்ச்சியே இல்லாதவர்கள். சுதந்திரத்தைப் பெற சகல முயற்சிகள் எடுக்க வேண்டியதுதான். ஆனால்..." என்று இழுத்திடவே, பார்த்திபன் குறுக்கிட்டு, "ஆனால் என்ன?" என்று பதைப்புடன் கேட்டான். "ஒன்றுமில்லை! சுதந்திரம் தானமாக வரக்கூடாது. அதைப் பெறவும், பெற்றதை நாம் பிறரிடம் இழந்து விடாதபடி பாதுகாத்துக் கொள்ளும் திறமும் வேண்டும்" என்றார்.

அதுகேட்ட குமார் வெற்றிப் புன்சிரிப்புடன் பார்த்திபனை நோக்கி, "இப்போது நீ கவனி. இந்த

ஆண்டிக்கு இருக்கும் யூகமும் உனக்கில்லையே, பார்" என்று சொன்னான்.

ஜப்பானியன், "ஆசியாக் கண்டத்திலே இந்தியாவும் ஜப்பானும் இருக்கின்றன. ஆகவே அவை ஒன்றுக்கொன்று உதவி செய்துக் கொள்வது முறை. அந்த முறையிலேதான் எங்கள் நாடு இந்திய விடுதலைக்காக உதவி செய்கிறது" என்று பிரமநாயகத்தின் வாயடக்கக் கூறினான்.

"ஆசியாக் கண்டத்துப் பழம்பெரும் நாடான சீனாவைச் சித்திரவதை செய்துக் கொண்டே இந்தச் சித்தாந்தத்தைப் பேசும் துணிவு உங்களுக்கு இருக்கிறது. ஆனால், உங்கள் பேச்சைக் கேட்டுக் கொண்டு நம்பும் மடமை இங்கே பலருக்கு இல்லை" என்று பிரமநாயகம் சவுக்கடி தந்தார். "சபாஷ்!" என்று கூவினான். குமார்! ஓடிச்சென்று பிரமநாயத்தைத் தழுவிக் கொண்டு, "நீ ஆண்டியல்ல! நிச்சயமாக ஆண்டியல்ல" என்று ஆனந்தத்துடன் பேசினான்.

“ஆமாம்! இவன் ஆண்டியல்ல. பார்த்திபா! நீ ஏமாந்து போனாய்” என்று மிரட்சியுடன் கூவினான், ஜப்பானியன்.

“மோசக்காரா! யார் நீ?” என்று மிரட்டினான், பார்த்திபன். “யாரயிருந்தால் என்ன? இவன் யார் என்று தெரிந்தும் உறவு கொண்டாடும் உனக்கு, நான் யார் என்பது பற்றி அவ்வளவு கவலையா அப்பா” என்று கேலி பேசினார் பிரமநாயகம்.

“ஐயா! நான் நம்பி மோசம் போனேன். நானும் இந்தப் பார்த்திபனுமாகத் தொழிலாளர் இயக்கத்தை நடத்தி வந்தோம். நிதி திரட்டினோம். அந்தப் பணத்தை முதலாக வைத்து, இந்தப் பாசறையை அமைக்கலாமென்றும், இரகசியமாக இந்த ஏற்பாட்டை நான் கவனித்துக் கொள்வதென்றும், இவர் வெளியே இருந்து உதவி திரட்டி வருவாரென்றும், புரட்சிக்கு ஏற்ற சமய மாகப் பார்த்து நடத்துவதென்றும் கூறினான். நான் நம்பினேன்; மோசம் போனேன்” என்று குமார் அழுகுரலிற் கூறினான்.

பிரமநாயகம், "மோசம் போக இருந்தாய், தப்பினாய்" என்று தைரியம் கூறினார்.

"சுட்டுத் தள்ளு இந்த நாய்களை' என்று ஜப்பானியன் உத்தரவிட்டான்.

"சுதந்திரத்தைத் தானமாகத் தருபவனின் பேச்சைப் பார்!" என்று கூறிச் சிரித்துக் கொண்டே ஓர் ஊதுகுழலை எடுத்து ஊதினார், பிரமநாயகம்.

ஜப்பானியனுடைய கூலிகளுக்கும் பிரமநாயகத்தின் படைக்கும் சண்டை மூண்டது.

ஜப்பானியன் தன் நிலைமை தன்குப் பாதமாகி விட்டது தெரிந்து, ஒரு கத்தியால் குத்திக் கொண்டு மாண்டான்.

பார்த்திபன் அவனுடைய ஆட்களுடன் கைது செய்யப் பட்டான்.

பிரமநாயகத்தின் திறமையைப் புகழாதார் இல்லை. மந்திரி சபை மகிழ்ச்சி அடைந்தது. இந்தச் சதி வழக்கு விசாரணையை நாட்டு மக்கள் ஆவலோடு கவனித்து வந்தனர். குமார் அப்ரூவராகி, பார்த்திபனுடைய சகல சேட்டைகளையும் வெளிப்படுத்தினான். ஆயுள் தண்டனை தரப்பட்டது பார்த்திபனுக்கு.

ஆலாலசுந்தரர், தன் வாரிசுக்கு நேரிட்ட கதி கண்ட கலங்கினார். பார்வதி, பழைய நாட்களிலே தயாரித்துக் கொடுத்த பட்டியலின்படி, தனது சொத்தைப் பங்கிட்டுக் கொடுத்து விடுவதாகப் பகிரங்கமாகக் கூறிவிட்டார். தொழிலாளருக்கெனத் திரட்டப்பட்ட நிதியைக் கொள்ளையடித்தவன் குமார் என்று, பார்த்திபனுடைய பிரசாரத்தால் ஏமாந்த தொழிலாளர்கள் உண்மை தெரிந்ததும் உவகை அடைந்து, குமாரைத் தங்கள் தோழனாக ஏற்றுக் கொண்டனர்.

பார்வதி, குமாரின் விடுதலை கண்டு மட்டற்ற மகிழ்ச்சி அடைந்தாள். சூதுக்காரனின்

வலையிலே சிக்கிய குமார் பட்ட கஷ்டங்களைக் கேட்டு அவனுக்கு ஆறுதல் கூறினாள்.

“இவ்வளவு அமளிக்கும் ஆதிகாரணம் என்ன தெரியுமா, குமார்?” என்று பார்வதி பரிவுடன் கேட்டாள்.

“பொருளாதார பேதம்” என்றான் இலட்சியத்திலே இலயித்திருந்த குமார். “பொது விவகாரத்தைப் பற்றியல்ல குமார் நான் கேட்பது, பார்த்திபனுடைய விஷயமா?” என்று விளக்கமுரைத்து வினவினாள், பார்வதி.

“ஆதி காரணம் என்ன?” - ஆவலுடன் கேட்டான் குமார். ‘பொறாமைதான்!” என்றாள் பார்வதி.
“ஆமாம்!” என்று குமார், அவள் கூறியதன் முழுப் பொருளையும் உணர்ந்து கொள்ளாமலே கூறினான்.

“குமார்! நான் உன்னைக் காதலிக்கிறேன் என்ற பொறாமை அவனுக்கு” என்று பார்வதி சொன்னபோது குமாருக்கு என்ன பதில்

கூறுவதென்றே தோன்றவில்லை. அவன் நினைப்பதற்கே நெஞ்சம் நடுங்கிய விஷயம் அது! அபாரமான ஆவல். ஆனால் அளவிட முடியாத சந்தேகம், அது நடக்கக் கூடிய காரியமா என்று. "பார்வதி!" என்று குமார் கூறிவிட்டு, ஏதோ கீதம் கேட்டவன் போல இலயித்து விட்டான்.

பார்வதியும் குமாரும் தொழிலாளர் இயக்கக் காரியத்திலே முன்போலவே ஈடுபட்டனர். சுதந்திரம், சமதர்மம் எனும் இலட்சியங்கள் நிறைவேற, முதலிலே இந்தியா மீது கண் வைத்திருக்கும் ஜப்பானியப் போர் வெறியைத் தகர்த்தாக வேண்டும். தொழிலாளர் இதையே இன்றைய திட்டமாக வைத்துக் கொள்ள வேண்டும் என்று இருவரும் நாடெங்கம் பிரசாரம் செய்யலாயினர்.

காதல் மணம் கமழப் பதிவுத் திருமணம் நடைபெற்றது. பிரமநாயகமே அத்திருமணத்தை முன்னின்று நடத்தி வைத்தார்.

◈◈◈

www.ingramcontent.com/pod-product-compliance
Lightning Source LLC
Chambersburg PA
CBHW031335230926
51848CB00002B/242
* 9 7 8 9 3 4 8 5 8 4 2 8 1 *